அழியாத ரேகைகள்

இப்புத்தகத்தை *22* வாரங்கள் தொடராகக் கொண்டு வந்த கல்கி குழுமத்துக்கு, குறிப்பாக பொறுப்பாசிரியர் ரமணனுக்கும் தலைமை உதவி ஆசிரியர் அமிர்தம் சூர்யாவுக்கும் அன்பும் நன்றியும்!

அழியாத ரேகைகள்

சுதா மூர்த்தி

தமிழில் காயத்ரி ஆர்.

Azhiyatha Regaigal © Zero Degree Publishing 2021
Translated by Gayathri R
Published in English, *Here, There and Everwhere* © Sudha Murthy 2018
by Penguin Random House India Pvt., Ltd

ISBN : 978-93-90053-22-3
TITLE NO EP : 159

Ezutthu Prachuram
(An imprint of Zero Degree Publishing)
No.55(7), RBlock,
6th Avenue, Anna Nagar
Chennai - 600040

Website: www.zerodegreepublishing.com
E Mail id: zerodegreepublishing@gmail.com
Phone : 98400 65000

Cover illustration: Mihir Joglekar
Cover Design : Creative Studio
Layout : Vidhya Velayudham

சமர்ப்பணம்

எண்ணத்திலும், செயலிலும், தோற்றத்திலும்
என்னைப் பிரதிபலிக்கும் ஷீனிக்கு

உள்ளே

முன்னுரை

நான் எழுதும் கதைகள், என் நண்பர்களின் கதைகளாக இருந்தாலும் சரி, அல்லது என் குடும்பத்தின், தெரிந்தவர்களின் கதைகளாக இருந்தாலும் சரி, அந்தக் கதைகளில் நான் வியாபித்து இருப்பேன். ஏனென்றால் அதை அனுபவம் செய்தவள் என்ற முறையில் என்னை அதிலிருந்து பிரித்துப் பார்க்க முடியாது. எனக்குப் பிடித்த அழகான மலர்களைப் போல இந்தப் புத்தகத்தில் இருக்கும் அனைத்து கதைகளும் நான் மிகவும் போற்றும் அனுபவங்கள். இவை எல்லாவற்றையும் தொடுத்து ஒரு மாலையாக இங்கு கொடுத்திருக்கிறேன். பெரும்பாலான அனுபவங்கள் என்னுடைய பழைய புத்தகங்களிலிருந்து எடுக்கப்பட்டிருந்தாலும் புதிதாக இதில் இரண்டு மலர்கள் உள்ளன: ஒன்று என் எழுத்துப் பயணத்தைப் பற்றியது, இன்னொன்று உண்மையான பரோபகாரத்தை விளக்குவது.

இந்தப் புத்தகத்தை என் சகோதரன் ஸ்ரீநிவாஸுக்கு சமர்ப்பணம் செய்திருக்கிறேன். அவனைப் பற்றி எழுதுவது மிகவும் எளிதாக இருந்தாலும் ஒரு பக்கம் கடினமாகவும் இருந்தது. என் ஜாடை. நான் படிப்பது, எண்ணுவது, சாப்பிடுவது எல்லாமே அவனைப் போலவே இருக்கும். அவன் பிறந்ததிலிருந்து நான் சந்தோஷமாக இருந்திருக்கிறேன். நான் இரண்டாவது குழந்தை, அவன் நான்காவது. சலிப்பில்லாமல் எவ்வளவு நேரம் வேண்டுமானாலும் அவனுடன் என்னால் செலவிட முடியும்.

ஏகப்பட்ட விருதுகளும் சாதனைகளும் செய்திருக்கும் அவன் இன்று மிகப் பெரிய வானியற்பியலாளன் *(Astrophysicist)*. அவனுடைய வேலை எனக்கு ஒன்றுமே

புரியாது, அதே போல் என்னுடைய வேலையும் அவனுக்குப் புரியாது. எப்போதும் அவன் வேலையில் மூழ்கியிருப்பதால் தன்னுடைய தோற்றத்தைப் பற்றியோ, மற்றவர்கள் என்ன நினைப்பார்கள் என்பது பற்றியோ, சாப்பாட்டைப் பற்றியோ அவன் அவ்வளவு கவலைப்படுவதில்லை. ஆனால் நான் அவனைப் போல் இல்லை. நான் பல நிறுவனங்களின் நிர்வாகத்தில் முக்கியமான பொறுப்புகளில் இருந்ததால் என் அணுகுமுறை நடைமுறைக்குரியதாக இருக்கும். எனக்கும் அவனுக்கும் இப்படி நிறைய வேறுபாடுகள் இருந்தாலும் நாங்கள் இருவரும் நல்ல நண்பர்கள்.

ஸ்ரீநிவாஸூம் நானும் குழந்தைகளாக இருந்தபோது ஒரு கோடை விடுமுறையில் ஆளுக்கு ஒரு அகராதியை மனப்பாடம் செய்யலாம் என்று முடிவு செய்தோம். அப்போதுதான் புதிதாக எங்கள் ஊருக்கு ஆங்கில மீடியத்தில் சொல்லிக் கொடுக்கும் கேந்த்ரிய வித்தியாலயா வந்திருந்தது. அந்தப் பள்ளியில் அவன் முதல் பேட்ச் மாணவனாக சேர்ந்து கொண்டான். அதனால் அவன் ஆங்கில அகராதியை மனப்பாடம் செய்வதாக சொல்லி விட்டான். நான் கன்னட அகராதியை எடுத்துக் கொண்டேன். அந்த சமயம் எங்கள் வீட்டு நாயை வாக்கிங் கூட்டிக் கொண்டு போகும் வேலை குழந்தைகளாகிய எங்கள் தலையில் விழுந்தது. எங்களுக்கு அதில் இஷ்டம் இல்லை. அந்த சமயத்தில் சில வார்த்தைகளை கற்றுக் கொள்ளலாமே என்று நினைத்தோம். கடைசியில் இருவரும் சேர்ந்து நாயை கூட்டிக் கொண்டு போகலாம் என்று முடிவாயிற்று. அந்த வகையில் நாங்கள் இருவரும் கற்றுக் கொண்ட சொற்களை மாறி மாறி சொல்லிக் கொள்வதன் மூலம் சலிப்பிலாமல் நடக்கலாம் என்று முடிவு செய்தோம். ஆனால் நாங்கள் நினைத்ததை விட நிறையக் கற்றுக் கொண்டோம். அவனுடைய சம்ஸ்க்ருத வகுப்பில் அவன் கற்றுக் கொண்ட மத்யம யோகத்தைப் பற்றி நான் கற்றுக் கொள்ள, நான் படித்த திரிகோணவியலை அவன் தெரிந்து கொண்டான். என்னை விட வயதில் சிறியவனாக

இருந்தாலும் அவன் கற்றுக் கொண்ட வேகம் என்னை மலைக்கச் செய்தது. சில சமயங்களில் சில விஷயங்களில் எங்களுக்கு இருக்கும் வேறுபாடுகளைப் பற்றி விவாதமும் செய்வோம்.

எனக்கு நினைவு தெரிந்த நாளிலிருந்து அவன் தன்னுடைய மூன்று சகோதரிகளிடத்திலும் பாசமாக இருந்திருக்கிறான். அவனுக்குப் பதினாறு வயதிருக்கும் போது ஒரு பேச்சுப் போட்டிக்காக நாக்பூர் சென்று பரிசை வென்றான். அதில் கிடைத்த பணத்தில் அவன் ஒரு புடவை வாங்கிக் கொண்டு வந்து எங்கள் மூவருக்கும் தந்தான். “அந்தப் பணத்தில் ஒன்று தான் வாங்கி வர முடிந்தது. நீங்கள் மூவரும் மாறி மாறி கட்டிக் கொள்ளுங்கள்” என்றான்.

காலம் மாறி, எங்கள் வாழ்க்கை மாறினாலும் நாங்கள் நால்வரும் சந்தோஷத்திலும் துக்கத்திலும் ஒருவருக்கொருவர் துணையாக நிற்கிறோம்.

நாற்பது வருடங்களாக என் தம்பி வெளிநாட்டில் இருப்பதால் வருடத்துக்கு ஒரு முறை தான் பார்த்துக் கொள்ள முடியும். ஆனால் எங்களுக்குள் ஒரு உறுதியான பிணைப்பு இருக்கிறது. என்னுடைய இதயத்தில் அவனுக்கென்று ஒரு சிறப்பான தனி இடம் உண்டு. எங்கள் மேல் மிகுந்த அக்கறை இருந்தாலும் அதை வெளியில் காட்டத் தெரியாது. எப்போதும் அறிவியல், வானியற்பியல், நட்சத்திரங்கள், பால்வெளி, கருந்துளை என்று அவனுடைய குமிழிக்குள்ளேயே இருப்பான். என்னுடைய ஒரு பாகமாகவும், நெருக்கமாகவும் இருக்கும் இந்தப் புத்தகம் மட்டுமே நான் அவனுக்குத் தரக்கூடிய பரிசு.

சுதா மூர்த்தி

1

பல கதைகளின் கதை

ஒவ்வொரு மனிதனின் வாழ்க்கையும் ஒரு தனித்துவமான கதை. பொதுவாக அந்த மனிதன் சமூகத்தில் புகழ் மிக்கவனாக மாறிய பின்னரே அவன் கதை பிரபலமாகும். அவர்களுக்குள் ஆழ்ந்து நோக்கினால், அவனுக்குள்ளோ அவளுக்குள்ளோ மாற்றத்தை ஏற்படுத்திய அந்த மெல்லிய தருணங்களை இந்த உலகத்தால் என்றுமே புரிந்து கொள்ள முடியாது.

பலர் மேடு பள்ளம் நிறைந்த கடினமான பயணத்தைத் தேர்ந்தெடுப்பார்கள். அது அவர்களுக்கு இந்த உலகைப் புரிந்து கொள்வதற்கான புதிய பார்வையை கற்றுத் தரும். அவர்களுடைய சாதனைகளை விட ஒரு விஷயத்தில் தமக்கிருக்கும் பேரார்வம் உயர்ந்தது என்ற உண்மையைப் புரிந்து கொள்வார்கள். மாறாக, சிலர் வாழ்க்கையில் சாதித்து விட்ட பின்னரும், வெறுமையாக குறிக்கோளற்றவராக உணர்வார்கள்.

சமீபத்தில், க்ராஸ்வர்ட் புக்ஸ் எனக்கு 'வாழ்நாள் சாதனையாளர்' விருதை மும்பையின் ராயல் ஆபரா ஹவுஸில் கொடுத்தார்கள். மேடையில் ஒவ்வொரு விருதாக -புனைவு, அ-புனைவு, குழந்தை இலக்கியம், இன்னும் சில - கொடுத்துக் கொண்டிருந்தார்கள். நடுவர்கள் தங்களுடைய கருத்துக்களை சொல்லிக்கொண்டிருக்கும்போது என்

எண்ணம், என்னுடைய இலக்கியப் பயணத்தின் முதல் முயற்சியை எண்ணிக்கொண்டிருந்தது.

நான் இலக்கியம் படிக்கவில்லை; அதில் பட்டம் பெறவில்லை. ஆனால் இலக்கியம் என்னை எப்போதும் வசீகரித்துக் கொண்டிருந்தது. புத்தகங்களை நேசிக்கும் ஆசிரியர்கள் நிறைந்த குடும்பம் எங்களுடையது என்பதால், மிகச் சிறிய வயதிலேயே புத்தகங்கள் மீது ஆர்வம் இருந்தது.

நான் ஒரு கிராமத்தில் வளர்ந்தேன். அங்கே கன்னட மொழி வழிக் கல்வி முறையில் படித்தேன். சில சமயம் தற்காலிக டெண்ட் கொட்டகையில் கன்னடப் படங்கள் திரையிடுவார்கள். வானொலி நிலையங்களும் அப்போது அவ்வளவாக இல்லை. எங்கள் வீட்டில் ரேடியோ வாங்கிய பிறகு, வீட்டின் பெரியவர்கள் கண்காணித்ததோடு மட்டுமல்லாமல் கன்னட நிகழ்ச்சிகளை மட்டுமே கேட்டனர். ஆனால் சிறுவர்களாகிய எங்களுக்கு அவர்களை ஏய்க்க பல வழிகள் இருந்தன. பெரியவர்கள் வீட்டில் இல்லாத போது, நான் சிலோன் ரேடியோவின் பிரபல நிகழ்ச்சியான பினாகா கீத்மாலா கேட்பதுண்டு. எனக்கு இன்றும் ஸ்ரீலங்காவின் தேசிய கீதம் ஞாபகம் இருக்கிறது. நமோ நமோ மாதா அடிக்கடி ஒலிபரப்புவார்கள். ஆங்கிலத்தின் சுவடே இல்லாமல் எங்கள் இளமைக்காலம் கழிந்தாலும் எங்களுடைய திறமையைக் கண்டறிவதற்கான நேரம் நிறைய இருந்தது.

நாங்கள் குடும்பமாக அடிக்கடி கோயில், திருமண நிகழ்ச்சிகள், வரலாற்றுச் சிறப்பு மிக்க இடங்கள், சிறு சுற்றுலா எனச் செல்வதுண்டு.

வீடு திரும்பியதும் என் அம்மா, "உட்கார்ந்து இன்றைய தினத்தைப் பற்றி எழுதுங்கள். நாளை உங்களுக்கு இன்று பார்த்ததெல்லாம் மறந்து விடக் கூடும். அது மட்டுமல்லாமல் எழுதுவது உங்கள் கை விரல்களுக்கும், மனதிற்கும் சிறந்த பயிற்சி" என்று சொல்வார்.

அவர் சொல்வதை பெரும்பாலும் நான் எதிர்ப்பேன். உற்சாகமான நாளுக்குப் பிறகு ஒரே இடத்தில் உட்கார்ந்து எழுதுவது எனக்கு அவ்வளவாக உடன்பாடில்லை. அதனால், “நாளை எழுதுகிறேன்” எனச் சொல்வேன்.

“அப்படியா, சரி! நீ உன்னுடைய சாப்பாட்டையும் நாளை சாப்பிடலாம்” என்பார் என் தாயார்.

அப்படித்தான் நான் வலுக்கட்டாயமாக எழுத ஆரம்பித்தேன்.

எழுத ஆரம்பித்ததும், அதிலிருக்கும் சுகத்தை மெல்ல உணர ஆரம்பித்தேன். கன்னடத்திலுள்ள ஐம்பத்தி இரண்டு எழுத்துக்களை வைத்து என் சந்தோஷம், துக்கம், உற்சாகம் எனப் பலவகை உணர்ச்சிகளை அர்த்தமுள்ள வார்த்தைகளாகக் கோர்க்க முடிந்தது. சீக்கிரமே எழுத்து எனக்குப் பிரியமான ஒன்றாக மாறிப் போனது.

அதற்குப் பின் பல வருடங்கள், கிட்டத்தட்ட இருபது வருடங்கள், நான் என்னுடைய எண்ணங்களை இருபத்தைந்து வரிகளாவது தினமும் எழுதியதுண்டு. இப்படிச் செய்வது என் எழுத்தை மேம்படுத்துவதையும், என் கருத்துக்களுக்கு தெளிவைச் சேர்ப்பதையும் நான் அப்போது உணரவில்லை. இதற்காக என் முதல் ஆசிரியையான என் தாயாருக்குத்தான் நன்றி சொல்ல வேண்டும்.

என் பதின்ம வயதில், நான் சிறிது தீவிரத்துடனும், நிறைய சாகஸத்துடனும், காதலின் சாயலோடும் எழுதத் தொடங்கினேன். நவீனமாக எழுதுவதே நல்லது என நினைத்தேன்.

மொஸார்ட் பற்றி ஒரு கட்டுரை எழுதி உள்ளூர் பத்திரிகையில் கொடுத்தேன். அது அப்பத்திரிகையில் ஞாயிற்றுக்கிழமை வெளிவந்த போது எனக்குத் தாங்கொண்ணா மகிழ்ச்சி. நான் பத்திரிகையை பள்ளிக்கு

எடுத்துக் கொண்டு போய் என் ஆசிரியர்களிடமும், சக மாணவர்களிடமும் காண்பித்தேன். என் நண்பர்கள் என்னை ஆச்சர்யத்துடன் பார்த்தபோது, நான் உண்மையாகவே ஏதோ சாதனை செய்து விட்டதுபோல் உணர்ந்தேன். அந்நாட்களில் பெண்களின் கட்டுரைகள் பத்திரிகைகளில் வெளிவருவது அரிது. அப்பள்ளியிலேயே என்னுடைய கட்டுரையை மட்டுமே அந்தப் பத்திரிகை பிரசுரித்தது என உணர்ந்தேன்.

பின்னொரு நாள், நான் ஒரு காதல் கதை எழுதி அதே பத்திரிகைக்கு அனுப்பி வைத்தேன். பல நாட்களாகியும் பதில் வரவில்லை. அப்பத்திரிகை ஆசிரியருக்கு என் கதையை நினைவுபடுத்தி ஒரு கடிதம் எழுதினேன். அவர் பதில் அனுப்ப வசதியாக இருக்க வேண்டுமென்று கூடவே தபால்தலை ஒட்டப்பட்ட ஒரு உறையும் வைத்து அனுப்பினேன். பதில் வரவில்லை. கடைசியாக, தைரியத்தை வரவழைத்துக் கொண்டு பத்திரிகை ஆசிரியரை பார்க்கப் போனேன். எதிர்பார்த்தது போலவே ஒரு ஆண் அந்த இடத்தில் இருந்தார். அக்காலத்தில் பெண் பத்திரிகையாசிரியர்களோ, பத்திரிகையாளர்களோ கேள்விப்பட்டதில்லை. அவர் என்னைக் கனிவுடன் பார்த்து, “இதை நாங்கள் பிரசுரம் செய்ய முடியாது. ஒரு நல்ல இலக்கியத்தில் சரியான விகிதத்தில் உண்மையும், கற்பனையும் இருக்க வேண்டும். அனுபவம், ஒரு விஷயத்தைக் கூர்ந்து நோக்கும் தன்மை, அவ்விஷயத்தை மனதில் அசை போடுதல் போன்ற விஷயங்களை நீ வளர்த்துக் கொள்ள வேண்டும். நான் சொன்ன இவ்விஷயங்களை மனதில் வாங்கிக் கொண்டு எழுது. விட்டு விடாதே” எனக் கூறினார்.

உட்கார்ந்து இது பற்றி யோசித்த போது, கற்பனை என்பது வெறும் ஒரு பட்டு நூலிழையே தவிர பட்டாடை இல்லை; அதேபோல், உண்மையான நிகழ்ச்சிகளை மட்டுமே எழுதுவதென்பது தினசரி பத்திரிகைக்கு எழுதுவது

போன்ற வறண்ட விஷயமாகி விடக் கூடும். இரண்டும் சமமான விகிதத்தில் இருந்தால்தான் நல்ல சுவையான படைப்புகளைத் தர இயலும் என அப்பத்திரிகை ஆசிரியர் சொன்னது சரிதான். அந்தப் பாடத்தை நான் மறக்கவில்லை. இப்பொழுதும் கடைப்பிடித்துக் கொண்டிருக்கிறேன்.

என் தாயார் என்னை ஊக்குவித்துக்கொண்டே இருந்தார். "படைப்புகள் வெளிவருவது பற்றிக் கவலைப்படாதே. வெளிவரவில்லையென்றாலும் கூட எழுதுவதை நிறுத்தாதே. பத்து வருடம் கழித்து நீ எழுதியவற்றைத் திரும்பப் படித்தால் எவ்வளவு தூரம் நீ முன்னேறியிருக்கிறாய் என்பதைத் தெரிந்து கொள்வாய்."

உற்சாகத்தோடு எழுத ஆரம்பித்தேன்.

பின்னர், என் எழுத்துக்களை உள்ளூர் பத்திரிகைகளுக்கு அனுப்பி வைத்தபோது, சில கோடை காலத்து மழைச்சாரல் போல, அவ்வப்போது பிரசுரமாக ஆரம்பித்தன. அதற்கான ஊதியம் எதுவும் தரவில்லை என்றாலும், பிரசுரமாவதே பெரும் சம்பளமாய்த் தெரிந்தது.

வருடங்கள் ஓடின. நான் கன்னட மொழிவழிக் கல்வியில் பத்தாவது படித்துவிட்டு பதினொன்றாவதுக்கு ஆங்கில மொழிவழிக் கல்வி கற்றுத் தரும் பள்ளிக்கு மாறினேன்.

அந்த நாட்களில் கன்னட வழிக் கல்வியிலிருந்து ஆங்கில வழிக் கல்விக்கு மாறும் மாணவர்களின் நிலைமையைக் குறித்து யாருக்கும் கவலை இருந்ததாகத் தெரியவில்லை. என்னைப்போல் அவதிப்படும் நிறைய மாணவர்கள் இருந்தார்கள். பொறியியல் மற்றும் மருத்துவப் பட்டப்படிப்பில் சேருவதற்கான முடிவை எடுப்பதில் அவ்வாண்டுக்கான மதிப்பெண்கள் முக்கிய காரணியாக இருந்தது வேறு எங்கள் நிலைமையை இன்னும் கடினமாக்கியது. சில மாணவர்கள் இம்மொழி

மாற்றத்தினால் பயந்து போய் கலைப் பிரிவில் சேர்ந்தனர். அவர்கள் பிடித்துப் போய் சேரவில்லை. அறிவியலை ஆங்கிலத்தில் படிப்பதைவிட கலைப் பிரிவில் சேர்ந்து படிப்பது எளிதாக இருக்கும் என நினைத்தனர்.

அந்தப் பதினைந்து வயதில் ஒரு பத்தி கூட ஆங்கிலத்தில் எழுத முடியாமல் குழம்பி என் தாயாரை அணுகினேன். “உனக்குக் கன்னடத்தில் எழுதப் பிடிக்குமல்லவா?” எனக் கேட்டார்.

நான் தலையசைத்தேன்.

“அப்படியானால் பயப்படாதே. ஆங்கிலம் இன்னுமொரு மொழி, அவ்வளவுதான். அந்த மொழி உனக்கு வசப்படும் வரும்வரை இன்னும் நிறைய ஆங்கிலத்தில் நீ படிக்கவும் எழுதவும் வேண்டும்” என்றார்.

அந்த நாளில் இருந்து நான் ஆங்கிலப் புத்தகங்கள் படிக்க ஆரம்பித்தாலும், அது எனக்குச் சவாலாக இருந்தது. ஆனாலும் நான் முயற்சியைக் கைவிடாமல் தினமும் குறைந்த பட்சம் ஒரு பத்தியாவது ஆங்கிலத்தில் எழுத ஆரம்பித்தேன். என் பாட்டனார் எனக்கு ஆங்கில-கன்னட அகராதியை அந்த வருடப் பிறந்தநாளுக்குப் பரிசளித்தார். அன்றிலிருந்து அந்த அகராதி என்னுடைய நிரந்தர நண்பனாகிப் போனது.

நல்லவேளையாக நான் கணிதம், இயற்பியல், வேதியியல் படித்ததால், அதற்குப் பெரிய ஆங்கில அறிவு தேவையில்லாமல் இருந்தது. நான் நன்றாகப் படித்து பொறியியல் கல்லூரியில் படிக்கத் தேர்வானேன். தினசரி வேலைகளைத் தவிர , பொறியியல் படிப்பிற்கான ஓவியங்களும், பரிசோதனைகளும் கடினமாக இருந்தன. நானேதான் எல்லவற்றையும் செய்ய வேண்டி இருந்ததால், எழுதவும் நேரம் கிடைக்காததால் சிறிது நாட்களுக்கு எழுதுவதை நிறுத்தி வைத்தேன்.

வருடங்கள் நகர்ந்தன. நான் எழுதுவது கம்மியாயிற்று. ஆனால் நிறைய படிக்க ஆரம்பித்தேன். என்னுடைய கணவரால் என் படிப்பு அதிகரித்தது. முதல் முதலாக என்னைப் பார்த்த நாளிலிருந்து இன்று வரை எனக்கு அவர் புத்தகங்கள் பரிசளித்துக் கொண்டிருக்கிறார். ஒவ்வொரு புத்தகத்தின் முதல் பக்கத்திலும், *To you, From me* (உனக்கு, என்னிடமிருந்து) என எழுதியிருப்பார். நாங்கள் இருவரும் சேர்ந்து சில புத்தகங்கள்ளைப் - முக்கியமாக நகைச்சுவைப் புத்தகங்கள், வாழ்க்கை வரலாறுகள்- படித்திருக்கிறோம். எனக்கு வரலாறு, தொழில்நுட்பம், மானுடவியல் இதில் ஆர்வம் உண்டு. மூர்த்திக்கு கம்யூனிசம், கணினி குறியீடு சம்பந்தப்பட்ட புத்தகங்கள் பிடிக்கும்.

பணக்கஷ்டம் இருந்தாலும் புத்தகங்கள் படிப்பதிலிருந்த ஆர்வம் சற்றும் குறையவில்லை. அதனால் நானும் மூர்த்தியும்,ஒரு காலத்தில் மிகவும் பிரசித்தமாக இருந்த ஸ்ட்ராண்ட் புக் ஸ்டாலில் *(Strand Book Stall)* புத்தகங்கள் வாங்க, ஒவ்வொரு மாதமும் முன்னூறு ரூபாய் தனியாக எடுத்து வைப்போம். இந்தப் பணத்தை சேமிப்பதற்காக வேறு பிற செலவுகளைக் குறைத்துக் கொண்டோம். நெரிசலான பேருந்துகளிலும், ரயில்களிலுமே சென்றோம். துணிகளை வெளியே சலவைக்குப் போடுவதோ அல்லது வெளியில் சாப்பிடுவதோ இல்லை. அதனால் எங்களால் கொஞ்சம் சேமிக்க முடிந்தது. ஆனாலும் கூட எனக்குப் போதவில்லை. அந்த நாட்களில் கடையில் வெறும் புத்தகங்களை புரட்டிக்கொண்டு நின்றால், கடைக்காரர்கள், “தயவுசெய்து புத்தகங்கள் வாங்கவில்லை என்றால் தொட வேண்டாம். புரட்டினால் பழைய புத்தகம்போல் தெரியும். யாரும் வாங்க மாட்டார்கள்” என்று சொல்வார்கள். அதனால் தூரத்தில் நின்று புத்தகங்களை பேராசையோடு ஆர்வத்துடன் பார்த்துக் கொண்டிருப்பேன்.

*1979*இல் என்னிடம் கொஞ்சமே பணம் கொஞ்சமே இருந்தாலும் உற்சாகம் நிறைய இருந்தது. அதனால்

தன்னந்தனியாக, ஒரே ஒரு பையுடன் அமெரிக்கா சென்றேன். ஒரு மாலை, நியூயார்க்கில் இரண்டு காவலர்கள், நான் என் பிதுங்கி வழியும் பையில் போதைப் பொருள் கடத்துகிறேனோ என்ற ஐயத்துடன் என்னை நிறுத்தினார்கள். என் பையை அவர்கள் சோதனையிட்ட போது உண்மையிலேயே நான் எதற்கு அடிமையாக இருந்தேனோ அந்தத் தயிர்சாதத்தைக் கண்டுபிடித்தனர். ஆச்சரியப்பட்ட அவர்களிடம் நான் எங்கிருந்து வருகிறேன், தென்னிந்தியாவில் தயிர் சாதத்தின் மகிமை என எல்லாவற்றையும் விளக்கும்படியாக ஆயிற்று.

இதைப் போல் இன்னும் நிறைய அதிக துணிச்சலுடன் எதிர்கொண்ட சம்பவங்கள் நேர்ந்தது. இந்தியா வந்தவுடன் என்னுடைய சாகசப் பயணத்தை கன்னடத்தில் எழுதி *அட்லாண்டிகாசயிந்தா* (அட்லாண்டிக் கடலுக்கு அப்பால்)எனத் தலைப்பிட்டேன். அதை பிரசுரத்துக்கு அனுப்பும் எண்ணம் சிறிது கூட இல்லை.

கிட்டத்தட்ட ஒரு வருடத்திற்குப் பின் என் தந்தையிடம் பேசிக்கொண்டிருந்த போது, "நீ ஏன் இதை ஒரு புத்தகமாகக் கொண்டு வரக் கூடாது? நம் ஊர்ப் பெண்கள் இப்படித் தனியாக பயணம் போவது அரிது. அதற்காகவே இந்தப் புத்தகம் தனித்தன்மை வாய்ந்ததாக இருக்கும்" என்றார்.

'நான் ஒரு எழுத்தாளரா?' அந்த எண்ணம் எனக்கு பிரமிப்பாக இருந்தது. எழுத்தாளர் என்றாலே எனக்கு ஜெரோம் கே. ஜெரோம், பி.ஜி. வுட்ஹவுஸ், வி.எஸ்.நாய்ப்பால், ஜான்-பால் சார்த்ர், கன்னட எழுத்தாளர்களான த்ரிவேணி மற்றும் பைரப்பாதான் நினைவுக்கு வருவார்கள். எழுத்தாளர் என்றாலே அந்தத் தரம் வேண்டும் என நினைத்திருந்தேன்.

சிறிது நாட்கள் யோசித்து விட்டு, "என் பிரதியை பதிப்பாளர்களுக்கு அனுப்பி வைத்தால் என்ன குற்றம்? பிடிக்கவில்லை என்றால் திருப்பி அனுப்பப் போகிறார்கள்.

அவ்வளவுதானே? இது ஒன்றும் எனக்குப் புதிதில்லையே?" என நினைத்து தைரியத்துடன் *மனோஹர க்ரந்த மாலா* என்ற கன்னட பதிப்பகத்தை அணுகினேன். அதன் நிறுவனர் ஜி.பி.ஜோஷி புது எழுத்தாளர்களை அறிமுகப்படுத்துபவர் எனப் பெயர் வாங்கியவர். கிரீஷ் கர்னாட், எம்.கே.இந்திரா போன்றவர்களை அறிமுகப்படுத்தியவர். தயங்கித் தயங்கி நான் ஜோஷியிடம் என் பிரதியைக் கொடுத்தேன். அவர் இரண்டு நாட்கள் கழித்து சொல்வதாகச் சொன்னார். நாற்பத்தி எட்டு மணி நேரத்துக்குப் பிறகு நான் பொறுமையிழந்து பதற்றமானேன். பிரசவ வலியால் துடித்துக் கொண்டிருக்கும் பெண்மணியைப் போலானேன். பின்னர், அவர் அதைப் பிரசுரம் செய்யலாம் என்று கூறிய போது, அவரோ நானோ ராயல்டி பற்றிப் பேசவேயில்லை. அந்த நாள், நான் பெரிய எழுத்தாளர் ஆகி விட்டது போல் குடும்பமே குதூகலித்தது. எப்படியோ, எழுபத்தி ஐந்து பேர் உள்ள குடும்பத்தில் நான் முதல் எழுத்தாளர் ஆனேன்.

பிரசவத்தைப் போல புத்தகம் விற்பனைக்கு வர பத்து மாதங்கள் ஆயின. ஹூப்ளியில் இருந்து தார்வாட் போகும் பேருந்தைப் பிடித்து என் முதல் குழந்தையை, இருபது புத்தகங்களை, பதிப்பாளரிடமிருந்து பேரன்போடு வாங்கிக் கொண்டேன். உடம்பெல்லாம் சிலிர்த்த தருணம் அது!

எப்படி என் பெரிய குடும்பத்திற்கு இது போதும் எனக் குழப்பமடைந்தேன். என் புகுந்த வீட்டிற்கு சில புத்தகங்களும், சில என் நண்பர்களுக்கும் கொடுத்தேன். நான் மூன்று பிரதிகள் வைத்துக் கொண்டேன். மிச்சமிருந்த பிரதிகளும் சீக்கிரம் காணாமல் போய்விட்டன. சில நண்பர்கள் என்னை வாழ்த்தி விட்டு, "ஒரு எஞ்சினீயர் எழுத்தாளராக மாறியது சந்தோஷமே" என குதூகலித்தார்கள். சிலரோ "அமெரிக்கா போக காசு இருந்திருந்தால் நாங்களும் இப்படி ஒன்று எழுதியிருப்போம்" என்றனர்.

என் முதல் புத்தகம் எனக்கு எழுத்தாளர் என்ற பட்டத்தைக் கொடுத்ததோடு இன்னும் எழுத வேண்டும் என்றும் தூண்டியது.

1979இல் ஜாம்ஷெட்பூரிலும், பீஹாரிலும் கம்பெனியின் விருந்தினர் இல்லத்தில் இரண்டு மாதங்கள் தனியாக இருந்தேன். அப்பொழுதுதான் அடுத்த புத்தகத்திற்கான விதை மனதில் விழுந்தது. மத்திய தர குடும்பத்தில் பிறந்ததால் பணக்காரப் பெண்மணிகளின் வாழ்க்கை என்னை வசீகரித்தது. குறிப்பாக, வியாபாரத்தில் மும்முரமாக இருக்கும் ஆண்களின் மனைவிமார்களின் வாழ்க்கை. அடுத்த புத்தகத்தில் இதைப் பற்றி கொஞ்சம் என் கற்பனை கலந்து எழுதலாம் என நினைத்தேன்.

இதே எண்ணத்துடன் மும்பை போய்ச் சேர்ந்தேன். மூர்த்தியிடம் என் எண்ணத்தைச் சொன்னவுடன் அவர் என்னை ஒரு வெற்றுப் பார்வை பார்த்து, “என்னால் உனக்கு இந்த விஷயத்தில் உதவி செய்ய இயலாது. நான் பணக்காரனும் அல்ல, பெண்ணும் அல்ல” என்றார்.

சிறிது யோசித்து விட்டு, என்னுடன் வேலை செய்யும் சில பெண்களிடம் ஆலோசனை கேட்டேன். ஜுஹு பீச்சிற்கு குழந்தைகளுடனும், ஆயாக்களுடனும் வரும் பணக்காரப் பெண்களை கவனிக்க ஆரம்பித்தேன்.

என் கற்பனையும், ஆய்வுகளும் என்னுடைய முதல் கன்னட நாவல் அதிரிக்தேவுக்கு வித்திட்டன. அதை எழுதும்போது முக்கிய கதாபாத்திரத்தின் மனதிற்குள் புகுந்து அவளுடைய சந்தோஷங்களையும் கவலைகளையும் எழுதினேன். முடிக்கும்போது அவளுடைய வாழ்க்கையிலிருந்து என் வாழ்க்கைக்கு வர கொஞ்சம் பிரயத்தனப்பட வேண்டியிருந்தது. இப்படித்தான் என் கன்னட இலக்கியப் பயணம் ஆரம்பித்தது. இந்த முறை நான் மைசூரிலிருக்கும் வேறொரு பதிப்பாளரை அணுகினேன்.

விடாமல் எழுதிக்கொண்டே இருந்தேன். என்னுடைய அடுத்தடுத்த நாவல்கள் நிராகரிக்கப்பட்டன. இன்னும் நிறைய பேர் என்னைப் படிக்க வேண்டுமானால் தினசரியில் எழுத வேண்டும் என நினைத்தேன். ஆச்சரியமாக அவையும் நிராகரிக்கப்பட்டன. சில தினசரிகள் பதிலேதும் தரவில்லை. சில, நான் எழுதியவை தொடருக்கான கருப்பொருள் அல்ல என்றன.

வருடங்கள் ஓடினாலும் நான் எழுதுவதை நிறுத்தவில்லை.

ஒரு நாள், ஒரு திருமணத்துக்குச் சென்றிருந்தபோது, தோலில் வெண்புள்ளிகள் இருந்த பெண்ணொருத்தி எனக்கு முன் வரிசையில் உட்கார்ந்து சாப்பிட்டுக் கொண்டிருந்தாள். அப்போது உறவினர் ஒருவர் வந்து, “இங்கே நீ உட்காரக் கூடாது, எழுந்திரு” என்று சொன்னார்.

அவமானத்துடன் அந்தப் பெண் அழுது கொண்டே அந்த இடத்தை விட்டு அகன்றாள்.

அந்த உறவினரின் நடத்தை என்னைத் துன்பப்படுத்தியது. என் தந்தை மருத்துவராதலால் தொழுநோயோ, வெண்புள்ளியோ நோயல்ல என்று எனக்குத் தெரியும். அவை மற்றவருக்குப் பரவாது. பரம்பரை நோயும் அல்ல. பின் ஏன் மனிதர்கள் இப்படித் தங்கள் சக மனிதர்களை நடத்துகிறார்கள்?

இந்தச் சம்பவம் என்னை இதைப் பற்றி ஆராயத் தூண்டியது. நிறைய திருமணங்கள், நிச்சயதார்த்தங்கள் நின்று போக இது ஒரு காரணமாக இருந்ததை அறிந்தேன். அதுவும் மணப்பெண்ணிற்கு எந்தப் பிரச்சினையும் இல்லாமல் அவளுடைய உறவினர்களுக்கு இருந்தாலும் கூட திருமணங்கள் நின்று போயின. தோல் நோய் நிபுணர்களிடம் தொடர்ந்து இதைப் பற்றி உரையாடினேன்.

முதல்முறையாக இதைப் பற்றி கதையாக எழுதி ஒரு விழிப்புணர்வை ஏற்படுத்த எண்ணினேன். அப்படித்தான் என்னுடைய *மஹாஸ்வேதா* நாவல் பிறந்தது.

பல வருடங்களுக்குப் பிறகு ஒரு திருமணத்துக்குச் சென்றிருந்தபோது, மாப்பிள்ளை என்னிடம் ஓடி வந்து “உங்களுடைய *மஹாஸ்வேதா* என்னுடைய கண்ணோட்டத்தையே மாற்றி விட்டது. இன்று நான் திருமணம் செய்து கொள்ளப் போவது வெண்புள்ளிகளால் பாதிக்கப்பட்டிருக்கும் ஒரு பெண்ணையே” எனக் கூறியது ஆச்சரியமாக இருந்தது.

இது போன்ற பிரச்சினைகளை எழுதி என்னாலான ஒரு மாற்றம் கொண்டு வர இயலும் என அன்று உணர்ந்தேன்.

எழுபதுகளிலும், எண்பதுகளிலும் அமெரிக்கா செல்வது ஒரு பெரிய சாதனை. இந்தியாவில் தாராளமயமாக்கல் அப்போது அறிவிக்கப்படாத நிலையில், இங்கு வேலை வாய்ப்புகள் குறைவாக இருந்தன. அமெரிக்க டாலர் என்ற மந்திரக்கோல் - ஒரு டாலர் அப்போது பத்து ரூபாய் - அமெரிக்காவில் வசிக்கும் இந்தியர்கள் நம்மூர் வந்தால் நம்மை ஒரு படி கீழே என நினைக்க வைத்தது. இங்கிருக்கும் குடும்பங்களே வெளிநாட்டில் வாழும் குழந்தைகளையும் இங்கிருக்கும் குழந்தைகளையும் வேறுபடுத்திப் பார்த்தனர். அமெரிக்காவில் வாழும் உறவினர்களுக்குத் தனி செல்வாக்கு இருந்தது.

ஆனால் அமெரிக்காவில் வசிப்பது ஒன்றும் இவர்கள் நினைப்பதுபோல் சுலபமான வாழ்க்கை அல்ல என்று எனக்குத் தெரிந்திருந்தது.

டாலர் சொசே - (டாலர் மருமகள்) என்ற தொடரை ஒரு தினசரியில் எழுதினேன். அது பின்னர் புத்தகமாக அச்சிடப்பட்டு, பின் தொலைக்காட்சித் தொடராக வந்தது. இந்திய மொழிகள் பலவற்றிலும், இத்தாலி மொழியிலும் மொழிபெயர்க்கப்பட்டது. இன்றும் எல்லாக் கடைகளிலும் இப்புத்தகம் கிடைக்கிறது.

கன்னடத்தில் நிறைய எழுதிக் கொண்டிருந்ததால் ஆங்கிலத்தில் எழுதும் எண்ணம் அப்போது சிறிது கூட இருக்கவில்லை.

1998இல் என் புத்தகம் *யஷஸ்வி* முதல் முதலாக புத்தக வெளியீட்டு விழா கண்டது. விழா பெங்களூர் மிதிக் சொஸைட்டியில் நடந்தது. எனக்கு அது ஒரு சின்ன திருமணத்தைப் போல், என்னுடைய புத்தகத்துக்கும், பதிப்பாளருக்கும் நடக்கும் திருமணத்தைப் போலிருந்தது. நான் நிறைய பேரை அழைத்திருந்தேன். இலக்கியத்தின் மீது பற்றுள்ள சொந்தமும், நண்பர்களும் வந்திருந்தனர். நான் ஒரு எழுத்தாளர் எனப் பெருமை பொங்க வந்திருந்த கன்னடம் தெரியாத, என் மீது மிகுந்த பற்றுள்ள நண்பர்களும் இதில் அடக்கம். அதில் ஒருவர் எனக்கு வெள்ளியில் சரஸ்வதி சிலையை அன்பளிப்பாகக் கொடுத்தார். முதல் முறையாக அன்று மேடையில் ஏறி புத்தகங்கள் மேல், கன்னட மொழியின் மேல் எனக்கிருக்கும் அன்பைச் சொன்னேன். அதுதான் கடைசி மேடையாக இருக்கும் என நினைத்த எனக்கு, அதுதான் அதன் பின் வரப்போகும் நிறைய மேடைகளுக்கான முதல் மேடை எனத் தெரியவில்லை.

ஒரு நாள், நியூ இந்தியன் எக்ஸ்பிரஸின் எடிட்டர் T.J.S. ஜார்ஜ் என்னை ஆங்கிலத்தில் கட்டுரைகள் எழுதச் சொன்னார். “மொழி என்பது ஒரு வாகனம்தான். உள்ளிருக்கும் மனிதன் சொல்லும் கதையே முக்கியமானது. நீங்கள் ஒரு கதைசொல்லி. அதனால் மொழியைப்பற்றி கவலைப்படாமல் எழுத ஆரம்பியுங்கள். மொழி தானாக வந்து விழும்” என்றார்.

அவருடைய அன்பான ஊக்குவிக்கும் மொழிகளால் ஆங்கிலத்தில் எழுத ஆரம்பித்தேன். எபிசோட்ஸ் (Episodes) என்ற பெயரில் நியூ இந்தியன் எக்ஸ்பிரஸில் என்னுடைய எழுத்து நவம்பர் 12ஆம் தேதி 2000ஆம் ஆண்டு வெளியாக

ஆரம்பித்தது. "சுதா மூர்த்தி ஆங்கிலத்தில் கட்டுரை எழுதியிருக்கிறார்" என நான் ஷிமோகாவில் ஒரு ஹோட்டலில் தங்கியிருந்தபோது யாரோ ஒருவர் சொல்லக் கேட்டபோது சந்தோஷமடைந்தேன். என்னுடைய பத்திகளையும் ஆவலாகப் படிக்கிறார்கள் என நம்புவதற்கு சிறிது காலமாகியது. பின்னர் டைம்ஸ் ஆஃப் இண்டியா, தி ஹிந்து, வீக் பத்திரிகைகளில் எழுத ஆரம்பித்தேன்.

ஆங்கிலத்தில் எழுதுவதனால் வெவ்வேறு மாநிலங்களை, வெவ்வேறு துறைகளைச் சார்ந்தவர்களுடன் நட்பு ஏற்பட்டது. அப்படி ஒரு நட்பாக 2001இல் எனக்குக் கிடைத்த நண்பர் மறைந்த இந்திய ஜனாதிபதி ஏ.பி.ஜே. அப்துல் கலாம். அப்போது அவர் ஜனாதிபதி இல்லை. அவர் *Defence Research and Development Organisation (DRDO)*இல் விஞ்ஞானியாக இருந்தார். அவர் வீக் இதழில் வெளிவந்த என் கட்டுரையைப் படித்துவிட்டு, அதில் இருக்கும் உறுதியான கருத்தும், இழையோடும் நகைச்சுவையும் நன்றாக இருப்பதாகச் சொன்னார். எப்படி நேர்த்தியாக, கட்டுரையில் சொன்னதை கடைசியாக சுருக்கமான வார்த்தைகளில் சொல்லி முடிக்கிறீர்கள் எனக் கேட்டார். என்னைப் பார்க்க வேண்டும் எனக் கூறினார்.

ஒரு வருடத்திற்குப் பிறகு என் கட்டுரைகள் அனைத்தும் தொகுப்பாக வந்ததற்கு ஜார்ஜுக்கு நன்றி சொல்ல வேண்டும். அவர்தான் என்னை ஈஸ்ட் வெஸ்ட் புக்ஸ் ப்ரைவேட் லிட். *(East West Books Pvt.Ltd)* பதிப்பகத்திற்கு அறிமுகப்படுத்தி வைத்தார். ஜார்ஜ் அப்புத்தகத்திற்கு முன்னுரை எழுதி வைஸ் அண்ட் அதர்வைஸ் *(Wise and Otherwise)* எனப் பெயரும் இட்டார்.

ஆங்கிலத்தில் புத்தகம் எழுதினால் நிறைய பேர் படிப்பதோடு மட்டுமல்லாமல் பிராந்திய மொழிகளில் மொழிபெயர்ப்பு செய்வதற்கான சாத்தியக்கூறுகளும் இருக்கின்றன. இன்று பல இந்திய மொழிகளில் என்

புத்தகம் மொழிபெயர்க்கப்பட்டு பல மாநிலங்களில் படிக்கப்படுகிறது.

வருடங்கள் செல்லச் செல்ல இன்ஃபோசிஸ் எனக்கு எழுதுவதற்கு நிறைய அனுபவத்தைக் கொடுத்தது. பல பதிப்பாளர்கள் என் எழுத்துக்களை பதிப்பிக்க ஒப்பவில்லை. "உங்களுடைய மொழி மிகவும் எளிமையாக, சாதாரணமாக இருக்கிறது. மக்கள் இதை ஏற்றுக் கொள்ள மாட்டார்கள்" என்று சொன்னார்கள். சில பதிப்பாளர்களோ "நீங்கள் நன்றாக ஆங்கிலம் தெரிந்த ஒருவரிடம் உங்கள் கதையைக் கூறுங்கள். அவர் எழுதிக் கொடுக்கட்டும், உங்கள் இருவரின் பெயரோடும் புத்தகத்தைப் பதிப்பிக்கலாம்" என்றார்கள்.

ஆனால் நான் ஒத்துக் கொள்ளவில்லை. என்னுடைய எழுத்து நடை தனித்துவமானது, என்னை அப்படியே பிரதிபலிப்பது.

சில நாட்களில் நல்ல எடிட்டரின் முக்கியத்துவத்தை அறிந்து கொண்டேன். அவர்களால் பெரும் உயரத்துக்கு புத்தகத்தைக் கொண்டு செல்ல முடியும். ஒரு நல்ல எடிட்டர் எழுத்தாளரை நன்கு புரிந்தவராக, அவரைப் பிரதிபலிப்பவராக இருக்க வேண்டும். இந்த எல்லா குணாதிசயங்களும் நிரம்பிய என் இளம் புத்திசாலி எடிட்டர் ஷ்ருத்கீர்த்தி குரானா எனக்குக் கிடைத்தது நான் செய்த அதிர்ஷ்டம். ஆங்கிலத்தின் மீது காதல் கொண்ட அவர் ஒரு பொறியியல் மற்றும் மேலாண்மை பட்டதாரி. பிறந்ததிலிருந்தே எனக்கு ஷ்ருதியைத் தெரியும். அவளுடைய பெற்றோர் என் நண்பர்கள். நான் அவள் வளர்வதைப் பார்த்திருக்கிறேன், அவள் நான் வயதாவதைப் பார்த்திருக்கிறாள். எங்களுடைய பிணைப்பு நாளுக்கு நாள் இறுகிக் கொண்டே இருக்கிறது. என்னை நன்றாகப் புரிந்து வைத்திருக்கும் அவள், எங்கெங்கே என் எழுத்து தொய்வாக இருக்கிறது, எங்கே நான் தவறு செய்திருக்கிறேன் என்று சுட்டிக் காட்டுவாள்.

எங்கள் வேலையைத் தவிர, எங்களுக்கு படிப்பதும் பல விஷயங்களைப் பற்றி உரையாடுவதும் மிகவும் பிடிக்கும்.

எனக்கு எழுத்தின் மேல் உள்ள ஈடுபாட்டைப் புரிந்து கொண்டு அவர்களின் தேவைகளை விட என் எழுத்தை நான் முதன்மையாக வைத்துக் கொள்ள உதவிய எனதருமைக் குடும்பத்திற்கு நன்றி சொல்லிக் கொள்கிறேன்.

பெங்குயின் ராண்டம் ஹவுஸ் என்னுடைய ஆங்கிலப் புத்தகங்களின் பதிப்பாளராக மாறினர். என்னுடைய எழுத்தில் ஆர்வம் காட்டிய பிற மொழிப் பதிப்பாளர்களுடனேயே நானும் முதலிலிருந்து பயணம் செய்கிறேன். புனேவிலிருக்கும் மேத்தா பப்ளிஷிங் ஹவுஸ் என்னுடைய மராத்தி மொழிபெயர்ப்பையும், அஹமதாபாதிலிருக்கும் ஆர்.அர். ஷேத் குஜராத்தி மொழிபெயர்ப்பையும், தில்லியில் இருக்கும் பிரபாத் ப்ரகாஷன் ஹிந்தி மொழியிலும், கோட்டயத்திலுள்ள டி.சி. புக்ஸ் மலையாள மொழிபெயர்ப்பையும், விஜயவாடாவில் இருக்கும் அலகனந்தா பிரசுரனாலு என் புத்தகங்களின் தெலுங்கு மொழிபெயர்ப்பையும் வெளியிடுகிறார்கள்.

ஒரு நாள் குஜராத்தி வாசகர் ஒருவரிடமிருந்து எனக்கு மின்னஞ்சல் வந்தது. ‘சுதா பென், நீங்கள் குஜராத்தியைப் போல் தோற்றமளிக்கிறீர்கள், சாப்பிடுகிறீர்கள். உங்களுடைய புத்தகங்களெல்லாம் அருமையாக இருக்கின்றன. நீங்கள் எப்படி ஒரு தென்னிந்தியரைத் திருமணம் செய்து கொண்டீர்கள் என்பதைத் தெரிந்து கொள்ள ஆர்வமாக இருக்கிறது.’

நான் புன்னகைத்தேன். ‘நான் தென்நாட்டைச் சேர்ந்தவள்தான், குஜராத்தி மொழிபெயர்ப்பு அவ்வளவு நன்றாக இருப்பதால் நீங்கள் என்னை உங்கள் மாநிலத்தைச் சேர்ந்தவள் என நினைத்துக் கொண்டீர்கள்’ என பதில் அனுப்பினேன்.

ஒரு வெளிநாட்டுப் பயணத்தின் போது, நியூ ஜெர்ஸியில் என்னுடைய புத்தகத்தைப் பார்த்தேன். சந்தோஷமாக அதைக் கையில் எடுத்த போது, அங்கிருந்த குஜராத்தி கடைகாரர், 'எடுத்துக் கொள்ளுங்கள், சரஸ் சே'(நன்றாக இருக்கும்)' என்றார். சந்தோஷமாக தலையாட்டினேன்.

'வாழ்நாள் சாதனையாளர் விருது' வாங்கிக் கொள்ள மேடையில் என்னுடைய பெயர் அழைக்கப்பட்டவுடன் நினைவுக்குத் திரும்பி மெல்ல மேடைக்குச் செல்லும் படிகளில் ஏறலானேன். ஒவ்வொரு படியும் நாற்பது வருட அனுபவத்தை ஞாபகமூட்டியது. நிராகரிப்பு, எதிர்மறைக் கருத்து, மறுப்புகளோடு அன்பும், ஆதரவும், புகழும் நிறைந்த பயணம் அது. வெளியில் சொல்ல முடியாமல் அமைதியாக அல்லது சொல்வதற்கு வெட்கப்பட்டுக் கொண்டிப்பவர்களின் குரலாக நான் ஒலித்திருக்கிறேன் என நம்புகிறேன்.

'என்னால் எழுத முடியாது. ஆனால் என்னுடைய கதையைச் சொல்ல விரும்புகிறேன். நீங்கள் எழுதி உலகத்திற்குக் கொண்டு சேர்ப்பீர்களா?' எனக் கேட்டவர்களின் எண்ணிக்கை கணக்கிலடங்காது.

என்னுடைய மாணவர்கள் சிலர் அடிக்கடி, 'மேடம், நாங்கள் எங்கள் வாழ்க்கையில் நிறைய தவறுகள் செய்திருக்கிறோம். அடுத்த தலைமுறை எங்கள் வாழ்க்கையைப் பார்த்தாவது அந்த கஷ்டங்களை அனுபவிக்கக் கூடாது. எங்கள் கதைகளை எழுதுவீர்களா?' எனக் கேட்பதுண்டு.

நான் தயங்குவேன். மற்றவருடைய அனுமதியோ, நம்பிக்கையோ இல்லாமல் ஒருபோதும் அவர்களுடைய அந்தரங்கத்தை எழுதுவதில்லை. சக்தி வாய்ந்த கதைகள் எங்கிருந்து வந்தாலும் அது சொல்லப்பட வேண்டும். நான் வெறும் இவ்வுலகிற்கு எடுத்துச் செல்லும் கருவி மட்டுமே.

வறுமைக்கோட்டிற்குக் கீழிருக்கும் மக்களுடன் எனக்கிருக்கும் அனுபவமும், என் மேல் அசையா நம்பிக்கை வைத்திருக்கும் என் பதிப்பாளர்களும், என் எடிட்டரும், என் வாசகர்களுமே நான் இப்போது இருக்கும் நிலைக்குக் காரணம். இந்தப் பயணம் என்னுடையது மட்டுமல்ல. ஞானம், கல்வி, எழுத்து ஆகியவற்றின் கடவுளாகிய சரஸ்வதியின் கருவியாகத்தான் நான் செயல்படுகிறேன். அவளுடைய ஆசீர்வாதம், ஒப்புதல் இல்லாமல் ஒரு வரி கூட என்னால் எழுத முடியாது என்று எனக்குத் தெரியும்.

இன்று என்னிடம் இருபத்து ஒன்பது கதைகளுக்கான குறிப்புகள் இருக்கின்றன. கன்னடம், ஆங்கில ஆகிய இரண்டு மொழிகளில் எழுதுகிறேன். புனைவு, புனைவல்லாத எழுத்து, குழந்தைகளுக்கான புத்தகங்கள், பயணக்கட்டுரைகள், தொழில்நுட்ப நூல்கள் என பல பிரிவுகளில் எழுதுகிறேன். என்னுடைய புத்தகங்கள் இருபது மொழிகளில் மொழிபெயர்ப்பு செய்யப்பட்டிருகின்றன. பிரைய்லிலும் கூட வந்திருக்கிறது. இந்தப் புத்தகம் என்னுடைய இருநூறாவது புத்தகம். என் புத்தகங்கள் இரண்டு கோடியே அறுபது லட்சம் பிரதிகள் விற்றிருக்கின்றன. அதில் பதினைந்து லட்சம் ஆங்கிலம்.

வெற்றியைப் போன்றதொரு வெற்றி எதுவுமில்லை என்பதே நான் கஷ்டப்பட்டு அறிந்து கொண்ட உண்மை. கடந்த பத்தாண்டுகளுக்கும் மேலாக என் புத்தகங்களின் விற்பனையும், மறுபதிப்புகளுமே அதற்குச் சான்று. மேல்தட்டு வர்க்கத்துக்காக எழுதுவதோ, மேற்கத்திய எழுத்தாளர்களின், இந்திய ஆங்கில எழுத்தாளர்களின் சொல்வன்மையோ எனக்கு இல்லை. ஆனால் முன்னர் இருந்தது போல் ஆங்கிலம் மேல்தட்டு மக்களுக்கான மொழி மட்டும் இல்லை. எப்படியோ இன்று சாதாரண மக்களும் ஆங்கிலத்தை தங்கள் தினசரி வாழ்க்கையில் ஏற்றுக்கொண்டனர். அப்படியே என்னையும் கூட. என்னால் மிகவும் எளிய முறையில் இதயத்திலிருந்து கதை

சொல்ல முடியும். அது மட்டுமே எனக்குத் தெரியும், அது மட்டுமே இந்த உலகில் என்னுடையது.

2

'அம்மா, உன் கடமை என்ன?'

என் பெண் அக்ஷதா இயல்பிலேயே சீக்கிரம் உணர்ச்சிவசப்படுபவள். பதின்ம வயதில் அவளாகவே ரமண மஹரிஷி அகாடமிக்குச் சென்று அங்குள்ள கண்பார்வையற்ற குழந்தைகளுக்குப் படித்துக் காண்பிப்பாள். அவர்களுக்கு எழுதியும் தருவாள். அவர்களுடைய உலகத்தைப் பற்றி வீட்டில் பேசுவாள்.

"மேரியின் பார்வையற்ற கண்களில் இவ்வுலகு" என்ற ஒரு கட்டுரையை எழுதினாள். மேரி அந்தப் பள்ளியில் பனிரெண்டாம் வகுப்பு படிக்கும் ஒரு மாணவி. அக்ஷதா ஒரு முறை மேரியை அழைத்துக்கொண்டு 'லால் பாக்' சென்றாள். அப்போது அவர்களுக்குள் அசாதாரணமான ஒரு உரையாடல் நிகழ்ந்தது.

"மேரி, விதவிதமான சிவப்பு ரோஜாக்கள் இங்கு பூத்திருக்கின்றன."

"அக்ஷதா, சிவப்பு என்றால் என்ன?" என்று மேரி ஆச்சரியத்துடன் கேட்டாள்.

சிவப்பு நிறத்தை எப்படி மேரிக்கு விளக்குவது என்று அக்ஷதாவுக்குத் தெரியவில்லை. மேரியின் கைகளில் ஒரு ரோஜாப்பூவையும், ஒரு மல்லிகைப்பூவையும் கொடுத்து, "மேரி, இந்த இரண்டு பூக்களையும் முகர்ந்து பார். இரண்டும்

வெவ்வேறு மணம் கொண்டவை. முதலாவது ரோஜா. அதுதான் சிவப்பு நிறத்திலிருப்பது. அடுத்தது மல்லிகை. அது வெள்ளை நிறத்திலிருக்கும். மேரி, எது வெள்ளை, எது சிவப்பு என்று சொல்வது மிகவும் சிரமம். இந்த உலகத்தில் நிறைய நிறங்கள் உண்டு. ஆனால் அவைகளை கண்களால் மட்டுமே பார்த்து அறிந்து கொள்ள முடியும். உணர்ந்து அறிந்து கொள்ள முடியாது. மன்னித்து விடு" என்றாள்.

அதன் பிறகு அக்ஷதா என்னிடம், "அம்மா, ஒருபோதும் நிறங்களைப் பற்றி பார்வையற்றவர்களிடம் பேசாதீர்கள். அவர்கள் எரிச்சலும் விரக்தியுமடைவார்கள். மேரியிடம் என்னால் நிறங்களை விளக்க முடியவில்லை. இப்போதெல்லாம் அவர்களால் புரிந்து கொள்ள இயலும் வாசனைகளைப் பற்றியும், சப்தங்களைப் பற்றியும் மட்டுமே பேசுகிறேன்" என்றாள்.

ஆனந்த் ஷர்மா என்ற ஒரு கண்பார்வையற்ற மாணவனுக்கு அக்ஷதா உதவி செய்தாள். அவன் தந்தை பீஹாரில் ஆசிரியராகப் பணிபுரிந்தார். ஆனந்த் ஒரே பிள்ளை. எப்போதும் சந்தோஷமாக இருக்கும் புத்திசாலியான பையன். அவன் அப்போது பனிரெண்டாம் வகுப்புத் தேர்வு எழுத வேண்டியிருந்தது.

அந்த சமயத்தில் நான் ஒரு கல்லூரியின் கம்ப்யூட்டர் சயன்ஸ் துறையின் தலைமைப் பொறுப்பில் இருந்தேன். ஒரு நாள் தேர்வுக்குழு கூட்டத்திற்கு செல்வதற்காகத் தயாராகிக் கொண்டிருந்தேன். அது ஃபெப்ருவரி மாதம். குளிர்காலம் முடிந்து கோடையின் சுவடுகள் மெல்லத் தெரியத்தொடங்கி இருந்தன. பெங்களூரு அருமையான வானிலையால் ஆசீர்வதிக்கப்பட்டது. சாலையின் இருமருங்கிலும் ஊதா, மஞ்சள், சிவப்பு வண்ணப் பூக்களோடு மரங்கள் பூத்துக் குலுங்கின.

கூட்டத்துக்கு எடுத்துக் கொண்டு போவதற்காக பழைய வினாத்தாள்கள், பாடத்திட்டங்கள், குறிப்புப் புத்தகங்கள்

ஆகியவற்றைத் தேடி சரியாக வைத்துக் கொண்டிருந்தேன். அப்போது அக்ஷதா என் அறைக்குள் வந்தாள். கவலை தோய்ந்த முகத்தோடு சோர்வாக இருந்தாள். அவள் அந்தச் சமயத்தில் பத்தாம் வகுப்புத் தேர்வுக்குப் படித்துக் கொண்டிருந்ததால் அப்படி இருக்கிறாள் என்று நினைத்தேன். ஒரு தாயாக என்றுமே என் குழந்தைகளைப் படி படி என்று நான் கட்டாயப்படுத்துவது இல்லை. என்னுடைய பெற்றோர்களும் அப்படிச் செய்ததில்லை. குழந்தைகள் பொறுப்புணர்ச்சியுடன் இருந்தாலே போதும், தானாகப் படித்து விடுவார்கள் என்று நினைத்தார்கள்.

“தேர்வுகளைப் பற்றிக் கவலைப்படாதே. முயற்சி செய். முடிவுகள் உன்னிடத்தில் இல்லை” என்று கூறினேன். அவள் எரிச்சலடைந்தாள். “அம்மா, நான் தேர்வுகளைப் பற்றி உங்களிடம் பேசவில்லை. எதற்கு அதை ஞாபகப்படுத்துகிறீர்கள்?” என்றாள்.

அவளுடைய எரிச்சல் என்னை ஆச்சரியப்படுத்தியது. நான் கூட்டத்திற்கு எடுத்துக் கொண்டு போக வேண்டியதை சேகரிப்பதில் மும்முரமாக இருந்ததால் எதுவும் சொல்லவில்லை. அவளுடைய முகத்தை எதேச்சையாகப் பார்த்த போது சோகமாக இருந்தது போல் தோன்றியது. இல்லை, என் கற்பனையா என்று தெரியவில்லை.

“அம்மா, ஆனந்த் ஷர்மா தெரியும் இல்லையா உங்களுக்கு? ஒருமுறை நம் வீட்டிற்குக் கூட வந்தானே? அவன் புத்திசாலி. அவன் மிக நன்றாக தேர்வுகளை எழுதுவான் என்ற நம்பிக்கை எனக்கும் இருக்கிறது அவனுக்கும் இருக்கிறது. அவன் தொடர்ந்து மேலே படிக்க ஆசைப்படுகிறான்.”

அவள் பேச்சை நிறுத்தினாள். எனக்கு வேண்டிய பழைய வினாத்தாள்களைக் கண்டுபிடித்து விட்டேன். ஆனால் இன்னும் பாடதிட்டம் கிடைக்காததால் அதைத் தேடிக்கொண்டிருந்தேன். அக்ஷதா என் முன்னால் வந்து நின்று “அம்மா, அவன் தில்லியில் இருக்கும் செயிண்ட்

ஸ்டீபன்ஸ் கல்லூரியில் மேலே படிக்க ஆசைப்படுகிறான். அவனுக்கென்று யாரும் இல்லை. அவன் ஏழை. அந்தக் கல்லூரியில் படிக்க அதிக செலவாகும். யார் அவனுக்கு உதவுவார்கள்? எனக்குக் கவலையாக இருக்கிறது" என்றாள்.

எனக்கு கூட்டத்திற்கு நேரமாகிவிட்டபடியால், "அக்ஷதா, நீ ஏன் உதவக் கூடாது?" என்று சாதாரணமாகக் கேட்டேன்.

"அம்மா, அவ்வளவு பணத்திற்கு நான் எங்கே போவது?"

"உன்னுடைய பிறந்த நாள் விழாவை நீ கொண்டாடாமல் அதற்கு ஆகும் செலவை சேர்த்து வை. அவனுக்கு உதவு" என்றேன்.

குழந்தைகளின் கைச்செலவுக்கு நாங்கள் பணம் கொடுப்பதில்லை. அவர்கள் ஏதேனும் வாங்க வேண்டும் என்று சொன்னால் அதற்கான பணத்தைக் கொடுப்பதோடு சரி. அதேபோல் ஆடம்பரமான பிறந்த நாள் கொண்டாட்டங்களும் இல்லை. அக்ஷதா அவளுடைய பிறந்த நாளுக்கு நண்பர்கள் சிலரை வீட்டிற்குக் கூப்பிட்டு பக்கத்தில் இருக்கும் ஷாந்தி சாகரில் இருந்து உணவை வரவழைப்பாள்.

"அம்மா, உங்களைப் போல் பயணம் செய்த, நிறைய படித்த, பணத்தின் மேல் ஆசை இல்லாதவரே ஏழைகளுக்கு உதவவில்லை என்றால் வேறு யார் உதவுவார்கள்? அவர்களுக்கு சேவை செய்வது உங்களுடைய கடமை இல்லையா? உங்கள் வாழ்க்கையில் நீங்கள் என்ன எதிர்பார்க்கிறீர்கள்? புகழும், கவர்ச்சியான வாழ்க்கையும் வேண்டும் என்று நினைக்கிறீர்களா? ஒரு பள்ளி ஆசிரியரின் பேத்தியாக, ஒரு மருத்துவரின் மகளாக மேன்மையான குடும்பத்தில் பிறந்த நீங்களே ஏழைகளுக்கு உதவவில்லை என்றால் வேறு யாரும் உதவுவார்கள் என்று எதிர்பார்க்க வேண்டாம்."

அவளின் வார்த்தைகளைக் கேட்டு நான் தேடுவதை நிறுத்தினேன். திரும்பி என் மகளைப் பார்த்தேன். அங்கு நான் கண்டது கண்பார்வையில்லாத ஒரு சிறுவனின் எதிர்காலத்துக்காக யாசிக்கும் உணர்ச்சி மிகுந்த ஒரு இளம்பெண்ணை. இந்தச் சமூகத்திற்கு நான் கடமைப்பட்டிருக்கிறேன் என்று நினைவுபடுத்துகிறாளா? இந்தச் சமூகமும், தேசமும் எனக்கு நிறைய கொடுத்திருக்கிறது, நான் பதிலுக்கு என்ன செய்தேன் என்று கேட்கிறாளா? ஒரு நிமிடம் நான் உறைந்து போனேன். நான் தேடிக்கொண்டிருந்த பாடத்திட்டத்தை கையிலேயே வைத்திருக்கிறேன் என்று உணர்ந்தேன். கூட்டத்திற்கு நேரமாகிக் கொண்டிருந்தது.

கோபமும் வருத்தமுமாக அக்ஷதா அவ்விடத்தை விட்டுச் சென்றாள். நானும் குழப்பத்தோடு அங்கிருந்து நகர்ந்தேன்.

வழக்கம் போல் கூட்டம் சரியான நேரத்தில் துவங்கவில்லை. ஒரு பெரிய அறையில் இருந்த நாற்காலியில் நான் ஏகாந்தமாக அமர்ந்தேன். தனிமைக்கும் ஏகாந்தத்திற்கும் வேறுபாடு உண்டு. தனிமை சலிப்பைத் தரும். ஏகாந்தம் நம் எண்ணங்களையும் நடத்தைகளையும் பரிசோதனை செய்து கொள்ளச் சொல்லும்.

நான் மதியம் நடந்ததைப் பற்றி யோசித்தேன். அக்ஷதாவின் குரல் என்னுள் ஒலித்துக் கொண்டே இருந்தது.

எனக்கு அப்போது நாற்பத்தைந்து வயது. இந்த வாழ்க்கையில் எனக்கு என்ன வேண்டும் என்று யோசித்தேன். என் வாழ்க்கை செல்வச்செழிப்போடு துவங்கவில்லை. இப்போது நாங்கள் இருக்கும் நிலைமைக்கு எங்களை உயர்த்திக் கொள்ள நிறைய உழைக்க வேண்டியிருந்தது. இந்தக் கடினமான வாழ்க்கைப் பயணத்தில் என்ன கற்றுக்கொண்டேன்? பணத்திற்காக, புகழுக்காக, கவர்ச்சியான வாழ்க்கைக்காகவா உழைத்தேன்? இல்லை. இவை அனைத்தும் என்னிடம் தானாக வந்தன.

ஆரம்பத்தில் நான் எனக்காக உழைத்தேன். பின்னர், என் குடும்பத்திற்காகவும், இன்ஃபோஸிஸ் நிறுவனத்திற்காகவும் உழைத்தேன். மீதமுள்ள காலத்தை ஏன் வறுமைக்கோட்டில் இருப்பவர்களுக்காக செலவழிக்கக் கூடாது? அது என் கடமையில்லையா? சட்டென்று ஜே.ஆர்.டி.யின் அறிவுரை ஞாபகத்துக்கு வந்தது. “சமூகத்திற்குத் திருப்பிக் கொடு.”

வாழ்க்கையில் இனி என்ன செய்ய வேண்டும் என்று அப்போது முடிவு செய்தேன். எனக்கு நிம்மதியாகவும் சட்டென்று வயது குறைந்தது போலவும் தோன்றியது.

பின்விளைவுகளை யோசித்து அமைதியான மனநிலையில்தான் ஒரு முடிவு எடுக்கப்பட வேண்டும். உணர்ச்சிகரமாக எந்த முடிவும் எடுக்கக் கூடாது என்பதை உறுதியாக நம்புபவள் நான். ஒரு வாரத்திற்குப் பின் கல்லூரியில் துறைத்தலைவர் பதவியை ராஜினாமா செய்து வெறும் ஆசிரியையாகப் பணியாற்ற முடிவு செய்தேன்.

என்னுடைய வேலையிலும் வாழ்க்கையிலும், மகிழ்ச்சியையும் திருப்தியையும் கொண்டு வந்த அக்ஷதாவுக்கு நான் என்றென்றும் நன்றி சொல்ல வேண்டும். பள்ளியில் நான் வாங்கிய மதிப்பெண்களை விட, இப்போதிருக்கும் செல்வத்தைவிட நான் எடுத்த முடிவு எனக்கு மகிழ்ச்சியளித்தது.

ஆதரவற்றவர்களின் கண்களில் தெரியும் நம்பிக்கையும் அவர்களின் சிரிப்பும் எனக்குத் திருப்தியைத் தருகிறது. அவர்களிடத்தில் நான் ஒரு மாற்றத்தை உண்டாக்குகிறேன் என்று அதன் மூலம் அவர்கள் சொல்லாமல் சொல்கிறார்கள்.

இன்ஃபோஸிஸ் ஃபௌண்டேஷனின் ஒரு நிறுவனராக டிரஸ்டில் சேர்ந்தேன். பல மாநிலங்களில் உள்ள ஏழைகளுக்கு உதவுவதற்காக சமுதாய நலப்பணிகளை ஃபௌண்டேஷன் மேற்கொண்டது.

பல்வேறு விருதுகள் பல சந்தர்ப்பங்களில் எனக்குத் தரப்பட்டன. எகனாமிக் டைம்ஸ் இன்ஃபோஸிஸிற்கு விருது தரும்போது அதை நான் பெற்றுக்கொண்டேன். அப்போது என் குருவை நினைத்துக் கொண்டேன். அவள் அப்போது அமெரிக்காவில் படித்துக்கொண்டு இருந்தாள். "இந்த விருது வழங்கும் விழாவுக்கு நீ கண்டிப்பாக வர வேண்டும். நீ சரியான நேரத்தில் என்னைத் தூண்டியிருக்காவிட்டால் இந்த விருதை நான் இப்போது வாங்கிக் கொண்டிருக்கமாட்டேன். கண்டிப்பாக நீ வர வேண்டும்" என்று சொன்னேன்.

என் வாழ்க்கையின் போக்கை மாற்றிய அக்ஷதாவுக்கு நான் என்றென்றும் கடமைப்பட்டவளாகிறேன்.

3

நேர்மை

பல வருடங்களுக்கு முன் ஒரு ஜூன் மாதத்தின் காலையில் கன்னட தினசரியைப் படித்துக்கொண்டிருந்தேன். பத்தாம் வகுப்புத் தேர்வு முடிவுகள் பிரசுரமாகியிருந்தன. தேர்ச்சியடைந்த மாணவர்களின் எண்கள் உள்ளே பத்தி பத்தியாக அச்சிடப்பட்டிருந்தன. முதல் பக்கத்தில் மாநிலத்திலேயே நல்ல மதிப்பெண் வாங்கியிருந்த மாணவர்களின் பெயரும், படங்களும் வந்திருந்தன.

நல்ல மதிப்பெண்கள் வாங்கும் மாணவர்கள் மீது எனக்கு ஒரு தனி பிரியம் உண்டு. மதிப்பெண் என்பது அவர்களுடைய புத்திசாலித்தனத்தை மட்டும் தெரிவிக்காமல் அவர்களின் கடின உழைப்பையும் விடாமுயற்சியையும் கூட காட்டுகிறது. ஒரு ஆசிரியரின் குடும்பத்தில் வளர்ந்த என்னுடைய பின்புலமும் ஆசிரியையாக என்னுடைய அனுபவமும்தான் என்னை இப்படி எண்ண வைத்தது.

தினசரியில் இருந்த புகைப்படங்களில், குறிப்பாக ஒரு மாணவனின் புகைப்படம் என்னை ஈர்த்தது. என்னால் அவன் படத்தின் மீதிருந்து கண்களை நகர்த்த முடியவில்லை. ஒல்லியாக வெளிறிப் போய்க் காணப்பட்டாலும் அவன் கண்களில் ஒரு ஒளி இருந்தது. அவனைப் பற்றித் தெரிந்து கொள்ள விரும்பினேன். அவனுடைய பெயர் ஹனுமந்தப்பா, மாநிலத்தில்

எட்டாவது இடத்தை பிடித்திருக்கிறான் என்பதைத் தவிர வேறு எதுவும் அவனைப் பற்றி தெரியவில்லை.

ஆச்சரியமாக, அடுத்த நாள் அவன் புகைப்படம் அவனுடைய நேர்காணலுடன் வெளியிடப்பட்டிருந்தது. கூலி வேலை செய்யும் ஒருவருடைய ஐந்து மகன்களில் மூத்தவன் அவன் என அறிந்து கொண்டேன். அவர்கள் பழங்குடியினர் என்றும் தெரிந்தது. அதற்கு மேல் அவனால் படிக்க முடியாது என்றும், அந்த கிராமத்தில் அவன் தந்தை ஒரு நாளைக்கு நாற்பது ரூபாய் மட்டுமே சம்பாதிக்கிறார் என்றும் பேட்டியில் சொல்லியிருந்தான்.

அந்தப் பையனுக்காக நான் பரிதாபப்பட்டேன். நம்மில் பலர் நம் குழந்தைகளை பயிற்சி முகாம்களுக்கும் வகுப்புகளுக்கும் அனுப்புகிறோம். விலையைப் பார்க்காமல் தேர்வுக்கு உதவும் புத்தகங்களையும் வாங்கிக் கொடுக்கிறோம். ஆனால் ராம்புராவில் வசிக்கும் ஹனுமந்தப்பாவுக்கு அது இயலாதது. அடிப்படை வசதிகள் கூட இல்லாமல் அவன் படிப்பில் தன் திறமையைக் காண்பித்திருக்கிறான்.

கையில் தினசரியை வைத்துக் கொண்டே அவனைப் பற்றி யோசித்துக் கொண்டிருந்தபோது பக்கத்து வீட்டு மாமரம் கண்ணில் பட்டது. கொப்பும் கிளையுமாக பனித்துளிகள் மின்னும் அடர்பச்சை வண்ண இலைகளும் பழுக்கும் நிலையில் உள்ள மாம்பழங்களுமாக அம்மரம் காட்சியளித்தது. அந்த மரத்திற்குப் பின்னால் ஒரு தொட்டிச்செடி நட்ட நாளில் இருந்து அதே உயரத்தில் வளராமல் இருந்தது. அது ஒரு அமைதியான காலை. காற்று புத்துணர்ச்சியோடு குளுமையாக வீசியது. என் எண்ணங்கள் வேகமாக ஓடிக்கொண்டிருந்தன. குக்கரின் தொடர்ச்சியான விசில் சத்தம் அமைதியைக் கலைத்தது. அதற்குள் அரைமணி நேரம் கடந்திருந்தது.

ஹனுமந்தப்பாவின் முகவரி அவனுடைய நேர்காணலில்

கொடுக்கப்பட்டிருந்தது. நேரத்தைக் கடத்தாமல் அவனுக்குக் கடிதம் எழுதினேன். அவனைப் பார்க்க வேண்டும், பெங்களூரு வர முடியுமா என்று இரண்டே வரிகள் எழுதினேன். அப்போது என் தந்தை அவருடைய வாக்கிங்கை முடித்து விட்டு வந்தார். என் கடிதத்தைப் படித்துவிட்டு "இவ்வளவு தூரம் வர அவனுக்கு எங்கிருந்து காசு வரும்? அவன் இங்கே வர வேண்டுமானால், பஸ் டிக்கட் வாங்கவும், நல்ல துணிகள் வாங்கவும் பணம் அனுப்பு" என்றார்.

உடனே, அவனுடைய பிரயாணத்திற்கும், துணிகளுக்கும் பணம் அனுப்புவதாக மூன்றாவதாக ஒரு வாக்கியம் சேர்த்தேன். நான்கு நாட்களில் அவனிடமிருந்து பதில் வந்தது. அதில் இரண்டு வாக்கியங்கள் இருந்தன. என் கடிதத்திற்கு நன்றி சொல்லியும், பெங்களூரு வந்து என்னைப் பார்க்க விருப்பம் தெரிவித்தும் எழுதியிருந்தான். உடனடியாக அவனுக்குப் பணமும் அலுவலக முகவரியும் அனுப்பி வைத்தேன்.

எங்கள் அலுவலகத்திற்கு ஹனுமந்தப்பா வந்தபோது வழி தெரியாமல் தவறி வந்துவிட்ட கன்றுக்குட்டியைப் போல் பயந்து போய் இருந்தான். அநேகமாக அதுதான் அவனது முதல் பெங்களூரு பயணமாக இருந்திருக்கும். தலைமுடியை படிய வாரிக்கொண்டு சுத்தமான உடையோடு பணிவாக இருந்தான். அவன் கண்களில் ஒரு ஒளி தெரிந்தது.

நான் நேராக விஷயத்திற்கு வந்தேன். "நீ ரொம்ப நன்றாகப் படிப்பதில் மிகவும் சந்தோஷம். நீ மேலே படிக்க வேண்டுமா? நாங்கள் உனக்கு உதவி செய்கிறோம். நீ எங்கு என்ன படிக்க வேண்டும் என்று நினைத்தாலும் நாங்கள் பண உதவி செய்யத் தயாராக இருக்கிறோம்."

அவன் பதில் சொல்லவில்லை.

என்னுடன் வேலை செய்பவர், என்னை விட மூத்தவர், புன்னகையுடன் என்னை இடைமறித்தார். “கம்ப்யூட்டர் வேகத்தில் போகாதே! அந்தப் பையன் முதலில் நீ என்ன சொல்கிறாய் என்பதைப் புரிந்து கொள்ள அவகாசம் கொடு. இன்று மாலை அவன் பதில் சொல்லட்டும்” என்றார்.

மாலை ஹனுமந்தப்பா அவன் ஊருக்குச் செல்ல தயாராகிவிட்டு, மெல்ல என்னிடம் சொன்னான், “மேடம், நான் பெல்லாரியில் இருக்கும் டீச்சர்ஸ் ட்ரெயினிங் காலேஜில் படிக்க விரும்புகிறேன். என் கிராமத்துக்கு அருகில் இருக்கிறது” என்றான்.

சரியென்று சொன்னாலும் அவனுக்கு வேறு ஏதாவது படிப்பின் மேல் ஆர்வம் இருக்கிறதா எனப் பேசிப் பார்த்தேன். எந்த படிப்பாக இருந்தாலும் பணம் கட்டத் தயாராக இருப்பதாகச் சொன்னேன். அந்தப் பையன் மேலே என்ன படிக்க வேண்டும் என்பதில் தெளிவாக இருந்தான்.

“எவ்வளவு பணம் நான் உனக்கு ஒவ்வொரு மாதமும் அனுப்ப வேண்டும்? ஹாஸ்டல் வசதி இருக்கிறதா?” என்று கேட்டேன்.

சரியான தகவல்களை சேகரித்துக் கொண்டு எனக்கு எழுதுவதாகக் கூறினான். இரண்டு நாட்களுக்குப் பிறகு மாதம் முன்னூறு ரூபாய் வேண்டும் என அழகான கையெழுத்தில் எனக்குக் கடிதமெழுதினான். அவனுடைய நண்பனோடு ஒரு அறையை வாடகைக்கு எடுத்துக் கொண்டு பணத்தை மிச்சப்படுத்துவதற்காக அவர்களே சமைத்து சாப்பிடப் போவதாக சொன்னான்.

ஆறு மாதத்திற்கான தொகையாக ஆயிரத்து எண்ணூறு ரூபாய் அனுப்பினேன். பணம் வந்து சேர்ந்தது பற்றி உடனடியாகத் தெரிவித்து நன்றியும் சொல்லி எழுதினான்.

நாட்கள் நகர்ந்தன. ஒரு நாள், ஹனுமந்தப்பாவுக்கு பணம் அனுப்ப வேண்டுமே என்று நினைத்துக் கொண்டேன். அதனால் அடுத்த ஆறு மாதத்திற்கான தொகையை அனுப்பினேன். எப்போதும்போல் உடனடியாக அவனிடமிருந்து பதில் வந்தது. ஆனால் கடிதத்தோடு கொஞ்சம் பணமும் இருந்தது. "மேடம், அடுத்த ஆறு மாதத்திற்கான தொகையை அனுப்பியதற்கு நன்றி. ஆனால் கடந்த இரண்டு மாதங்களாக நான் அங்கு இல்லை. ஒரு மாதம் எங்கள் கல்லூரி விடுமுறை. இன்னொரு மாதம் ஸ்டிரைக். அந்த இரண்டு மாதங்களிலும் செலவு முன்னூறு ரூபாயை விட கம்மியாகத்தான் ஆயிற்று. அதனால் மிச்சமான பணத்தை உங்களுக்கு அனுப்பி வைக்கிறேன் . ஏற்றுக் கொள்ளுங்கள்" என்று எழுதியிருந்தான்.

நான் ஆச்சரியமடைந்தேன். எவ்வளவு ஏழ்மையான நிலையிலும் வழுவாத நேர்மை. நான் என்றுமே கணக்கு கேட்கப் போவதில்லை என்று ஹனுமந்தப்பாவுக்குத் தெரியும். இருந்தாலும் அதைத் திருப்பிக் கொடுக்கும் பண்பு நம்பமுடியாத உண்மை.

நேர்மை என்பது படிப்பாலோ, பணத்தாலோ, குலத்தாலோ வரக் கூடியது இல்லை என்று என் அனுபவத்தில் கண்டிருக்கிறேன். எந்தப் பல்கலைக்கழகமும் பண்பைக் கற்றுத் தராது. பலரிடம் அது தானாக இதயத்திலிருந்து ஊற்றெடுக்கிறது.

அந்த கிராமத்துப் பையனின் நேர்மையை எப்படி எதிர்கொள்வது என்று எனக்கு விளங்கவில்லை. ஹனுமந்தப்பாவும் அவன் குடும்பமும் என்றும் நன்றாக இருக்க வேண்டும் என்று கடவுளிடம் பிரார்த்தித்துக் கொண்டேன்.

4

சிவப்பரிசி

ஒவ்வொரு வருடமும் நம் நாடு இயற்கைப் பேரழிவுகளால் அவதியுறுகிறது. அது குஜராத்தின் பூகம்பமாக இருக்கலாம், ஒரிசாவின் வெள்ளமாக இருக்கலாம் அல்லது கர்நாடகாவின் வறட்சியாக இருக்கலாம். நம் நாட்டைப் போன்றதொரு ஏழை நாட்டில் இவை பேரிடரை உண்டாக்கும்.

அம்மாதிரி பேரிடர் காலத்தில் பலர் பணமாகவும், துணிமணிகளாகவும், வேறு சில விதங்களிலும் உதவ முன்வருவார்கள். வசதி படைத்தவர்களே அப்படி உதவுவார்கள் என்று நாம் எண்ணிக் கொண்டிருக்கிறோம். ஆனால் உண்மை வேறுவிதமாக இருப்பதை என் அனுபவத்தில் தெரிந்து கொண்டேன். நடுத்தர வர்க்கமும், கீழ் நடுத்தர வர்க்க மக்களும்தான் உதவி செய்கின்றனர். மிகச் சில பணக்காரர்கள் மட்டுமே முழு மனதோடு உதவி செய்கிறார்கள்.

சில வருடங்களுக்கு முன்பு பெங்களூரில் உள்ள ஒரு பெரிய நிறுவனத்தில் என்னை ‘நிறுவனங்களின் சமூகப் பொறுப்பு’ என்ற தலைப்பில் பேச அழைத்தார்கள். பேசுவது எளிது. ஆனால் கூட்டத்தில் எவ்வளவு பேர் நாம் சொல்வதை காதில் வாங்கிக் கொண்டு தங்களை மாற்றிக் கொள்ளப் போகிறார்கள் என்று நம்பிக்கையில்லாமல்தான் சென்றேன்.

உரை முடிந்த பின்னர் அங்கு வேலை செய்யும் இளம் வயதினரைச் சந்தித்தேன். பெரிய நிறுவனம் என்பதால் அங்கு வேலை செய்பவர்களுக்கு நல்ல சம்பளம் உண்டு. என் பேச்சைக் கேட்ட பிறகு அனைவரும் உணர்ச்சிபூர்வமாக இருந்தனர்.

“மேடம், நாங்கள் ஒவ்வொரு மாதமும் நிறைய உடைகள் வாங்குகிறோம். பூகம்பத்தால் பாதிக்கப்பட்டவர்களுக்கு எங்களின் பழைய உடைகளை கொடுக்க விரும்புகிறோம். உங்களால் அதற்கு ஏற்பாடு செய்ய முடியுமா?”

“எங்கள் வீட்டில் பிள்ளைகள் வளர்ந்து விட்டார்கள். அவர்களுடைய பழைய பொம்மைகளையும், பாத்திரங்களையும் கொடுக்க விரும்புகிறோம்.”

என் பேச்சிற்கான விளைவு மகிழ்ச்சியைக் கொடுத்தது. எனக்கு ராமாயணத்தில் சேது பாலம் அமைக்க ராமருக்கு அணில் கைப்பிடி மண் கொண்டு வந்து உதவியது ஞாபகம் வந்தது.

“உங்களுடைய பொருட்களை என் அலுவலகத்துக்கு அனுப்பி வையுங்கள். நான் உரியவர்களிடம் சேர்த்து விடுகிறேன்” என்று சொல்லிவிட்டு வந்தேன்.

ஒரு வாரத்தில் என் அலுவலகம் பொருட்களால் நிரம்பி விட்டது. என்னுடைய பேச்சிற்கான பலனை நினைத்து நான் பெருமைப்பட்டேன்.

ஒரு ஞாயிற்றுக்கிழமை என் உதவியாளர்களுடன் பைகளைப் பிரித்த எனக்கு அதிர்ச்சியும் ஆச்சரியமும் காத்திருந்தது. எல்லா வகையான குப்பைகளும் அதில் இருந்தன. ஏகப்பட்ட ஹீல் வைத்த செருப்புகள் (சிலவற்றில் ஜோடி இல்லை), கிழிந்த உள்ளாடைகள், துவைக்காத சட்டைகள், மலிவான புடவைகள், சாயம் போன உருவம் அழிந்த பொம்மைகள், அலுமினியப் பாத்திரங்கள், உடைந்த காசட்டுகள் என மலை போல எங்கள் முன் குவிந்து

கிடந்தன. நல்ல புடவைகளும், சட்டைகளும் மிகச் சிலவே இருந்தன. குப்பைத்தொட்டியிலோ பாத்திரக்கடையிலோ போடுவதற்கு பதில் என்னிடம் நன்கொடை என்ற பெயரில் கொடுத்து விட்டார்கள். அவர்கள் எல்லோரும் மெத்தப் படித்தவர்கள், நிறைய சம்பாதிப்பவர்கள், நிறைய பயணம் செய்தவர்கள். அப்படிப்பட்டவர்களே இப்படிச் செய்தால்?

சிறு வயதில் நடந்த ஒரு சம்பவம் ஞாபகத்திற்கு வருகிறது. நான் பிறந்து வளர்ந்தது கர்நாடகாவின் ஹாவேரி மாவட்டத்தில் இருக்கும் ஷிக்காவுன் என்ற கிராமத்தில். என்னுடைய தாத்தா ஓய்வு பெற்ற பள்ளி ஆசிரியர், என் பாட்டி க்ருஷ்டக்கா பள்ளிக்கூடமே சென்றதில்லை. இருவரும் கர்நாடகாவை விட்டு எங்கும் சென்றதில்லை. இருவரும் கடுமையான உழைப்பாளிகள். யாரிடமும் எதுவும் எதிர்பார்க்காமல் தங்கள் வேலையை முழு மனதுடன் செய்து வந்தனர். அவர்களுடைய படம் எந்தப் பத்திரிகையிலும் வந்ததில்லை, எந்த மேடையும் ஏறி அவர்கள் பரிசு வாங்கியதில்லை. வெளியுலகில் யாருக்கும் தெரியாமல் காட்டுப்பூக்கள் போல வாழ்ந்து மணம் பரப்பி தங்களைச் சுற்றி இருந்தோரை சந்தோஷப்படுத்தினார்கள்.

கிராமத்தில் எங்களுக்கு நெல் வயல்கள் இருந்தன. வீட்டின் முன்னால் ஒன்றும் பின்னால் ஒன்றுமாக இரண்டு நெற்களஞ்சியங்கள் இருந்தன. நல்ல வெள்ளை அரிசி வீட்டின் முன்னால் இருக்கும் களஞ்சியத்திலும், சிவப்பு குண்டு அரிசி வீட்டின் பின்னால் இருக்கும் களஞ்சியத்திலும் சேமித்து வைக்கப்பட்டிருந்தன.

அந்த நாட்களில் கிராமங்களில் வகுப்புவாதப் பிரச்சனைகள் எதுவும் இல்லை. எல்லா மதங்களைச் சார்ந்த மனிதர்களும் அமைதியுடன் வாழ்ந்து வந்தனர். ஃபகீர்கள், தெருவில் பக்திப் பாடல்களைப் பாடும் தாசையர்கள், பெண் தெய்வமான எல்லம்மாவின்

படத்தை தலைக்கு மேல் பிடித்தபடி வரும் எல்லம்மா ஜோகதிகள், ஏழை மாணவர்கள், உடல் ஊனமுற்றவர்கள் எனப் பலரும் உதவி கேட்டு எங்கள் வீட்டிற்கு வருவதுண்டு.

வீட்டில் இவர்களுக்குக் கொடுப்பதற்கு பணம் இல்லாவிட்டாலும் என் தாத்தா அரிசி கொடுத்து உதவி செய்வதுண்டு. உதவி பெறுபவர்கள் அதிகம் பேசமாட்டார்கள். அரிசியை வாங்கிக் கொண்டு கைகளைத் தூக்கி எங்களை ஆசீர்வதிப்பார்கள். அவர்கள் எந்த மதமாக இருந்தாலும் “கடவுள் ஆசீர்வதிக்கட்டும்” என்றே சொல்லுவார்கள். அவர்களுக்குப் படியளந்த பின் என் தாத்தா சந்தோஷமாகக் காணப்படுவார்.

நான் அப்போது உயரமில்லாத சின்னப் பெண்ணாக இருப்பேன். பெரியவர்களால் நுழைய முடியாத சின்ன வாயில் இருக்கும் நெற்களஞ்சியத்துள் என்னை ஒரு சின்ன வாளியை எடுத்துக் கொண்டு போகச் சொல்வார்கள். அதில் அவர்கள் சொன்ன அளவு அரிசியை நிரப்பித் தருவேன். அந்த நெற்களஞ்சியம் வீட்டின் முன்புறம் இருக்கும்.

மாலையில் என் பாட்டி அனைவருக்கும் சமைப்பார். அதற்கு சிகப்பு அரிசி இருக்கும் இடத்திற்குப் போய் அவர் சொன்ன அளவு எடுத்துக் கொண்டு வருவேன்.

பல வருடங்கள் இதே போல் நடந்து கொண்டிருந்தது. கொஞ்சம் பெரியவளானதும், என்னைக் குடைந்து கொண்டிருக்கும் அந்தக் கேள்வியைக் கேட்டேன். “நாம் ஏன் ஏழைகளுக்கு நல்ல அரிசியைக் கொடுத்துவிட்டு எப்போதும் இரவு சுமாராக இருக்கும் சிவப்பு அரிசியைச் சாப்பிட வேண்டும்?”

என் பாட்டி சிரித்துக் கொண்டே சொன்ன விஷயம் என்னால் எப்போதுமே மறக்க முடியாது.

“கண்ணே! எப்போதேனும் யாருக்கேனும் ஏதாவது கொடுக்க நினைத்தால் சிறப்பானதை மட்டுமே கொடுக்க

வேண்டும். வாழ்க்கையில் நான் கற்றுக்கொண்டது... கடவுள் - கோயிலிலோ, மசூதியிலோ, சர்ச்சிலோ இல்லை; அவர் மனிதர்களிடத்தில் இருக்கிறார். அவர்களுக்கு நீ உதவினால் கடவுளுக்கு உதவுவதாக அர்த்தம்."

என் தாத்தா வேறு விதமாக பதிலளித்தார்.

"நம் மூதாதையர்கள் வேதத்தின் மூலமாகச் சொல்லியிருக்கிறார்கள்:

ஒருவன்

இனிமையான வார்த்தைகளோடு தானமிட வேண்டும்

சந்தோஷமாக தானமிட வேண்டும்

நேர்மையாக தானமிட வேண்டும்

தேவைப்படுபவர்களுக்கு மட்டுமே தானமிட வேண்டும்

எதிர்பார்ப்பு இல்லாமல் தானமிட வேண்டும்.

அது அவர்களுக்கு நாம் கொடுக்கும் பரிசு அல்ல;

அது நம் கடமை.

மனைவியின் சம்மதத்துடன் தானமிட வேண்டும்

உங்களைச் சார்ந்தவர்களை தவிக்க விடாமல் தானம் செய்ய வேண்டும்

ஜாதி மதம் பார்க்காமல் தானமிட வேண்டும்

தானத்தைப் பெறுபவர்கள் செழித்து வாழ வேண்டும் என்று நினைத்து தானமிட வேண்டும்."

நான் சிறுமியாக இருக்கும்போது என் தாத்தா பாட்டி சொன்ன இந்த வாக்கியங்கள் என்னோடு நிரந்தரமாக நிலைத்து விட்டது. நான் இப்போது யாருக்காவது உதவி செய்து கொண்டிருந்தால் அதற்கு இவர்களும் ஒரு காரணம். எந்தப் பள்ளியும் கல்லூரியும் எனக்கு இதைச் சொல்லித் தரவில்லை.

5

போர்டாடோ

கோவாவைச் சேர்ந்த போர்டாடோ ஒரு அழகான இனிமையான புத்திசாலியான பையன். அவன் என்னோடு ஹூப்ளி பி.வி.பி. பொறியியல் கல்லூரியில் என்னுடைய வகுப்பில் படித்தான். கல்லூரி ஆய்வுக்கூடத்தில் என் அணியில் இருந்தான். அதனால் எனக்கு அவனை நன்றாகத் தெரியும்.

போர்டாடோவுக்கு விசித்திரமான பழக்கங்கள் இருந்தன. புத்திசாலியாக இருந்தாலும் மிகவும் சோம்பேறி. வகுப்புகள் காலை எட்டு மணிக்கு ஆரம்பித்து மதியம் முடியும். மதியம் இரண்டு மணியிலிருந்து ஐந்து மணி வரை ஆய்வுக்கூடத்திலிருக்க வேண்டும். போர்டாடோ எட்டு மணி வகுப்பிற்கு வரவே மாட்டான். எப்போதாவது இரண்டாவது அல்லது மூன்றாவது வகுப்பிற்கு வருவான். பெரும்பாலான நேரம் கடைசி வகுப்பிற்குத்தான் வருவான். ஆனால் என்றும் ஆய்வுக்கூடத்திற்கு வராமல் போனதில்லை.

அந்த நாட்களில் எல்லா வகுப்புகளுக்கும் வந்தேதான் ஆக வேண்டும் என்ற கட்டாயம் இல்லை. ஆசிரியர்களும் வற்புறுத்துவதில்லை. போர்டாடோவை சரியான நேரத்திற்கு வா என்றுதான் சொல்வார்கள். இன்று போல் அன்று இண்டெர்னல் அஸெஸ்மெண்ட் இல்லாததால்

அவர்களால் அவனிடம் கண்டிப்பாக இருக்க முடியவில்லை.

ஒரு நாள் நான் அவனிடம் கேட்டேன், " ஏன் நீ வகுப்புகளுக்கு சரியாக வருவதில்லை? வீட்டில் என்னதான் செய்கிறாய்?"

அவன் சிரித்து விட்டு சொன்னான், "எனக்கு நிறைய வேலை இருக்கிறது. மாலை வேளைகளில் நிறைய வேலை இருப்பதால் காலையில் ஒன்பது மணிக்கு முன்னர் எழுந்து கொள்ள முடிவதில்லை."

"அப்படி என்ன வேலை?" என அப்பாவியாகக் கேட்டேன்.

"இரவில் நண்பர்களைச் சந்திப்பேன். நிறைய நேரம் பேசிக்கொண்டிருந்து விட்டுச் சாப்பிடுவோம். உனக்குத் தெரியுமா நட்பு எவ்வளவு முக்கியம் என்று? உங்களுக்கெல்லாம் புரியாது. நீங்களெல்லாம் படிப்பாளிகள். படிப்பதற்கு மட்டுமே கல்லூரிக்கு வருகிறீர்கள்."

"போர்டாடோ, நீ ஒரு மாணவன். நீ கடுமையாக உழைத்துப் படித்து அறிவை வளர்த்துக் கொள்ள வேண்டும்.அது முக்கியமில்லையா?"

"ஐயோ, என் அம்மாவைப் போல் போதிக்காதே. வாழ்க்கை மிகவும் நீண்டது. நிறைய நேரம் இருப்பதால் சீக்கிரமாக எதையும் படிக்க வேண்டும் என்ற அவசியமில்லை. நேரத்தில் கஞ்சத்தனம் எதற்கு?"

அவனிடம் கடிகாரம் இல்லை என்பதை கவனித்தேன். அது அவனுக்குத் தேவையும் இல்லை.

"வாழ்க்கையில் நட்பு மிகவும் முக்கியம். அதற்காக நேரமும் பணமும் செலவு செய்ய வேண்டும். ஒரே நாளில் எல்லோரையும் நண்பர்களாக்கிக் கொள்ள முடியாது.

யாருக்குத் தெரியும்? இப்போது என்னுடன் இருப்பவர்கள் பின்னாளில் சமூகத்தில் பெரிய நபர்களாக ஆகலாம். அவர்களால் எனக்கு நன்மை ஏற்படலாம்" என்றான்.

நான் படிப்பை பெரிதாக மதிக்கும் நடுத்தர வர்க்கத்துப் பெண் என்பதால் உழைப்பை மட்டுமே நம்பினேன். எப்படி நட்புகள் மட்டுமே உதவும் என்று எனக்குப் புரியவில்லை.

இடைவேளையில் போர்டாடோ அவனுடைய குழந்தைப் பருவத்தைப் பற்றிச் சொல்லிக் கொண்டிருப்பான். "என் சிறு வயதில் தில்லி, மும்பை, கொல்கத்தா போன்ற பெரிய நகரங்களில் வசித்தேன். கொல்கத்தாவில் நிறைய க்ளப்கள் இருக்கின்றன. அதில் உறுப்பினராக இருப்பது மிகவும் கௌரவமானது. நான் சம்பாதிக்க ஆரம்பித்ததும் எல்லா சிறந்த க்ளப்களிலும் உறுப்பினராகப் போகிறேன்." போர்டாடோவுக்கு ஹூப்ளி சலிப்பூட்டும் ஊராக இருந்தது. அதனால் அடிக்கடி அவனுடைய நண்பர்களைப் பார்க்க பெல்காம் சென்று விடுவான்.

தேர்வு நேரங்களில் மட்டும் கடுமையாக உழைப்பான். பொறியியல் வினாக்களுக்கு அவன் விடை கண்டுபிடிக்காமல் நான் வரைந்த பொறியியல் படங்களின் மேல் ட்ரேஸ் பேப்பர் வைத்து வரைந்து கொள்வான். அப்படிச் செய்வதால் அவன் படங்கள் பென்ஸில் தடங்களோ சுருக்கமோ இல்லாமல் இருக்கும். என்னை விட அவனுக்கு நிறைய மதிப்பெண்கள் கிடைத்தது. பழைய வினாத்தாள்களை எடுத்துக் கொண்டு ஏற்கனவே கேட்கப்பட்ட கேள்விகளை எல்லாம் கழித்து விட்டு அவன் ஒரு புதிய வினாத்தாள் உருவாக்குவான். பாடப்புத்தகங்களை படிக்காமல் தேர்வுக்கு உதவும் புத்தகங்களைப் படித்து எப்படியோ இரண்டாம் வகுப்பில் தேர்ச்சி பெற்று விடுவான்.

ஒருமுறை அவனுடைய வரைபடத்தில் உள்ள சாலையின் நடுவில் பென்ஸிலால் ஒரு குறி இருந்தது. அது சாலையின்

நடுவில் இருக்கும் ஒரு பெரிய மரம் என தேர்வாளரிடம் சொல்லி அவரிடம் பிடிபட்டான். அந்தப் படம் தார்வாடின் பக்கத்தில் இருக்கும் ஒரு சிறு ஊரின் வரைபடம். தேர்வாளர் அந்த ஊர்க்காரரர் என்பதால் அவருக்கு அப்படி ஒரு மரம் அந்தச் சாலையில் இல்லை என்பது தெரிந்திருந்தது. போர்டாடோவிடம் அவர் கேட்ட போது "ஸார், நான் அங்கே சென்றிருந்தேன். அந்த மரத்தின் கீழே அமர்ந்து என் மதிய உணவைச் சாப்பிட்டேன்" என்று கூறினான்.

அந்தத் தேர்வாளர் அமைதியாக "இந்த மரத்தை உன்னுடன் படிப்பவர்களின் வரைபடத்தில் பார்க்கவில்லை. இது நீ ட்ரேஸ் செய்யும் போது நடுவில் மாட்டிக் கொண்ட கொசு" என்றார்.

போர்டாடோ அந்த வருடம் எல்லாப் பாடங்களிலும் குறைந்த மதிப்பெண்கள் வாங்கி தேர்ச்சி பெற்றான். ஆனால் அவன் கலங்கவில்லை. "நான் தேர்வுக்கோ மதிப்பெண்களுக்கோ கவலைப்பட மாட்டேன். நல்ல மதிப்பெண் வாங்குபவர்கள் நாளை சாதாரண மேலாளர்களாக பணிபுரிவார்கள். பெரிய நட்புவட்டம் இருப்பவர்கள் அந்த மேலாளர்களின் தலைவர்களாக விளங்குவார்கள்" என்றான்.

அவனுடைய அணுகுமுறையும் ஒழுங்கற்ற பழக்கங்களும் கல்லூரி ஹாஸ்டலில் இருந்து அவனை நீக்குமாறு செய்தது. அதனால் அவன் கல்லூரிக்கு அருகில் ஒரு சிறிய வீட்டை வாடகைக்குப் பிடித்து அரசனைப் போல் வாழலானான்.

பெல்காமிற்குச் சுற்றுலா போக எங்கள் வகுப்பு திட்டமிட்டது. போர்டாடோவுக்கு பெல்காம் நன்றாகத் தெரியும் என்பதால் அவனுடைய கருத்தையும் உதவியையும் நாடினோம். ஞாயிற்றுக்கிழமை காலை பதினோரு மணிக்கு அவன் வீட்டிற்கு சுற்றுலா ஏற்பாட்டுக் குழுவில் இருக்கும் சிலர், நான் உட்பட, சென்றோம். அவன்

விழித்திருப்பான் என்று நினைத்த எங்களுக்கு ஆச்சரியம். தூக்கக் கலக்கத்துடன் கதவைத் திறந்து, “இவ்வளவு சீக்கிரம் ஞாயிற்றுக்கிழமையில் எதற்கு வந்தீர்கள்?” என எரிச்சலுடன் கேட்டான். “சரி! என் தூக்கம் கலைந்தது. உள்ளே வாருங்கள்” எனக் கூப்பிட்டான்.

வீட்டின் உள்ளே சென்ற எங்களுக்கு உட்கார இடமில்லை. எங்கு பார்த்தாலும் துணியும், காகிதங்களும் இறைந்து கிடந்தன. சமையலறையில் அழுக்குப் பாத்திரங்கள் நிறைந்து நாறிக் கொண்டிருந்தன. எல்லாப் பக்கமும் மீன் எலும்புகள். ஒரு பூனையும் நாயும் போர்டாடோவின் மிச்சத்தைத் தின்று நன்றாக கொழுத்துக் கிடந்தன. ஜன்னல்கள் மூடியிருந்தன. மெத்தை உறை கடந்த ஒரு வருடமாக மாற்றாதது போல் இருந்தது. குளியலறையைப் பார்க்க எனக்குத் தைரியம் வரவில்லை.

போர்டாடோவிடம் சிறிது கூட கலக்கமோ குற்ற உணர்வோ இல்லை. “எல்லாவற்றையும் நகர்த்திவிட்டு உட்காருங்கள்’ என்றான். சிலர் அவனுடைய உள்ளாடைகளை நகர்த்தி விட்டு உட்கார்ந்தார்கள். நான் பெண் என்பதால் அவன் துணிகள் எதையும் நகர்த்தாமல் நின்று கொண்டேன். போர்டாடோ சமையலறையில் இருந்து ஒரு முக்காலியைக் கொண்டு வந்தான். அதுவோ பயங்கர பிசுபிசுப்பாக இருந்தது. இதற்குப் பேசாமல் அவனுடைய உடைகளின் மீதே உட்கார்ந்திருக்கலாம். அதனால் “நான் நிற்கிறேன்” என்று சொன்னேன். போர்டாடோ தேநீர் தரட்டுமா என்று கேட்டான். ஆனால் அதைக் குடிக்கும் தைரியம் அங்கே யாருக்கும் இல்லை.

சுற்றுலாத் திட்டத்தைப் பற்றி நான் கேட்டபோது “மதியம் பனிரெண்டு மணிக்குக் கிளம்பலாம். என் நண்பனுக்கு அங்கே லாட்ஜ் இருக்கிறது. அங்கே தங்கிக் கொள்ளலாம். அடுத்த நாள் அம்போலி நீர்வீழ்ச்சி பார்க்கப் போகலாம். பிறகு கோவாவும் சென்றுவிட்டு வரலாம்” என்று பத்து

நாளைக்கான திட்டத்தைப் போட்டான் போர்டாடோ. ஆனால் எங்களில் நிறைய பேருக்கு ஹோட்டலில் பத்து நாட்கள் தங்குவதற்கான வசதி இல்லை. மேலும் அவ்வளவு நாட்கள் கல்லூரிக்கும் போகாமல் இருக்க முடியாது. அதனால் அந்தத் திட்டம் கைவிடப்பட்டது. அவனுக்கு நன்றி சொல்லி விட்டுக் கிளம்பினோம். நான் திரும்பிப் பார்த்தபோது போர்டாடோ கதவை மூடியிருந்தான். பெரும்பாலும் தூக்கத்தை தொடரப் போயிருப்பான்.

கடைசி வருடம் வந்தது. நாங்கள் எல்லோரும் தேர்ச்சியடைந்து பிரிந்தோம். எங்களில் சிலருக்கு பிரிவதில் வருத்தம் அதிகம் இருந்தது. நான்கு ஆண்டுகளில் நாங்கள் ஒரு குடும்பம் போலாகி விட்டிருந்தோம். எங்களுடைய வருங்கால வாழ்க்கை எப்படியிருக்கும் என்று தெரியாது. இனிமேல் சந்திப்போமா என்றும் தெரியாது. போர்டாடோ "கோவா வந்தால் என் வீட்டிற்கு வாருங்கள்" எனச் சொல்லி விடைபெற்றான். மீண்டும் அவனை நான் பார்க்கவே மாட்டேன் என்று நினைத்தேன்.

பல வருடங்கள் கடந்தன. ஒரு முறை ஒரு நிறுவனத்தில் உரையாற்றுவதற்காக என்னை துபாய்க்கு அழைத்திருந்தார்கள். நிகழ்ச்சிக்குப் பிறகு என்னுடன் பலர் பேசினார்கள். ஒரே ஒரு ஆள் மட்டும் எல்லோரும் கிளம்புவதற்காகக் காத்திருந்தார். நான் அமர்ந்திருந்த இடத்துக்கு வந்து புன்னகைத்தார். அந்தப் புன்னகை மிகவும் பரிச்சயமாக இருந்தது. ஆனால் யாரெனத் தெரியவில்லை. வழுக்கைத் தலையுடன், பெரிய தொப்பையுடன் சாதாரணமாக உடை அணிந்திருந்தார். கட்டுமான நிறுவனத்தில் ஒரு சாதாரண மேலாளராக இருப்பார் என்று நினைத்தேன். பல மனிதர்களைச் சந்திப்பதால் ஞாபகம் வைத்துக் கொள்வது சிரமமாக இருந்தது.

"எனக்காக காத்திருக்கிறீர்களா? என்ன வேண்டும்?" என்று கேட்டேன்.

சற்றே உடைந்த குரலோடு. “ஆமாம், உங்களுக்காக நீண்ட நேரமாகக் காத்திருக்கிறேன்” என்றார்.

“ஓ, மன்னித்து விடுங்கள், சொல்லுங்கள்” என்றேன்.

“நீங்கள் சொன்னதே சரி; நான் நம்பியதும் நான் சொன்னதும் தவறு என்று உங்களிடம் தெரிவிப்பதற்காகவே காத்திருந்தேன்” என்றார்.

எனக்குக் குழப்பமாகியது. என்ன சொல்கிறார்? அவரை நான் பார்த்தது கூட இல்லை. எங்களுக்கு துபாயில் ஆபீஸ் இல்லாததால் நான் அங்கே செல்வது அதுவே முதல் முறை.

“உங்கள் பெயர்?”

ஒரு கசப்பான சிரிப்பை உதிர்த்துப் பின் சொன்னார் “நான் போர்டாடோ, உங்களுடன் படித்தவன்.”

எனக்கு மிகவும் சந்தோஷமாக இருந்தது. அவர் கையைக் குலுக்கி “ஓ போர்டாடோ, முப்பத்தைந்து வருடங்களுக்குப் பிறகு சந்திப்பதால் அடையாளம் தெரியவில்லை. தோற்றத்திலும் நிறைய மாற்றங்கள். உன்னைப் பார்த்ததில் மிக்க மகிழ்ச்சி. முடியுமென்றால் இரவு உணவு ஒன்றாக அருந்தலாம். நிறைய பேச வேண்டும்.” என்றேன்.

ஆனால் “மன்னிக்கவும். எனக்கு நேரமில்லை. நைட் ஷிப்ட் போக வேண்டும். உன்னுடன் இப்போது ஒரு டீ மட்டும் சாப்பிட முடியும்” என்றான் போர்டாடோ.

ஹோட்டலில் இருக்கும் ரெஸ்டாரண்டிலேயே அவனுக்குத் தேனீரும் எனக்குப் பழரசமும் கொண்டு வரச் சொன்னேன். எனக்கு நிறைய பேச வேண்டும் போல் இருந்தது. உற்சாகத்துடன் நிறைய கேள்விகள் கேட்க ஆரம்பித்தேன். “போர்டாடோ, எங்கு வேலை செய்கிறாய்? எத்தனை வருடங்களாக துபாயில் இருக்கிறாய்? திருமணமாகி விட்டதா? எவ்வளவு குழந்தைகள்? உன் நண்பர்கள் எப்படி இருக்கிறார்கள்? இந்தியா வருவதுண்டா?”

போர்டாடோ என்னை நிறுத்தினான். "உன்னுடைய வேலை கணினியில் என்று தெரியும். கணினியைப் போல் நீ வேகமாக கேள்விகளை வீசுகிறாய். நான் கட்டுமான நிறுவனத்தில் வேலை செய்கிறேன். உன்னைப்போல் கணினியில் அல்ல. அதனால் மெதுவாகத்தான் என்னால் பதிலளிக்க முடியும். நான் துபாயில் ஐந்து வருடங்களாக இருக்கிறேன். அதற்கு முன் இந்தியாவில் பல சிறிய இடங்களில் பல நிறுவனங்களில் வேலை பார்த்தேன். திருமணமாகி விட்டது. இரண்டு பெண் குழந்தைகள்."

நான் குறுக்கே புகுந்து "அவர்களை அழைத்துக்கொண்டு வந்திருக்கலாமே. அவர்களைப் பார்த்திருப்பேனே" என்றேன்.

"மன்னிக்கவும், அவர்கள் இங்கு இல்லை. நான் நிறுவனத்தின் கீழ்நிலை நிர்வாகத்தில் இருக்கிறேன். இங்கே குடும்பத்தை அழைத்துக்கொண்டு வரும் அளவுக்கு வசதியில்லை. இரண்டு பெண்களும் இந்தியாவில் பொறியியல் படிக்கிறார்கள். என்னால் இங்கு அவர்களைப் படிக்க வைக்க முடியாது."

எனக்கு என்ன சொல்வதென்று தெரியவில்லை. போர்டாடோ இப்படி ஒரு நிலைக்குப் போவான் என்று நான் நினைத்துப் பார்க்கவில்லை.

"உனக்கு ஞாபகமிருக்கிறதா, கல்லூரியில் படிக்கும்போது உங்கள் எல்லோரையும் நான் கிண்டல் செய்வேன். நண்பர்களோடு பொழுதைக் கழித்தேன். சரியாகப் படிக்காததனாலும் கடினமாக உழைக்காததனாலும் பொறியியல் முடித்த பிறகு எனக்கு நல்ல வேலை அமையவில்லை. வெற்றிக்கான படிகளாக இருக்கும் அந்த இரண்டையும் நான் மதிக்கவில்லை. நிறுவனத்தின் உயர்பதவியில் அமர வேண்டும் என்று நினைத்தேன். அதற்குப் பறந்து போக முடியாதே? அதற்கான வழி தெரியாததால் வேலை மாறிக் கொண்டே இருந்தேன்.

ஆனால் அது வேலைக்கான சந்தையில் என் மதிப்பைக் குறைத்தது. என்னுடைய நண்பர்கள் எனக்கு உதவி செய்யவில்லை. என்னை ஒட்டுண்ணியாக நினைத்தார்கள். சிலர் என்னைப் போல் வேலை தேடிக் கொண்டிருந்தார்கள். மற்றவர்களின் உதவியுடன் வெற்றி பெற்று விடலாம் என்றுதான் நினைத்தேனே ஒழிய என் முயற்சியால் வாழ்க்கையில் முன்னுக்கு வர முடியும் என்று நினைக்கவேயில்லை. இப்போது வயதாகி விட்டது. தொலைத்த நாட்களை ஈடு செய்ய புதிதாகக் கற்றுக்கொள்ள முயற்சி செய்கிறேன். ஆனால் அது அவ்வளவு சுலபமாக இல்லை. வாழ்க்கை போட்டி நிறைந்ததாக மாறியிருக்கிறது. இளைஞர்கள் சட்டென்று விஷயத்தை கிரகித்துக் கொள்பவர்களாகவும் புத்திசாலிகளாகவும் இருக்கிறார்கள். அவர்களிடம் நேரமும் நிறைய இருக்கிறது. படிப்பு, ஞானம், கடின உழைப்பு மூன்றும் அவசியம் என்று என் பெண்களிடத்தில் சொல்லியிருக்கிறேன்... இது யார் சொன்னது என்று உனக்கு நினைவிருக்கிறதா? நீதான் சொன்னாய்" என்றான்.

அவனுடைய கடிகாரத்தைப் பார்த்து விட்டு "எனக்கு நேரமாகிவிட்டது. கிளம்ப வேண்டும்" என்றான்.

நான் அவனை வாழ்த்தி விடை கொடுத்தேன்.

சிறிது தூரம் சென்றவன் திரும்பி வந்து "அன்று உன்னை படிப்பாளி என்று சொன்னேன்; இன்று உன்னை புத்திசாலி என்று சொல்கிறேன்" என்று சொல்லி விட்டுச் சென்றான்.

6

எழுதப்படாத வாழ்க்கை

1943 ஆம் வருடம். மஹாராஷ்ட்ரா - கர்நாடகா எல்லையில் இருக்கும் சந்தாகட் என்ற கிராமத்தில் உள்ள சிறிய மருத்துவமனையில் இளைஞரான என் தந்தை மருத்துவராக வேலை செய்தார். தொடர்ச்சியாக எட்டு மாதங்களுக்கு அங்கு மழை பெய்யும். மீதி இருக்கும் நாலு மாதங்களில் மரம் வெட்டுவது தான் அங்கு இருப்பவர்களின் வேலை. அதிகம் கேள்விப்படாத, மக்கள் தொகை அதிகமில்லாத பெருங்காடு சூழ்ந்த கிராமம் அது. வெள்ளைக்கார அதிகாரிகள் அங்கு அடிக்கடி வேட்டையாட வருவதால் அவர்களுடைய வசதிக்காக ஒரு சிறிய மருத்துவமனை அமைக்கப்பட்டிருந்தது. கிராமத்து மக்கள் உள்ளூர் பச்சிலைகளை நம்பி இருந்ததால் யாரும் அந்த மருத்துவமனைக்குச் செல்வதில்லை. என் தந்தையைத் தவிர வேறு யாரும் அந்த மருத்துவமனையில் கிடையாது.

அங்கு மாற்றலாகி ஒரு வாரத்திலேயே என் தந்தைக்கு ஊர் சலித்து விட்டது. மக்கள் நடமாட்டம் அதிகமுள்ள பூனாவிலிருந்து அமைதியாக மெல்ல நகரும், குறைந்த மக்கள் தொகை உள்ள கிராமத்திற்கு அவரை மாற்றி விட்டார்கள். அவருக்கு வெளி உலத்தோடு தொடர்பே இல்லாமலாயிற்று. அவருடைய ஒரே நட்பு சுவரில் இருந்த நாட்காட்டிதான். சில நாட்கள் வெளியே

நடக்கப் போவார். புலிகளின் உறுமலைக் கேட்டு பயந்து வேகவேகமாக மருத்துவமனைக்குத் திரும்பி விடுவார். பாம்புகள் நிறைய ஊர்ந்து கொண்டிருப்பதால் இரவிலும் வெளியில் செல்ல பயம்.

ஒரு குளிர்கால காலை நேரத்தில் கதவின் வெளியே கனமான சுவாச சப்தத்தைக் கேட்டு தைரியமாக ஜன்னல் வழியே எட்டிப் பார்த்தார். கதவுக்கு வெளியே ஒரு பெண் புலி தன் குட்டிகளோடு காலை நீட்டிப் படுத்துக் கொண்டிருந்தது. பயத்தில் அன்று நாள் முழுவதும் என் தந்தை கதவைத் திறக்கவில்லை. மற்றொரு நாள் ஜன்னலைத் திறந்தால் பாம்புகள் கயிறைப் போல் கூரையில் இருந்து தொங்கிக் கொண்டிருந்தன.

தான் அறியாமல் ஏதாவது தவறு செய்து விட்டோமா? அதற்கான தண்டனையாகத்தான் இந்த கிராமத்துக்கு அனுப்பி விட்டார்களா என்று யோசித்தார். ஆனால் அவரால் எதுவும் செய்ய முடியாத சூழ்நிலையில் இருந்தார்.

ஒரு இரவு சீக்கிரமாக சாப்பிட்டுவிட்டு மண்ணெண்ணை விளக்கு வெளிச்சத்தில் புத்தகம் படித்துக் கொண்டிருந்தார். வெளியே நல்ல மழை.

திடீரென்று கதவு தட்டும் ஓசை கேட்டது. “யாராக இருக்கும்?” என்று யோசித்தபடி கதவைத் திறந்தார். கம்பளி போர்த்திக் கொண்டு நான்கு ஆட்கள் கையில் தடியுடன் நின்றிருந்தார்கள். மராத்தியில் “டாக்டர் ஐயா, சீக்கிரம் உங்களுடைய பையை எடுத்துக் கொண்டு எங்களுடன் வாருங்கள்” என்றனர்.

அவர்களுடைய கிராமத்து மராத்தி அவருக்கு அவ்வளவாகப் புரியவில்லை. “மணி என்ன என்று பாருங்கள், மருத்துவமனை மூடியாயிற்று” என்றார்.

ஆனால் அவர்கள் அவர் சொல்வதைக் கேட்கும் நிலையில் இல்லை. அவரைத் தள்ளி விட்டு, தங்களோடு வரும்படி

முரட்டுத்தனமாகச் சொன்னார்கள். அமைதியாக என் தந்தை அவருடைய பையை எடுத்துக் கொண்டு அவர்கள் பின்னால் சென்றார். மாட்டு வண்டியில், கொட்டும் மழையில், நிலவில்லாத அந்த இருட்டில் அத்தனை பேரும் சென்றார்கள். போகும் இடத்தை அடைய நேரமாகும் போல் இருந்தது. அவர்கள் அவரை எங்கே கொண்டு போகிறார்கள் என என்று அவருக்குத் தெரியவில்லை. தைரியத்தை வரவழைத்துக் கொண்டு “என்னை எங்கே கொண்டு போகிறீர்கள்?” என்று கேட்டார்.

சத்தமே இல்லை.

சில மணி நேரம் ஆயிற்று மாட்டு வண்டி நிற்பதற்கு. மண்ணெண்ணை விளக்கின் உதவியுடன் அவரை உள்ளே கூட்டிக் கொண்டு சென்றார்கள். என் தந்தை நெற்வயலுக்கு நடுவில் அந்த வீடு இருப்பதைப் பார்த்தார். வீட்டினுள் காலடி எடுத்து வைத்ததும் “வாருங்கள், வாருங்கள். இந்த அறையில் இருக்கிறாள்” என்ற பெண்ணின் குரல் கேட்டது.

ஒரு வழியாக இந்த கிராமத்திற்கு வந்ததற்குப் பிறகு தன் வேலையைச் செய்ய ஒரு வாய்ப்புக் கிடைத்தது என்று என் தந்தை நினைத்தார். அந்த அறையில் ஒரு வயதான பெண்மணியும், அவளுக்கு அருகில் பதினாறு வயது மதிக்கத்தக்க ஒரு கர்ப்பிணிப் பெண்ணும் இருந்தனர். பிரசவ வலியில் அந்தப் பெண் துடித்து கொண்டிருந்தாள். என் தந்தைக்கு முகம் வெளிறியது. அடுத்த அறைக்குச் சென்று அவள் குடும்பத்தினரிடம் “எனக்குப் பிரசவம் பார்த்துப் பழக்கமில்லை. நீங்கள் வேறு யாரையாவது அழைக்க வேண்டும்” என்று சொன்னார்

அவர் சொல்வதைக் கேட்க அவர்கள் மறுத்து விட்டனர். “அது முடியாது. நீங்கள்தான் என்ன செய்ய வேண்டுமோ அதைச் செய்ய வேண்டும். உங்களுக்கு நிறைய பணம் தருகிறோம். குழந்தை பிழைத்தாலோ இறந்தாலோ பரவாயில்லை. ஆனால் பெண் எங்களுக்கு உயிரோடு வேண்டும்” என்றார்கள்.

என் தந்தை அவர்களிடம் கெஞ்ச ஆரம்பித்தார். “எனக்குப் பணத்தில் ஆசையில்லை. தயவு செய்து என்னை விட்டு விடுங்கள்.”

அந்த வீட்டு ஆண்கள் அவரை அந்தப் பெண் இருக்கும் அறையில் தள்ளி கதவை வெளியில் பூட்டினார்கள். என் தந்தைக்கு பயம் வந்தது. அவருக்கு வேறு வழியில்லை. அவருடைய மருத்துவக் கல்லூரி பேராசிரியர்கள் பிரசவம் செய்யும் போது அருகில் இருந்து உதவி செய்திருக்கிறார். அவ்வளவுதான். பதற்றத்துடன் அவர் படித்ததையும் அந்த அனுபவங்களையும் நினைவுக்குக் கொண்டு வந்தார்.

அந்த அறையில் மேஜை எதுவும் இல்லை. அங்கு இருந்த காது கேட்காத வாய் பேச முடியாத வயதான பெண்மணியிடம் அறையில் இருக்கும் நெல் மூட்டைகளை தரையில் அடுக்கச் சொன்னார். அதன் மேல் தன் பையிலிருந்த ரப்பர் ஷீட்டை விரித்தார்.

அந்தப் பெண்ணை அதன் மேல் படுக்கச் சொன்னார். வயதான பெண்மணியிடம் அடுப்பில் நீரைக் கொதிக்க வைத்து தன் கருவிகளை சுத்தப்படுத்தச் சொன்னார். அந்தப் பெண்ணுக்கு வேர்த்திருந்தது. மருத்துவருக்கும்தான். தன் பெரிய கண்ணீர் நிறைந்த அப்பாவிக் கண்களால் என் தந்தையைப் பார்த்து “என்னைக் காப்பாற்றாதீர்கள். நான் பிழைக்க விரும்பவில்லை” என்றாள் அந்தப் பெண்.

“யார் நீ?”

“நான் இந்த ஊரின் ஜமீந்தாரின் மகள்.”

மெல்ல அவள் பேசினாள். “இங்கே நல்ல உயர்நிலைப் பள்ளி இல்லை என்பதால் வேறு ஊரில் படிக்க வைத்தார்கள். அங்கே என்னுடன் படிக்கும் ஒருவனைக் காதலித்தேன். நான் கர்ப்பமாக இருக்கிறேன் என்று தெரிந்ததும் அந்தப் பையன் ஓடி விட்டான். என்னுடைய பெற்றோருக்கு இது தெரிந்தபோது ஒன்றும் செய்யமுடியாத

நிலையாகிவிட்டது. அதனால்தான் யாருக்கும் தெரியாமல் இந்த இடத்தில் குழந்தை பெற்றுக்கொள்ள அனுப்பி விட்டார்கள்."

வலி வந்ததால் பேச்சை நிறுத்தினாள்.

சில நிமிடங்களுக்குப் பிறகு சொன்னாள்: "டாக்டர், குழந்தை பிறந்ததும், அதைக் கொன்றுவிட்டு என்னை அடிக்கப் போகிறார்கள்". கண்ணீருடன் என் தந்தையின் கைகளைப் பற்றிக்கொண்டு "என்னையும் என் குழந்தையையும் காப்பாற்ற வேண்டாம். எங்களை அப்படியே சாக விடுங்கள். அதுதான் எனக்கு வேண்டும்" என்றாள்.

முதலில் என் தந்தைக்கு என்ன செய்வதென்று தெரியவில்லை. பின்னர் அவளிடம் அன்பாக "நான் ஒரு மருத்துவன். என்னால் காப்பாற்ற மட்டும்தான் முடியுமே தவிர சாக விட முடியாது. என்னுடைய தொழிலைச் செய்ய நீ அனுமதிக்க வேண்டும்" என்றார்.

அந்தப் பெண் அமைதியானாள்.

நீண்ட நேரம் மிகவும் சிரமப்பட்டு பயத்துடன் என் தந்தை அந்த வயதான பெண்மணியின் உதவியுடன் பிரசவம் பார்த்தார். அந்தப் பெண் வியர்வையில் நனைந்து மிகவும் களைத்துப் போய்விட்டாள். விரக்தியுடன் கண்களை மூடிக் கொண்டாள். குழந்தையைப் பார்க்க வேண்டும் என்று கூட கேட்கவில்லை. "என்ன குழந்தை?" என்று மட்டும் கேட்டாள்.

"பெண் குழந்தை" என்று என் தந்தை சொன்னவுடன் "கடவுளே, பெண்ணா! இந்த வீட்டில் இருக்கும் கொடுமையான ஆண்களின் கட்டுப்பாட்டில் என்னைப் போல் வளரப் போகிறாளே, தந்தையும் இல்லாமல்!" என்று சத்தமாக அழ ஆரம்பித்தாள்.

ஆனால் என் தந்தை குழந்தையைப் பரிசோதிப்பதில் மும்முரமாக இருந்தார். திடீரென்று அந்தப் பெண் “டாக்டர், ஏன் குழந்தை அழவில்லை?” என்று கேட்டாள். அவளுக்கு பதில் கிடைக்காததால் “அவள் பிழைக்காவிட்டால் நல்லது. சபிக்கபட்ட வாழ்விலிருந்து தப்பி விடுவாள்” என்றாள்.

என் தந்தை குழந்தையை தலைகீழாகப் பிடித்து முதுகில் மெல்லத் தட்டினார். உடனே குழந்தை வீறிட்டுக் கதறியது. குழந்தையின் அழுகுரல் கேட்டு வெளியில் இருந்த ஆண்கள் கதவைத் திறந்து “டாக்டர், கிளம்புவதற்குத் தயாராக இருங்கள். நாங்கள் கொண்டுபோய் விட்டு விடுகிறோம்” என்றனர்.

என் தந்தை குழந்தையை சுத்தப்படுத்திவிட்டு தன் உபகரணங்களை எடுத்துப் பையில் வைத்தார். வயதான பெண்மணி அறையை சுத்தம் செய்யத் தொடங்கினாள். கலக்கத்துடன் இருக்கும் அப்பெண்ணைப் பார்த்து என் தந்தை சொன்னார்: “உன் மனதிற்குச் சரியென்று தோன்றினால் குழந்தையை எடுத்துக் கொண்டு இந்த இடத்தை விட்டு ஓடி விடு. பூனாவில் இருக்கும் பூனா நர்ஸிங் ஸ்கூலுக்குப் போ. அங்கே கோகலே என்று ஒரு எழுத்தர் இருப்பார். அவரிடம் ஆர்.ஹெச். அனுப்பியதாகச் சொல். நர்ஸிங் படிப்பில் நீ சேர அவர் உதவி செய்வார். சில வருடங்களில் செவிலியராக உனக்கு வேலை கிடைத்து விடும். உன் மகளை பெருமையுடன் வளர்க்கலாம். குழந்தையை விட்டுவிட்டு மட்டும் ஓடி விடாதே. பிறகு உன் நிலைமைதான் அவளுக்கும். என்னுடைய ஆலோசனை இது.”

“ஆனால் டாக்டர், பூனா எப்படிப் போவேன்? அது எங்கே இருக்கிறது என்று கூடத் தெரியாதே?”

“முதலில் பெல்காமுக்குப் போ. அங்கிருந்து பூனாவுக்குப் பேருந்துகள் இருக்கின்றன.”

அவளிடம் விடைபெற்றுக் கொண்டு அறையை விட்டு வெளியே வந்தார்.

ஒரு வயதானவர் நூறு ரூபாயை நீட்டினார். “டாக்டர், பிரசவம் பார்த்ததற்கு இதை வாங்கிக் கொள்ளுங்கள். இங்கு நடந்தது வெளியில் தெரியக்கூடாது. சொன்னால் எனக்கு எப்படியாவது தெரிய வரும். பின்னர் உங்கள் தலை உங்கள் உடம்பில் இருக்காது” என்றார்.

என் தந்தை அமைதியாக தலையாட்டினார். “என் கத்தரிக்கோலை மறந்து வைத்து விட்டேன். நாளை அது எனக்குத் தேவைப்படும்” என்று கூறிவிட்டு மறுபடியும் அறைக்குள் சென்றார். தூங்கும் குழந்தையை அந்தப் பெண் கண்ணீருடன் பார்த்துக் கொண்டிருந்தாள். அறையில் அந்த வயதான பெண் திரும்பிய நேரமாகப் பார்த்து அவர்கள் தனக்குக் கொடுத்த நூறு ரூபாயையும் அந்தப் பெண்ணிடம் கொடுத்து “இப்போது என்னிடம் இவ்வளவுதான் இருக்கிறது. நான் சொன்னதைச் செய்” என்றார்.

“டாக்டர், உங்கள் பெயர் என்ன?” என்று கேட்டாள் அந்தப் பெண்.

“என் பெயர் ஆர்.ஹெச். குல்கர்னி. ஆனால் எல்லோரும் என்னை ஆர்.ஹெச். என்றே கூப்பிடுவது வழக்கம். தைரியமாக இரு. நீ நன்றாக இருப்பாய். போய் வருகிறேன்.” என்று கூறிவிட்டுக் கிளம்பினார். மீண்டும் அந்தக் கடினமான பாதையில் பயணித்து அவர் வீடு வந்து சேர்ந்தபோது பொழுது புலர்ந்து விட்டிருந்தது. அயர்ச்சியில் உடனடியாகத் தூங்கி விட்டார்.

விழித்தவுடன் அவர் மனம் அந்த கிராமத்தில் அவருடைய முதல் நோயாளியையும் அவருக்குக் கிடைத்த முதல் ஊதியத்தையும் எண்ணிப் பார்த்தது. மகப்பேறு மருத்துவம் சரியாகப் படிக்க வேண்டும் என்று நினைத்தார். ஆனால்

பணப் பற்றாக்குறையால் அவருடைய கனவைத் தள்ளிப் போட வேண்டி வந்தது.

சில மாதங்களுக்குப் பின் அவருக்குத் திருமணம் ஆயிற்று. மகப்பேறு மருத்துவராகும் தன் கனவை மனைவியிடம் சொன்னார்.

நாட்கள் ஓடின. மஹாராஷ்ட்ரா, கர்நாடகா என்று பல ஊர்களுக்கு மாற்றலாகி வேலை பார்த்தார். நான்கு குழந்தைகள் பிறந்தன. என் தந்தைக்கு நாற்பத்து இரண்டு வயதாகும்போது அவர் படிப்பிற்காக கணிசமான தொகை சேர்த்து வைத்திருந்தார். தன் கனவை நனவாக்க ஹூப்லியில் தன் குடும்பத்தை விட்டுவிட்டு சென்னை எழும்பூரில் உள்ள மருத்துவக் கல்லூரியில் சேர்ந்தார். அந்தக் காலத்தில் ஆண் மகப்பேறு மருத்துவர்கள் அரிது.

ஹூப்லிக்குத் திரும்பி அங்கு கர்நாடகா மருத்துவக் கல்லூரியில் பேராசிரியராக வேலைக்குச் சேர்ந்தார். பின்தங்கிய மக்களுக்காக அவர் செய்த சேவையும், பெண்களிடத்தில் அவர் காட்டிய மரியாதையும் அவருக்கு ஆசிரியராகவும், மருத்துவராகவும் நல்ல பெயரை வாங்கிக் கொடுத்தன. அதே அக்கறையை அவர் தன் மகள்களின் மேலும் காட்டினார். நாங்கள் என்ன படிக்க விரும்புகிறோமோ அதைச் செய்ய எங்களை அனுமதித்தார். அந்தக் காலத்தில் அப்படி ஒரு சுதந்திரத்தை யாரும் கேள்விப்பட்டிருக்கக் கூட மாட்டார்கள்.

என் தந்தைக்குக் கடவுள் நம்பிக்கை இல்லை. "சர்ச்சிலோ, மசூதியிலோ, கோவிலிலோ கடவுள் இல்லை. என்னிடம் நோயைப் போக்க வருபவர்களிடம்தான் நான் கடவுளைக் காண்கிறேன். பிரசவத்தில் ஒரு பெண் இறந்து போனால், மருத்துவருக்கு அது வெறும் ஒரு இழப்பு மட்டுமே. ஆனால் அந்தக் குழந்தைக்கு தன் வாழ்க்கையின் மிகப் பெரிய இழப்பு அது. ஒரு தாயின் இடத்தை யாரால் நிரப்ப முடியும் சொல்?"என்பார்.

பணி ஓய்வு பெற்ற பிறகும் கூட என் தந்தைக்கு படிப்பின் மீது இருந்த ஆர்வம் குறையவில்லை. தன்னை எப்போதும் சுறுசுறுப்பாக வைத்துக் கொள்வார்.

ஒரு முறை மருத்துவக் கருத்தரங்கத்துக்காக ஒரு நகரத்துக்குச் சென்றிருந்தார். அங்கே முப்பது வயது மதிக்கத்தக்க ஒரு பெண்ணைச் சந்தித்தார். அந்தப் பெண் கிராமத்தில் வேலை செய்த தன் அனுபவத்தை விளக்கக் காட்சியாகப் பகிர்ந்து கொண்டிருந்தாள். அவள் மிக நன்றாக வேலை செய்திருந்ததால் அவளை வாழ்த்திய என் தந்தை, “உங்களுடைய ஆய்வு மிக நன்றாக இருக்கிறது. என்னை மிகவும் ஈர்த்தது” என்றார்.

“நன்றி.”

அப்போது ஒருவர் என் தந்தையைக் கூப்பிட்டார். “ஆர். ஹெச்., உங்களுடன் மதிய உணவு உண்பதற்காக காத்துக் கொண்டிருக்கிறோம். வர நேரமாகுமா?”

அந்தப் பெண் என் தந்தையாரிடம் “உங்கள் பெயரென்ன டாக்டர்?” என்று கேட்டாள்.

“டாக்டர் ஆர். ஹெச். குல்கர்னி... ஆர்.ஹெச். என்று கூப்பிடுவார்கள்.”

சில விநாடிகள் அமைதியாக இருந்துவிட்டு அவள் கேட்டாள். “நீங்கள் 1943ல் சந்தாகட்டில் இருந்தீர்களா?”

“ஆமாம்.”

“டாக்டர், நான் இங்கிருந்து நாற்பது கிலோமீட்டர் தொலைவிலுள்ள ஒரு கிராமத்தில் இருக்கிறேன். தயவுசெய்து எங்கள் வீட்டிற்குக் கொஞ்ச நேரம் வர முடியுமா?”

என் தந்தை அப்படி ஒரு அழைப்பிற்குத் தயாராக இல்லை. எதற்கு அவரை வீட்டிற்குக் கூப்பிடுகிறாள்?

“வேறொரு சந்தர்ப்பத்தில் வருகிறேன்.”

ஆனால் அந்தப் பெண் விடுவதாக இல்லை. “நீங்கள் வர வேண்டும். பல வருடங்களாக உங்களுக்காகக் காத்திருக்கும் ஒருவருடைய அழைப்பாக ஏற்றுக் கொண்டு தயவுசெய்து வர வேண்டும்.”

அவளுடைய புதிரான அந்த அழைப்பைக் கேட்டு அவர் மறுத்தாலும் அந்தப் பெண் அவரைக் கெஞ்ச ஆரம்பித்தாள். அவளுடைய கண்களில் இருந்த தீவிரமும் இறைஞ்சுதலும் அவரை அவளுடன் அவள் கிராமத்திற்குப் போகச் செய்தன. போகும் வழியில் இருவரும் அவர்களுடைய எண்ணங்களைப் பரிமாறிக் கொண்டு வந்தனர். அவளுடைய வேலையைப் பற்றியும் அவளுடைய கண்டுபிடிப்புகளைப் பற்றியும் அவள் உற்சாகமாகப் பேசியபடி வந்தாள். வீட்டை நெருங்கியவுடன் அது வீடு மட்டுமல்லாது மருத்துவமனையாகவும் செயல்படுவதைப் பார்த்தார். வீட்டினுள் சென்றவுடன் வயது ஐம்பதுகளில் இருக்கும் ஒரு பெண்மணி நின்று கொண்டிருப்பதைப் பார்த்தார்.

அந்த இளம்பெண் அந்தப் பெண்மணியைப் பார்த்து “அம்மா, இது தான் டாக்டர் ஆர்.ஹெச். இவருக்காகத்தான் இவ்வளவு வருடங்கள் காத்துக் கொண்டிருந்தீர்களா?” என்றாள்.

அந்தப் பெண்மணி என் தந்தையின் கால்களில் விழுந்து வணங்கினார். அவருடைய கண்ணீர் என் தந்தையின் பாதங்களில் பட்டது. அவருக்கு ஆச்சரியமாகியது. யார் இந்தப் பெண்கள்? என் தந்தைக்கு என்ன செய்வதென்று தெரியவில்லை. குனிந்து அந்தப் பெண்ணின் தோளைத் தொட்டு எழுப்பினார்.

“டாக்டர், உங்களுக்கு என்னை மறந்து போயிருக்கலாம். ஆனால் எனக்கு உங்களை மறக்கவே முடியாது.

என்னுடையதுதான் உங்களுக்கு முதல் பிரசவமாக இருந்திருக்க வேண்டும்” என்றாள். அப்போதும் என் தந்தையால் கண்டுபிடிக்க முடியவில்லை.

“பல வருடங்களுக்கு முன் மஹாராஷ்ட்ரா - கர்நாடகா பார்டரில் இருக்கும் கிராமத்தில் இருந்த போது கனமழை பெய்த ஒரு இரவில் திருமணமாகாத ஒரு இளம்பெண்ணிற்குப் பிரசவம் பார்த்தீர்களே? நெல் மூட்டைகளை அடுக்கி மேஜை போல் ஆக்கி அதன் மேல் பல மணி நேரம் போராடி நான் ஒரு பெண்ணைப் பிரசவித்தேனே?”

உடனே என் தந்தைக்கு ஞாபகம் வந்தது. “ஆமாம், எனக்கு ஞாபகம் இருக்கிறது. நான் உன்னை குழந்தையுடன் பூனாவுக்குப் போகச் சொன்னேன். நானும் உன்னைப் போல் அன்று மிகவும் பயந்து போயிருந்தேன்.”

“என்னுடைய குடும்பத்தார் உங்களுக்குக் கொடுத்த நூறு ரூபாயை எனக்குக் கொடுத்தீர்கள். அந்தக் காலத்தில் நூறு ரூபாய் என்பது பெரிய தொகை.”

“ஆமாம், அப்போது என் சம்பளம் எழுபத்து ஐந்து ரூபாய் தான்” என்று சிரித்துக் கொண்டு சொன்னார் என் தந்தை.

“மழையின் சத்தத்தில் உங்களுடைய முழுப் பெயர் என் காதில் விழவில்லை. உங்களின் ஆலோசனையின் படி பூனா சென்று கோகலேவைப் பார்த்து செவிலியராக ஆனேன். மிகவும் சிரமப்பட்டு தனியாக என் குழந்தையை வளர்த்தேன். என்னுடைய மகள் ஒரு மகப்பேறு மருத்துவராக ஆக வேண்டும் என விரும்பினேன். அவளும் என் எண்ணப்படி படித்தாள். ஒரு மருத்துவரைத் திருமணம் செய்து கொண்டு இங்கே இருவரும் பணி செய்கிறார்கள். பல மாதங்களாக உங்களைக் கண்டுபிடிக்க முயற்சி செய்தேன். 1956 ஆம் ஆண்டு மாநிலத் துறைகளை சீரமைப்பு செய்தபோது நீங்கள் கர்நாடகாவுக்கே

சென்று விட்டதாக அறிந்தேன். கோகலேவும் இறந்ததால் உங்களைக் கண்டுபிடிக்கும் நம்பிக்கையை இழந்தேன். உங்களை ஒரு முறையாவது பார்த்து, எனக்கு நல்ல பாதையைக் காண்பித்ததற்காக நன்றி கூறும் பாக்கியத்தைக் கொடுக்குமாறு கடவுளிடம் பிரார்த்தனை செய்தேன்."

என் தந்தைக்கு தான் ஏதோ சினிமாவில் நடிப்பது போன்ற பிரமை ஏற்பட்டது. வாழ்க்கையின் விவரிக்கமுடியாத மர்மங்களை நினைத்து ஆச்சரியமடைந்தார். சில அன்பான சொற்களும் உந்துதலும் ஒரு சிறுமியின் வாழ்க்கையையே மாற்றியது.

அந்தப் பெண்மணி கையெடுத்துக் கும்பிட்டு "உங்களுக்கு என்றென்றும் கடமைப்பட்டிருக்கிறோம் டாக்டர். இந்த மருத்துவமனையின் திறப்பு விழாவிற்கு உங்களை அழைக்க வேண்டும் என்று எவ்வளவோ முயற்சி செய்தாள் என் மகள். ஆனால் முடியவில்லை. நிறைய நாட்களாயிற்று. மருத்துவமனை நன்றாக நடந்து கொண்டிருக்கிறது" என்றார்.

ஈரமாயிருந்த தன் கண்களைத் துடைத்துக் கொண்டு மருத்துவமனையைச் சுற்றிப் பார்த்தார் என் தந்தை. வலது பக்கம் தன் தலையைத் திருப்பிப் பார்த்தபோது மருத்துவமனையின் பெயர்ப்பலகை கண்ணில் பட்டது - ஆர்.ஹெச். டயக்னாஸ்டிக்.

7

கோடு

பாகிஸ்தானுக்குச் சுற்றுலா சென்ற பெரிய குழுவில் நானும் ஒருத்தி. குழுவில் இருந்த ஒவ்வொருவரும் பாகிஸ்தானில் வெவ்வேறு இடங்களைப் பார்க்கவேண்டும் என்று விருப்பப்பட்டனர். சிலருக்கு டக்ஷீலா, சிலருக்கு லாகூர், சிலருக்கு கராச்சி போன்ற ஊர்களைப் பார்க்கவேண்டும் என்ற ஆசை இருந்தது. ஒரு நாள் நாங்கள் இதைப் பற்றி விவாதித்துக் கொண்டிருந்தபோது எல்லோரும் அவரவர் எண்ணங்களை உரத்த குரலில் சொன்னோம். சென்னையிலிருந்து வந்திருந்த எழுபத்தைந்து வயதான ரூபா கபூர் மட்டும் அமைதியாக உட்கார்ந்து கொண்டிருந்ததைப் பார்த்தேன். அவருக்கு பாகிஸ்தானில் எந்த ஊரைப் பார்க்க வேண்டும் என்று கேட்டேன்.

எந்தத் தயக்கமும் இல்லாமல் “பிண்டிக்குப் போக வேண்டும்” என்றார்.

“பிண்டி எங்கே இருக்கிறது? அது கிராமமா அல்லது சின்ன ஊரா? நம்முடைய பயணத்திட்டத்தில் அங்கு போக நேரம் இருக்குமா, தெரியவில்லையே” என்று சொன்னேன். ரூபா என்னுடைய அறியாமையைக் கண்டு புன்னகைத்துக்கொண்டே சொன்னார், “ராவல்பிண்டியைத்தான் அங்குள்ளவர்கள் சுருக்கி பிண்டி என்று அழைப்பார்கள்.”

"உங்களுக்கு எப்படித் தெரியும்? நீங்கள் அங்கு சென்றிருக்கிறீர்களா?" என்று கேட்டேன்.

"அங்குதான் நான் பிறந்து வளர்ந்தேன்" என்று பதில் சொல்லிவிட்டு அவருடைய கதையையும் சொன்னார்.

ராவல்பிண்டியில் பத்தொன்பது வயது வரை வாழ்ந்துவிட்டு திருமணமானவுடன் சென்னைக்கு வந்திருக்கிறார். இப்போது சென்னைதான் அவருடைய வீடு. நன்றாகத் தமிழ் பேசவும், புளியோதரை, ரசம் என்று தமிழ் உணவுகளை நன்றாகச் சமைக்கவும் கற்றுக் கொண்டார். வாய்ப்புக் கிடைத்தால் தான் பிறந்து வளர்ந்த வீட்டைப் பார்க்க வேண்டும் என்ற ஏக்கம் அவருக்கு இருந்தது.

இஸ்லாமாபாத்தை சென்றடைந்தவுடன் எனக்கு ஒரே ஆச்சரியம். மலைகள் சூழ சில்லென்று மலைவாசஸ்தலம் போல இருந்தது. என்னுடைய ஆச்சரியத்தைப் பார்த்து ரூபா சொன்னார் "இஸ்லாமாபாத் புதிதாக உருவாக்கப்பட்ட நகரம். ராவல்பிண்டி பழைய நகரம். பிரிவினைக்குப்பின் பெரிய சாலைகள், கடைத்தெருக்கள், ரோஜாத் தோட்டங்கள் என்று கட்டப்பட்ட நகரம் இஸ்லாமாபாத்." அதுவரை அமைதியாக இருந்த ரூபா அங்கு சென்றதும் வாயை மூடவே இல்லை. அவர் கண்கள் ஒளி வீசின. எங்களில் பலருக்கு முதலில் இஸ்லாமாபாதைச் சுற்றிப் பார்க்க வேண்டும் என்று இருந்தது. ஆனால் ராவல்பிண்டிக்குப் போக வேண்டும் என்று வற்புறுத்தினார் ரூபா.

அதனால் அவரும், அவருக்குத் துணையாக நானும் ராவல்பிண்டிக்குப் புறப்பட்டோம். ரூபா உற்சாகமாக இருந்தார். "ஐம்பத்தியேழு வருடங்களுக்கு முன்னால் வாழ்ந்த வீட்டைப் பார்க்கப் போகிறேன்."

இஸ்லாமாபாத் விமான நிலையத்தில் நான் இறங்கியவுடன் எனக்கு அளித்த பூச்செண்டு என்னிடமிருந்தது. "இப்போது

பிண்டியில் உங்கள் வீட்டில் வசிப்பவர்களுக்குக் கொடுக்கலாம்” என்று சொன்னேன்.

ரூபா சந்தோஷமானார்.

கார் இஸ்லாமாபாதை தாண்டியதுமே ரூபா சுற்றுலா வழிகாட்டியைப் போல் எனக்கு வழியெங்கும் காண்பித்துக் கொண்டு வந்தார். கூட்டமான ஒரு பகுதியில் இருந்த ஒரு பழைய கட்டிடத்தைக் காட்டி “இது மின் சாதனங்கள் தயாரிக்கும் தொழிற்சாலையாக இருந்தது. அதன் நிறுவனரின் பெயர் கேவல் ராம் சஹானி. என் தந்தையின் நண்பர். நானும் என் தோழிகளும் தீபாவளி நாளில் நடைபெறும் லக்ஷ்மி பூஜைக்கு இங்கு வருவோம்” என்றார்.

அவர் எல்லாவற்றையும் சந்தோஷமாக உள்வாங்கிக் கொள்ளட்டும் என்று கார் ஓட்டுநரை மெதுவாகப் போகச் சொன்னேன். கார் சத்தர் பஜாரைத் தாண்டும் போது நிறைய கடைகள் கொண்ட பழைய கட்டிடத்தைப் பார்த்து “அப்பாவின் சொந்தக்காரரான ரத்தன் சேத்தியுடைய நகைக்கடை இங்கு இருந்தது. ரத்தன் சேத்தியும் அவருடைய கூட்டாளி மக்பூல் கானும் இந்தக் கடையை நடத்தி வந்தனர். கடைக்குப் பெயர் கான் அண்ட் சேத்தி. என்னுடைய திருமண நகைகளை இங்கிருந்துதான் வாங்கினோம்.”

ஒவ்வொரு கட்டிடமாகக் காண்பித்து அவருடைய நினைவுகளைப் புதுப்பித்துக் கொண்டார். சில சமயம் அவர் தேடிய கட்டிடங்கள் முற்றிலும் வேறாக உருமாறிப் போயிருப்பதைக் கண்டு ஏமாற்றமடைந்தார். திடீரென்று கார் நின்றது. ஒரு சக்கரம் பஞ்சராகிப் போனது. ஓட்டுனர் சரி செய்ய சிறிது நேரமாகும் என்று கூறினார். ரூபாவிற்கு நிலைகொள்ளவில்லை. ஒரு நிமிடம் கூட அவர் காத்திருக்க விரும்பவில்லை. “நீங்கள் சக்கரத்தை மாற்றுங்கள். அந்த நேரத்தில் நாங்கள் சில இடங்களைப் பார்த்துவிட்டு வருகிறோம். மெயின் ரோடில் உங்களைச் சந்திக்கிறோம்.

மெயின் ரோட்டிற்குப் போக இடது புறம் திரும்பி முதல் வலது பக்க ரோட்டை எடுக்க வேண்டும். எங்களுக்காக காத்திருங்கள்” என்று ஓட்டுநரிடம் சொன்னார்.

ஏதோ அந்த ஊரின் ஒவ்வொரு அடியும் தனக்குத் தெரிந்தது போல பேசிக்கொண்டிருந்தார். நான் அமைதியாக அவரைப் பின் தொடர்ந்தேன். ஒரு சிறிய சந்துக்குள் நாங்கள் நுழைந்தோம். “என்னுடைய தோழிகளான ஃபாத்திமாவுடனும் நூருடனும் இங்கு அடிக்கடி வருவேன். அப்போது டைலர்ஸ் ரோட் என்று இந்த சந்துக்குப் பெயர் . எங்களுடைய பக்கத்து வீட்டுக்காரர் மெஹபூப் கானுடைய மனைவி மெஹ்ருன்னிசா சாச்சி (சித்தி) புதுப்புது எம்ப்ராய்டரி வேலைப்பாடுகள் செய்வதில் வல்லுநர். அவர் கடை இங்கே இருந்தது. தைப்பதற்காக இங்கு வந்து எங்கள் டிசைன்களைக் கொடுப்போம்... இப்படி வா, இங்கொரு குறுக்கு வழி இருக்கிறது. இங்கே என் மாமாவின் வீடு இருந்தது.”

ரூபா தனக்குத்தானே பேசிக்கொண்டு குறுகிய சந்துகளில் எளிதாக நடந்தார். அடுத்த சாலைக்குச் சென்றோம். அங்கே பழைய வீடுகள் நிறைய இருந்தன. அவர் அந்தச் சாலையில் முதலில் இருந்த பங்களாவிற்குச் சென்றார். “இது என் மாமா மோதிராம் ராயின் வீடு. அடுத்த வீடு அல்லா பக்ஷினுடையது. இருவரும் நெருங்கிய நண்பர்கள். எனக்கு இன்னும் ஞாபகம் இருக்கிறது, அல்லா பக்ஷ் சாச்சா (சித்தப்பா) ஒரு செடி அவர் வீட்டில் நட்டால் என் மாமாவும் ஒரு செடி நடுவார். இதோ, இந்த மாமரம் வஸந்த் பஞ்சமி அன்று நடப்பட்டது. இரு வீட்டிலும் அப்படி ஒரு சந்தோஷம். ஒருமுறை என் பாட்டி பாயசம் செய்து ஒரு பாத்திரம் நிறைய என்னிடம் கொடுத்து அவர்களுக்கு கொடுக்கச் சொன்னார். நான் பாத்திரத்தை கொண்டு செல்லும் போது ஒரு இளைஞனின் மேல் மோதி அவருடைய காலில் சூடான பாயசத்தை கொட்டி விட்டேன். எனக்கு மிகவும் பயமாகவும் சங்கடமாகவுமாகி விட்டது.”

“அவரைத் தெரியுமா உங்களுக்கு?”

“அப்போது தெரியாது. பின்னர் அவரைத்தான் திருமணம் செய்து கொண்டேன்.”

அந்த மரத்தைப் பார்த்து ரூபா சொன்னார்,“பழைய மரமாகி விட்டது.”

கதவைத் திறந்து உள்ளே சென்றோம். சுற்றுப்புறத்தில் யாருமில்லை. அனுமதியில்லாமல் உள்ளே நுழைந்ததற்காக யாரேனும் கடிந்து கொள்ளப் போகிறார்கள் என்று எனக்கு பயம். ஆனால் ரூபாவோ அதைப் பற்றி கவலைப்பட்டதாகத் தெரியவில்லை. அவருடைய உலகத்தில் இருந்தார். அவர் வீட்டின் பின்புறம் சென்றார். நான் தயங்கி வீட்டின் முன்னால் நின்றேன். அப்போது உள்ளே வந்த ஒரு ஜோடி, அந்நியர் ஒருவர் அதுவும் புடவையுடன் தங்கள் தோட்டத்தில் நிற்பதைப் பார்த்து ஆச்சரியமடைந்தனர். அப்போதுதான் வீட்டின் முன்னால் இருந்த பெயர்ப்பலகையைப் பார்த்தேன். Dr.சலீம் & Dr. சல்மா : டெண்டிஸ்ட் என்று இருந்தது.

அவர்களிடம் மன்னிப்புக் கேட்டு நாங்கள் அங்கு வந்த கதையைச் சொன்னேன். என் கதையைக் கேட்டவுடன் அவர்கள் முகத்திலிருந்த சந்தேகம் விலகியது. ரூபா செடிகளை எல்லாம் பார்த்து தன் இளமைக்காலத்தை அசை போட்டுக் கொண்டிருந்தார். அந்த மருத்துவத் தம்பதி எங்களை அன்பாக வரவேற்றார்கள். “உட்காருங்கள். எங்களுடன் டீ சாப்பிடலாம்” என்று கூறி இரண்டு நாற்காலிகளைக் கொண்டு வந்தார்கள்.

இப்படி காலை வேளையில் அவர்களை சங்கடப்படுத்துகிறோமே என்று எனக்கு கஷ்டமாக இருந்தது. “உட்காருங்கள். நீங்கள் வந்தது எங்களுக்கு சந்தோஷம். எங்களுடைய தாத்தா பாட்டியும் கூட குஜராத்தில் இருக்கும் சூரத்தில் பிறந்தவர்கள் தான்.

அவர்கள் பிரிவினையின் போது பாகிஸ்தான் வந்தவர்கள். நான் இங்கேதான் பிறந்தேன். என்னுடைய பெற்றோர் அவ்வப்போது சூரத்தின் உணவுகள், பார்ஸி தன்சக், காக்ரா பற்றியெல்லாம் அடிக்கடி பேசுவார்கள்" என்று டாக்டர் சலீம் சொன்னார்.

ஏதாவது பேச வேண்டும் என்பதற்காக நான் "இவ்வளவு பெரிய பங்களாவை பராமரிப்பது கஷ்டம் இல்லையா? என்றேன்.

"சில வருடங்களுக்கு முன் இங்கே குடி வந்தோம். சூரத்தில் என் பெற்றோர் வசித்த வீட்டைப்போல் இது இருப்பதால், நான் இங்கு இருக்கும் வரை இந்த வீட்டை உடைத்து அடுக்கு மாடி வீடுகள் கட்டக்கூடாது என்று என்னை சத்தியம் செய்ய வைத்தார்கள் என் பெற்றோர். அல்லாவின் கருணை இருப்பதால் எங்களுக்குப் பணத்தேவையில்லை. எங்கள் பக்கத்து வீட்டுக்காரர் அல்லா பக்ஷின் குழந்தைகள் அவர்கள் வீட்டை விற்று விட்டனர். இப்போது அங்கே வணிக வளாகம் இருக்கிறது."

ரூபா அப்போது தோட்டத்தைச் சுற்றிவிட்டு வந்தார். நான் அவரை அறிமுகப்படுத்தி வைத்தேன். வீட்டினுள்ளே பார்க்க முடியுமா என்று ரூபா கேட்டதற்கு சந்தோஷத்துடன் தலையாட்டினார் சலீம். "இந்த வீட்டை வாங்கிய பிறகு மிகச் சில மாற்றங்களே செய்திருக்கிறோம். நீங்கள் கடைசியாகப் பார்த்தபடிதான் இருக்கும் என்று நினைக்கிறேன்" என்று சொன்னார்.

ரூபாவுடன் உள்ளே சென்றேன். முன்னாலிருந்த பெரிய அறையைப் பார்த்தவுடன் "இங்குதான் உட்கார்ந்து என் தாத்தா வீட்டையே அடக்கி ஆள்வார்" என்றார் ரூபா. ஒரு வண்ணம் தீட்டப்பட்ட கண்ணாடிக் கதவைப் பார்த்து "அல்லா பக்ஷின் மனைவி வரைந்து கொடுத்தது" என்று சொன்னார்.

“அந்த ஜன்னலின் மூலமாகத்தான் அவர் என் அத்தைக்கு உலர்ந்த பழங்கள் தருவார்” என்று ஒரு ஜன்னலைக் காட்டினார்.

“இங்குதான் பட்டம் விடுவோம்.”

ஒவ்வொரு செங்கல்லும், ஒவ்வொரு சுவரும் அவருக்கு ஏதோ ஒரு நினைவைக் கொடுத்தன. நேரமாகி விட்டது என்று அவரிடம் சொன்னேன். கடைசியாக தோட்டத்திற்குப் போய் அங்கிருந்து அவர்களிடம் விடைபெற்றுக் கொண்டோம். சலீம் எங்களுக்கு ஒரு பொட்டலத்தைக் கொடுத்தார். “உங்களுக்குச் சாப்பிட நேரமில்லை. ஆனால் இரண்டு பெரியவர்களுக்கு எதுவும் சாப்பிடக் கொடுக்காமல் அனுப்ப முடியாது. இதை வாங்கிக் கொள்ளுங்கள். கடவுள் சித்தமிருந்தால் மறுபடி சந்திப்போம்” என்றார்.

மெயின் ரோட்டிற்கு வந்தபோது கார் நின்றிருந்தது. ரூபாவுக்குத் அவர் வீட்டைப் பார்க்கப் போக வேண்டும்.

ஓட்டுனரிடம் “சௌராஹாவிலிருந்து வலது பக்கம் திரும்புங்கள். எனக்கு வழி தெரியும். வலது பக்கம் முதல் கட்டிடம் அல்-அமீன் பெண்கள் பள்ளி. அடுத்து ஜீஸஸ் அண்ட் மேரி கான்வெண்ட். கொஞ்சம் போனால் இடதுபுறம் கவர்மெண்ட் பாய்ஸ் ஹை ஸ்கூல். அடுத்தது இட்கா மைதான். அதற்கு அடுத்த சந்தில் ஐந்து பெரிய பங்களாக்கள் இருக்கும். ஒவ்வொன்றும் ஒரு ஏக்கர் நிலத்தில் கட்டப்பட்டவை. முதல் பங்களா கேவல் ராமுடையது. இரண்டாவது மியா மெஹ்பூப் கானுடையது. மூன்றாவது சர்தார் சுப்ரீத் சிங். நான்காவது ராய் சாஹிப். ஐந்தாவது எங்களுடையது...” என்றார் ரூபா.

ஓட்டுனர் அவர் சொல்லும் வழியில் காரை ஓட்டினார். அவர் சொன்ன பல விஷயங்கள் சரியாக இருந்தன. சிவப்புக் கட்டிடம் அல்-அமீன் பள்ளி. ஜீஸஸ் அண்ட் மேரி

கான்வெண்ட் இப்போது லயோலா கல்லூரி. கவர்மெண்ட் பாய்ஸ் ஸ்கூல் கல்லூரியாக மாறியிருந்தது. ஆனால் இட்கா மைதானுக்கு பதில் வணிக வளாகம் இருந்தது. ஐந்து அழகான பங்களாக்களும் காணவில்லை. அதற்கு பதில் கடைகளும், ஹோட்டல்களும், வீடியோ கடைகளுமாக இருந்தன. ரூபா வருத்தமடைந்தார்.

“மேடம், இந்தச் சாலைதானா?” என்று கேட்டார் ஓட்டுனர்.

“ஆமாம். நான் இங்குதான் பிறந்தேன். பத்தொன்பது வருடங்கள் இருந்தேன். நீங்கள் அப்போது பிறந்து கூட இருக்க மாட்டீர்கள். நான் எப்படி தப்பு செய்வேன்?” என்றார்.

காரை நிறுத்தச் சொல்லி தேட ஆரம்பித்தார் ரூபா. புதிய கட்டிடங்களுக்குப் பின்னால் அந்த வீடு கண்டிப்பாக இருக்கும் என்று நம்பினார். காணாமல் போன குழந்தையைத் தேடுவது போல், தொலைந்து போன விலைமதிப்பற்ற நகையைத் தேடுவது போல் ஆற்றாமையுடன் தேடினார்.

“என் வீடு இரண்டு மாடிகளோடு மஞ்சள் நிறத்தில் இருக்கும். வலது பக்கத்தில் உள்ளே செல்லக் கதவு இருக்கும். என் வீட்டிலிருந்து இட்கா மைதானைப் பார்க்கலாம். இரண்டு வருடங்களுக்கு முன்னால் கூட என் தோழி என் வீட்டைப் பார்த்துவிட்டு அப்படியே இருப்பதாகக் கூறினாள்.”

என்னைப் பார்த்து ரூபா சொன்னார் “உனக்குத் தெரியுமா? வீட்டு வாயிலின் அருகே ஈர சிமெண்ட் தரையில் நான் நடந்ததால் என் கால் தடம் அப்படியே இருக்கும். என் தந்தை நான் திருமணமாகி வேறு வீடு போகப் போகிறவள் என்பதால் என் ஞாபகார்த்தமாக அதை அப்படியே இருக்கட்டும் என்று விட்டுவிட்டார்.” ஆனால் அந்த இடத்தில் அவர் சொல்லும் அடையாளங்களைப் போல் வீடு எதுவும் இல்லை. அந்த வீடு இல்லை என்று

எனக்குத் தெரிந்து விட்டது. ஆனால் ரூபாவிற்கு அதை ஏற்றுக்கொள்வது சிரமமாக இருந்தது.

அவருடைய வீடு இருந்த இடம் என்று அவர் சொன்ன இடத்தில் ஒரு ஹோட்டல் இருந்தது. காவல்காரர் வாயிலில் உட்கார்ந்திருந்தார்.

“இந்த ஹோட்டலை எப்போது கட்டினீர்கள்?” என்று நான் அந்தக் காவல்காரரிடம் கேட்டேன்.

அவர் எழுந்து நின்று “ஒரு வருடம் ஆயிற்று” என்றார்.

“எவ்வளவு நாட்களாக இங்கு வேலை செய்கிறீர்கள்?” என்று கேட்டேன்.

“பழைய கட்டிடம் இடிக்கப்பட்டதிலிருந்து இருக்கிறேன்.”

ரூபா அமைதியாக இருந்தார்.

“மஞ்சள் நிறத்தில் இரண்டு மாடிக் கட்டிடம் இருந்ததா? வலதுபுற வாயிலின் தரையில் காலடித்தடம் பார்த்தீர்களா?”

“ஆமாம். அப்படி ஒரு கட்டிடம் தான் இருந்தது. ஆனால் காலடித்தடம் ஞாபகம் இல்லை.”

ரூபாவினுடைய வீட்டை இடித்துத்தான் இந்த ஹோட்டலைக் கட்டியிருக்கிறார்கள் என்பது நிச்சயமாயிற்று. “அந்தக் கட்டிடம் என்னுடைய தோழியினுடைய வீடு” என்று அந்த காவல்காரரிடம் சொன்னேன்.

“அப்படியா! உள்ளே வாருங்கள். உங்களுடைய வீடு இல்லையென்றால் என்ன? இந்த ஹோட்டல் அதே நிலத்தில்தானே இருக்கிறது. இதன் உரிமையாளர் உங்களைப் பார்ப்பதில் மகிழ்ச்சியடைவார். காபியும் சமோசாவும் சாப்பிடுங்கள்.”

ரூபாவைப் பார்த்தேன். ஆனால் அவர் எங்களுடைய உரையாடலைக் கேட்கவில்லை. அவர் ஹோட்டலின் முன் இருக்கும் ஒரு சிறிய தோட்டத்திலிருந்து ஒரு கைப்பிடி மண் எடுத்தார். "இது என்னுடைய நிலம். என்னுடைய மண். என்னுடைய மூதாதையர்கள் இந்த இடத்தைத் தங்கள் நாடாக வரித்துக் கொண்டார்கள். அவர்கள் இங்கே பிறந்து இங்கே எரியூட்டப்பட்டார்கள். இந்த நிலம், மரங்கள், காற்று, நீர், எல்லாம் எங்களுடையது. இந்த ஊரின் கலாச்சாரம், நெறிமுறை, உணவு எல்லாம் எங்களுடையது. ஒரு நாள், மனிதன் இந்த நிலத்தின் நடுவே ஒரு கோட்டைப் போட்டு இரண்டு நாடுகளாகப் பிரித்து விட்டான். திடீரென்று எங்கள் நிலத்தில் நாங்களே அந்நியமாகிப் போனோம். நாங்கள் எங்கள் இடத்தை விட்டுப் போகும்படியாயிற்று. எங்களுக்கு அந்நியமான மொழியை, அந்நியமான உணவை, அந்நியமான கலாச்சாரத்தை எங்களுடையதாக ஏற்றுக் கொள்ளும்படி ஆயிற்று. ஒரே ஒரு கோடு எங்கள் நாட்டிற்கு எங்களை அந்நியமாக்கி விட்டதே! வேரோடு எங்களை அறுத்துக் கொண்டு வந்த வலி எங்களுக்கு மட்டுமே புரியும். உங்கள் யாருக்கும் புரியாது" என்று துக்கத்துடன் சொன்னார்.

நான் அமைதியானேன். என்னால் அவருடைய துயரத்தைப் புரிந்து கொள்ள முடிந்தது. அவருடைய கையைப் பிடித்துக் கொண்டேன்.

அவருடைய வீட்டில் குடியிருப்பவர்களுக்குக் கொடுக்க இருந்த பூச்செண்டு காரில் முன் சீட்டில் டிசம்பர் வெயிலில் மெல்ல வாடிக் கொண்டிருந்தது.

8

இந்தியா: புண்ணிய பூமி

வடக்கு கர்நாடகாவின் ஹூப்ளி நகரின் அருகில் இருக்கும் ஊர் முண்டுகோட். முண்டுகோட்டின் புறநகர்ப் பகுதியில் திபெத்தியர் வசிக்கும் பகுதி இருந்தது. அங்கே மாயா என்ற ஒரு பெண் அங்கிருந்த குழந்தைகளுக்கு அவர்களின் மொழியான திபெத்திய மொழியை சொல்லிக் கொடுத்துக் கொண்டிருந்தாள். சுறுசுறுப்பானவள். கடின உழைப்பாளி.

என் தந்தை அப்போது ஹூப்ளியில் மருத்துவராகப் பணிபுரிந்து கொண்டிருந்ததால் அந்த திபெத்திய முகாமிற்கு அவ்வப்போது செல்வார். மேற்கொண்டு சிகிச்சை வேண்டும் என்று நினைப்பவர்கள் என் தந்தையிடம் சிகிச்சை பெற ஹூப்ளி அரசு மருத்துவமனைக்கு வருவார்கள். மாயாவும் அவள் கர்ப்பமடைந்ததும் என் தந்தையைப் பார்க்க அடிக்கடி மருத்துவமனைக்கு வருவாள்.

சில மாதங்களிலேயே மாயா எங்கள் எல்லோருடனும் நன்றாகப் பழகி விட்டாள். மருத்துவமனைக்கு வரும் போதெல்லாம் எங்கள் வீட்டிற்கு வராமல் செல்ல மாட்டாள். என் தாயார் அவளைச் சாப்பிட அழைப்பார். நாங்கள் அவளுடன் சிறிது நேரம் உரையாடிக் கொண்டிருப்போம்.

ஆரம்பத்தில், அவளின் வெள்ளைத் தோலையும், புறாக்கண்களையும், சிறிது சப்பையான மூக்கையும், இரண்டு நீளமான ரெட்டை ஜடைகளையும் அதிசயமாகப் பார்ப்போம். பின்னர் மெதுவாக அவளை எங்கள் தோழியாக ஏற்றுக் கொண்டோம். அதற்குப் பின் அவள் எனக்கு ஸ்வெட்டர் பின்னச் சொல்லிக் கொடுத்தாள். அவள் வரும்போதெல்லாம் எனக்கு பின்னச் சொல்லிக் கொடுப்பது மட்டுமல்லாது, முகாமில் அவளுடைய வாழ்க்கையைப் பற்றிச் சொல்வாள். அவளுடைய தாய்நாட்டைப் பற்றி பாசத்துடன், ஏக்கத்துடன், சில சமயங்களில் கண்ணீருடன் பேசுவாள்.

"திபெத்தியர்கள் எளிமையானவர்கள். நாங்கள் எல்லோரும் புத்த மதத்தைச் சேர்ந்தவர்கள். ஆனால் எங்களுடையது தனிப் பிரிவு. வஜ்ராயனா என்றழைக்கப்படுகிறது. எங்களுடைய மத நடைமுறைகளெல்லாம் பெரும்பாலும் இந்தியாவில், முக்கியமாக வங்காளத்தில் உள்ளது போலவே இருக்கும். எங்களுடைய எழுத்து கூட வங்காள மொழி போலவே இருக்கும்" என்றாள்.

அவளுடைய வார்த்தைகள் திபெத் நாட்டைப் பற்றிய ஆச்சரியத்தை என்னுள் விதைத்தது. அவளிடமிருந்து அவளுடைய நாட்டைப் பற்றி நிறைய தெரிந்து கொள்ள ஆசைப்பட்டேன். ஒரு நாள் தலாய் லாமாவைப் பற்றி பேச்சு எழுந்தது.

"தலாய் லாமா என்றால் என்ன?"

"ஞானக்கடல் என்று அர்த்தம். ஐநூறு வருடங்களாக மத குருமார்கள் மட்டுமே ஆண்ட தனித்துவம் மிக்க நாடு எங்களுடையது. மறுபிறப்பில் நம்பிக்கை கொண்ட நாங்கள், ஒவ்வொரு தலாய் லாமாவும் முந்தைய தலாய் லாமாவின் மறுபிறவி என்ற நம்பிக்கை உடையவர்கள். இப்போது இருப்பவர் பதினான்காவது தலாய் லாமா... புத்தர் வாழ்ந்த புனித பூமி இந்தியா. அதனால் எப்போதும்

எங்களுக்கு இந்தியாவின் மேல் மரியாதை உண்டு. உனக்குத் தெரியுமா எப்படி புத்தமதம் திபெத்திற்கு வந்ததென்று...?”

நான் உற்சாகமாகக் கதை கேட்கத் தயாரானேன்.

“முன்பொரு காலத்தில் திபெத் மன்னன் எதிரிகளால் கடத்தப்படுகிறான். மன்னனுடைய எடைக்கு நிகராகத் தங்கம் கேட்கிறார்கள் எதிரிகள். இது மன்னனுக்குத் தெரிய வந்ததும், எப்படியோ தன் மகனுக்கு ‘எனக்காக தங்கத்தை வீணாக்காதே! அதற்கு பதில் அந்தப் பணத்தை இந்தியாவில் இருந்து புத்த பிட்சுக்களை வரவழைக்க செலவு செய். அவர்களின் உதவியோடு நிறைய பள்ளிகளும், கோவில்களும் திறக்க வழி செய். அது நம் மக்கள் ஞானத்தைப் பெற்று அமைதியாக வாழ வழி வகுக்கும்’ என்று செய்தி அனுப்பினான்.”

மாயா குழந்தை பெற்றபின் வீட்டிற்கு வருவது குறைந்து போயிற்று. ஆனால் அவளால் என் மனதினுள் திபெத் பற்றிய கனவும், புத்த மதத்தில் மேல் பெரும் மரியாதையும் உண்டாயிற்று.

சமீபத்தில் திபெத் செல்லும் வாய்ப்புக் கிடைத்தவுடன் மாயாவைப் பற்றிய எண்ணங்கள் எழுந்தன. சீனர்கள் நிறைந்த திபெத்தைத் தான் பார்க்கப் போகிறோம் என்று தெரிந்தாலும் எனக்குப் போக வேண்டும் என்ற ஆசை இருந்தது. மாயா என்னிடம் வர்ணித்திருந்த யார்லங் பள்ளத்தாக்கில் இருக்கும் புத்த மடாலயத்தைப் பார்க்க வேண்டும் என்று நினைத்திருந்தேன்.

அந்தப் பள்ளத்தாக்கை நான் அடைந்தபோது மதியம் தாண்டி விட்டது. சூரியன் நன்றாக ஒளிர்ந்து கொண்டிருந்தாலும் குளிர் காற்று வீசிக்கொண்டு இருந்தது. அஸ்ஸாமில் கரைபுரண்டு ஓடும் பிரம்மபுத்ரா இங்கு சின்ன ஓடையாக ஓடிக்கொண்டிருந்தது. உச்சியில் பனி மூடிய மலைகள் சூழ அந்தப் பள்ளத்தாக்கு பேரமைதியடன் இருந்தது.

யார்லங் மடாலயம் பிரபலமான இடமாக இருந்தாலும் குறைவான ஆட்களே இருந்தனர். பார்த்து முடித்து விட்டு மடாலயத்தின் படிகளில் உட்கார்ந்து இடத்தின்அழகை உள்வாங்கிக் கொண்டிருந்தேன்.

ஒரு இளைஞனுடன் வயதான பெண்மணி ஒருவர் மடாலயத்தின் உள்ளே வருவதைப் பார்த்தேன். முகத்தில் சுருக்கங்களுடன் இருந்த அந்த வயதான பெண்மணி மெல்ல நடந்தார். அவர் திபெத்தின் பாரம்பரிய உடைகளை அணிந்திருந்தார். தலைமுடி இரட்டை ஜடைகளாக பின்னப்பட்டிருந்தது. அந்த இளைஞன் நவீனமாக ஜீன்ஸும் டி-ஷர்ட்டும் அணிந்திருந்தான். அந்தப் பெண்மணி தன் கைத்தடியின் உதவியுடன் கோயிலைச் சுற்றி மெல்ல நடக்க ஆரம்பித்தார். அந்த இளைஞன் என்னைப்போல் படிகளில் அமர்ந்தான்.

அவர் கோயிலைச் சுற்றி முடித்தவுடன் என்னையே உற்றுப் பார்த்தார். பிறகு அந்த இளைஞனிடம் ஏதோ சொன்னார். அவரும் கோயிலைச் சுற்றி வந்த களைப்பில் படிகளில் உட்கார்ந்தார். மறுபடி அவனிடம் ஏதோ சொன்னார். ஆனால் அவன் அதைக் கண்டு கொள்ளவில்லை. அதனால் அவர் தன் கைத்தடியை மெல்ல எடுத்துக்கொண்டு என்னை நோக்கி வந்தார். என் பக்கத்தில் உட்கார்ந்து என் கையை மெல்ல எடுத்து தன் கண்ணில் ஒற்றிக்கொண்டு முத்தமிட்டார். நான் பேசுவதற்கு முன் மெல்ல எழுந்து நடக்க ஆரம்பித்தார். ஆனால் ஏதோ பல நாட்களாக அவர் நினைத்திருந்ததை சாதித்து விட்டாற்போல அவர் முகத்தில் ஒரு புன்னகையைப் பார்த்தேன். கையில் அவர் கண்ணில் ஒற்றிக் கொண்ட இடம் ஈரமாக இருந்ததை கவனித்தேன்.

அந்த இளைஞன் தயங்கியபடி என்னிடம் வந்து மன்னிப்புக் கேட்டான். "என் பாட்டியை மன்னித்து விடுங்கள். அவர் தன் கிராமத்தை விட்டு எங்கும் வெளியே வருவதில்லை.

இதுதான் முதல் முறை யார்லங் வருவது. அவர் நடத்தைக்கு நான் மன்னிப்புக் கேட்கிறேன்" என்றான்.

இந்தியர்கள் பேசுவதைப் போல அவன் ஆங்கிலம் பேசியதால் "எப்படி எங்களைப் போல் ஆங்கிலம் பேசுகிறீர்கள்?" என்று ஆச்சரியமாகக் கேட்டேன்.

"என் பெயர் கே சாங். ஐந்து வருடங்கள் இந்தியாவில் இருந்தேன். சென்னையில் உள்ள லயோலா கல்லூரியில் படித்தேன். இப்போது லாசாவில் ரெஸ்டாரண்ட் வைத்திருக்கிறேன். இங்குள்ளவர்களுக்கு இந்திய உணவுகளும், இந்தியப் படங்களும் பிடிக்கும். என் பாட்டியை யாத்திரைக்கு அழைத்து வந்திருக்கிறேன். அவர் உங்களுக்கு நன்றி சொன்னார்."

"நான் என்ன செய்தேன்? எதற்கு நன்றி?"

"நீங்கள் இல்லை, உங்கள் நாடு செய்ததற்கு. எங்கள் தலாய் லாமாவை இத்தனை வருடங்களாகப் பாதுகாத்துக் கொண்டிருப்பதற்கு. நாங்கள் எல்லோரும் தலாய் லாமாவை மதிக்கிறோம். முக்கியமாக வயதானவர்களுக்கு அவர் வாழும் தெய்வம். ஆனால் அரசியல் காரணங்களுக்காக அதைப் பொதுவெளியில் சொல்ல முடியாது. லாசாவில் எங்குமே அவருடைய படத்தைப் பார்த்திருக்க மாட்டீர்கள். எங்களிடம் பதிமூன்று தலாய் லாமாக்களின் படங்கள், சிலைகள் உள்ளன. ஆனால் பதினான்காவது தலாய் லாமாவினுடையது எதுவுமே இல்லை."

இன்னமும் எனக்கு அந்த வயதான பெண்மணியின் செய்கை புரியவில்லை.

அவருடைய பேரன் விவரித்தான். "என் பாட்டி சொன்னார், 'நான் வயதானவள். இன்னும் எவ்வளவு நாட்கள் இருக்கப் போகிறேனோ தெரியவில்லை. உங்களுக்கு நன்றி சொல்லாவிட்டால் என்னால் நிம்மதியாக இருக்க

முடியாது. இதற்காக யார் என்னை தண்டித்தாலும் பரவாயில்லை. நான் ஒரு இந்தியனைப் பார்த்து எங்கள் தலாய் லாமாவிற்கு அடைக்கலம் கொடுத்ததற்கு மகிழ்ச்சி என்று சொன்னது எனக்குக் கிடைத்த பரிசு. உங்களுடைய நாடு மிகவும் கருணை மிகுந்த நாடு'" என்று என் பாட்டி சொன்னார்.

அவனுடைய வார்த்தைகள் பல வருடங்களுக்கு முன் மாயா சொன்ன அந்த வார்த்தைகளை அமானுஷ்யமாக எதிரொலித்தன. என்னால் என் கையில் இருந்த ஈரமான அந்தப் பகுதியைப் பார்த்து புன்னகைக்க மட்டுமே முடிந்தது.

9

பிஸ்லெரி நட்பு

குஜராத்தின் கட்ச் பகுதியில் ஜனவரி 26 ஆம் தேதி நடந்த பூகம்பம் அனைவரும் அறிந்ததே. எந்த ஒரு முன்னறிவிப்பும் இல்லாமல் பூமித்தாய் தன் வாயைத் திறந்து மக்களையும், அவர்கள் உடைமைகளையும் விழுங்கிக் கொண்டாள். ஓரே இரவில் பணக்காரர்கள் வீதிக்கு வந்தனர். ஆனால் கட்ச் வாழ் மக்களின் உத்வேகம் பாராட்டுக்குரியது. இந்த பேரிழப்பை அவர்கள் தைரியத்தோடு எதிர்கொண்டனர். இன்றும் பழைய நிலைமைக்கு வரப் போராடுகின்றனர்.

இந்தப் பெருந்துயர் நடந்த சிறிது நேரத்திற்கெல்லாம் ஊடகங்கள் உலகிற்கு அறிவித்து விட்டதால் நிவாரண முயற்சிகள் சடுதியில் நடந்தன. அதற்காக ஊடகங்களைப் பாராட்டியே ஆக வேண்டும். இந்தியாவுடன் சேர்ந்து கஷ்டப்படும் கட்ச் மக்களுக்கு உலகமே உதவி செய்தது. டி.வி. குழுவினரும், ஊடகங்களும் அங்கிருந்து சென்ற பின் அரசாங்க அதிகாரிகளும், என்.ஜீ.ஓ.க்களுமாக அங்கு குவிந்தனர். மெல்ல மக்கள் அவரவர் காரியத்தைப் பார்க்க ஆரம்பித்தனர். வாழ்க்கை மெதுவாக பழைய நிலைக்குத் திரும்பிக் கொண்டிருந்தது.

எல்லாப் பிரசாரங்களும் ஓய்ந்தபின் நான் அங்கு வாழ்க்கை எப்படி இருக்கிறது என்று பார்க்கச் சென்றேன். அனுதாப அலைகள் அடங்கி அன்றாட வாழ்க்கை நிதர்சனமான உண்மையாகி இருந்த சமயம் அது.

அஹமதாபாத் - பூஜ் சாலையில் இருந்து வெகு தூரம், கட்ச்சினுள்ளே இருந்த பல சிறிய கிராமங்கள் பூகம்பத்தால் மோசமாக பாதிக்கப்பட்டிருந்தன. அதிகம் வெளியே தெரியாத இந்த தொலைதூர கிராமங்களுக்கு நான் ஜீப்பில் சென்றபோது ஒரு குறிப்பிட்ட இடத்தில் ஜீப்பின் டயர் பஞ்சராகியது. சரியாக சிறிது நேரமாகும் என்று தெரிந்தது. ஓட்டுநர் சரி செய்யச் சென்று விட்டார்.

நான் தனியாக அலுத்துப் போய் உட்கார்ந்திருந்தேன். பக்கத்தில் சில டெண்ட்டுகளைப் பார்த்தேன். நீல நிற ப்ளாஸ்டிக்கால் மூடப்பட்ட தற்காலிக குடிசைகள். அது போல் தற்காலிக வீடுகள், பள்ளிகள் மற்றும் சுகாதார மையங்கள் அமைக்கப்பட்டிருந்தன. தற்காலிக உணவு விடுதிகள் கூட இருந்ததாக பின்னர் கேள்விப்பட்டேன்.

பூஜ் மக்களின் வாழ்க்கை பரபரப்பாக ஓடிக்கொண்டிருந்தது. மழைக்காலமாதலால் வயலில் ஆண்களும் பெண்களும் வேலை செய்து கொண்டிருந்தனர். பல வருடங்களாக மழை இல்லாத கட்ச்சில் அந்த வருடம் பலத்த மழை பெய்தது விசித்திரமாக இருந்தது. விவசாயிகளுக்கு நல்ல விளைச்சல். இயற்கைக்கு தனி நீதி என்று நினைத்துக் கொண்டேன். ஒன்றைக் கொடுத்து ஒன்றை பிடுங்கிக் கொள்கிறது. சிறு பிள்ளைகள் சந்தோஷமாக புழுதியில் விளையாடிக் கொண்டிருந்தனர்.

பக்கத்தில் இருந்த ஒரு டெண்ட்டுக்குள் எட்டிப் பார்த்தேன். சுமார் பதினான்கு வயதான ஒரு சின்னப் பெண் சமையல் செய்ய தானியங்களை சுத்தம் செய்து கொண்டிருந்தாள். என்னைப் பார்த்ததும் எழுந்து ஒரு புன்சிரிப்புடன் “வாருங்கள், உட்காருங்கள்” என்றாள்.

அவர்கள் எப்படி வாழ்கிறார்கள் என்று பார்க்க நான் உள்ளே நுழைந்தேன். நான் உட்கார கயிறால் செய்யப்பட்ட ஒரு முக்காலியைப் போட்டாள். அறை சுத்தமாக இருந்தது. பழைய புடவையினால் அந்த அறை இரண்டாகப்

பிரிக்கப்பட்டிருந்தது. அவள் பேசுவதைக் கேட்டதும் அவள் இந்த ஊரைச் சேர்ந்தவள் இல்லை என்று தெரிந்தது.

அந்தப் பெண் எனக்கு ஒரு டம்ளர் தண்ணீர் கொடுத்தாள். மழைக்காலமாக இருந்தாலும் நல்ல வெயிலிருந்தது. ஆனால் எனக்கு அந்த தண்ணீரைக் குடிக்கத் தயக்கமாக இருந்தது. அந்தத் தண்ணீர் நல்ல தண்ணீராக இல்லையென்றால் மஞ்சள் காமாலை, வயிற்றுப்போக்கு வந்துவிடுமோ என்ற பயம். தண்ணீர் வேண்டாம் என்று சொல்லிவிட்டால் அந்தப் பெண்ணின் மனது புண்படும் என்று அவளிடம் இருந்து டம்ளரை வாங்கிக் கொண்டாலும் தண்ணீரைக் குடிக்கவில்லை.

அந்தப் பெண்ணிற்கு ஒரு தங்கை இருந்தாள். அவளுக்குப் பன்னிரெண்டு வயதிருக்கும். ஒரு சின்னப் பையன் தூளியில் தூங்கிக் கொண்டிருந்தான். வெளியே திறந்தவெளிச் சமையலறையில் காய்கள் அடுப்பில் வெந்து கொண்டிருந்தன. பெரியவள் கோதுமை மாவைப் பிசைந்து கொண்டிருந்தாள்.

“நீங்கள் பேசுவதைக் கேட்டால் குஜராத்திகள் போல் இல்லை. எங்கிருந்து வருகிறீர்கள்?” என்று கேட்டேன். புன்னகைத்துக் கொண்டே சிறியவள் “நாங்கள் மும்பையில் இருந்து வந்திருக்கிறோம்” என்றாள்.

“உறவினர்களைப் பார்க்க வந்தீர்களா?”

“இல்லை, எங்களுக்கு இங்கு யாரும் இல்லை. இது எங்கள் வீடு. எங்களுடைய பெற்றோர்களுடன் இருக்கிறோம்.”

எனக்கு ஆச்சரியமாக இருந்தது. பொதுவாக பேரிடர் ஏற்பட்ட இடத்திலிருந்து மக்கள் வேறிடத்திற்குச் செல்வார்கள். இது என்ன இவர்கள் வேறிடத்திலிருந்து இங்கு வந்திருக்கிறார்கள் என்று நினைத்தேன். “உங்கள் தந்தை என்ன செய்கிறார்?” என்று கேட்டேன்.

இரண்டு பெண்களும் சந்தோஷமாக அவர்களைப் பற்றிச் சொன்னார்கள். "எங்கள் அப்பா மும்பை மாஹிம் க்ரீக்கில் உள்ள சர்ச்சின் அருகில் பிச்சை எடுத்துக் கொண்டிருந்தார். எங்கள் தாயார் சர்ச் வாசலில் மெழுகுவர்த்தி விற்றுக் கொண்டிருந்தார்" என்று பெரியவள் சொன்னாள்.

"ஏன் இங்கு வந்தீர்கள்?"

"ஒரு நாள் டிவியில் இங்கே பூகம்பம் என்று சொன்னார்கள். முக்குக் கடையில் ஒவ்வொரு மணி நேரமும் காண்பித்துக் கொண்டிருந்தார்கள். என் தந்தை, 'வாருங்கள், அங்கு போகலாம்' என்றார். வந்து விட்டோம்."

"இங்கு வர டிக்கட்டுக்கு யார் பணம் கொடுத்தார்கள்?"

"யாருமில்லை. டிக்கட் இல்லாமல் வந்தோம். எங்களைப் போல் பலர் வந்தார்கள். ஸ்டேஷனில் கூட்டம். டிக்கட் கலெக்டரும் வரவில்லை."

"ஸ்டேஷனில் இருந்து இங்கு எப்படி வந்தீர்கள்?"

"எங்களுக்கு யாரையும் தெரியாது.ஆனால் நிறைய பஸ்கள் ஸ்டேஷனில் இருந்து பூஜுக்கு வந்து கொண்டிருந்தன. வெளிநாட்டிலிருந்து உதவி செய்ய பலர் வந்திருந்தனர். பஸ்களிலும் ஒரே கூட்டம். நாங்கள் ஒரு பஸ்ஸில் ஏறி மெயின் ரோட்டில் இறங்கினோம்."

"இந்த இடத்திற்கு எப்படி வந்தீர்கள்?"

"மெயின் ரோட்டிலிருந்து உள்ளிருக்கும் கிராமங்களுக்கு ஜீப்கள் போய் வந்து கொண்டிருந்தன. மெயின் ரோட்டில் நிவாரணப் பொருட்களை வைத்துக் கொண்டு நிறைய லாரிகள் இருந்தன. ரோட்டின் இரு பக்கத்திலும் பொருட்களை இறக்குவார்கள். நாம் வேண்டியதை எடுத்துக் கொள்ளலாம். நாங்களும் எடுத்துக் கொண்டோம்."

“என்னென்ன பொருட்களை இறக்குவார்கள்?”

“உணவுப் பொருட்கள், ஆப்பிள்கள், பிஸ்கட் பாக்கெட்டுகள், துணிகள், போர்வைகள், இன்னும் பல. என் தந்தை எங்கள் எல்லோரையும் எவ்வளவு முடியுமோ அவ்வளவு எடுத்துக் கொள்ளச் சொன்னார். நாங்கள் நிறைய எடுத்துக் கொண்டோம். இவ்வளவு பொருட்களை நாங்கள் மும்பையில் பார்த்தது கிடையாது. எல்லாமே நிறைய இருந்தது.”

பெரியவர்களாகி பொய்யும் புரட்டும் அவர்களை பீடிக்கும் வரை குழந்தைகள் உண்மை மட்டுமே பேசக்கூடிய அப்பாவிகள். சிலர் இல்லாத ஒன்றை இருப்பதாகக் காண்பிக்க பொய் சொல்வார்கள். ஆனால் குழந்தைகள் தங்கள் மேல் நம்பிக்கையுடையவர்கள். பொய்யாகத் தங்களை ஒரு போதும் காண்பித்துக் கொள்வதில்லை. அந்த மும்பை பிச்சைக்காரனுடைய பெண்கள் அது ஒரு விசேஷமான நிகழ்ச்சி போல எல்லாவற்றையும் என்னிடம் விலாவாரியாகச் சொன்னார்கள்.

பெரியவள் இன்னும் நிறையச் சொன்னாள். “பலர் அழுதுகொண்டிருந்தனர், சிலர் வலியில் துடித்துக் கொண்டிருந்தார்கள். சிலர் குழந்தையையோ அல்லது பெற்றோர்களையோ இழந்திருந்தார்கள். பாவமாக இருந்தது. ஆனால் உதவி செய்யவும் பலர் இருந்தனர். இரவு பகலாக டாக்டர்கள் வேலை பார்த்தார்கள். நிறைய சாமியார்களும் சாதாரண மக்களைப் போல் மருந்துகளெல்லாம் விநியோகித்துக் கொண்டிருந்தார்கள். ராணுவ வீரர்கள் வீடு கட்டிக் கொடுப்பதற்காக குழி தோண்டினார்கள். இரவு பகல், ஏழை பணக்காரன் வித்தியாசமே தெரியவில்லை.”

“அவர்களைக் காட்டிலும் எங்களுடைய நிலைமை நன்றாக இருந்தது. நாங்கள் எதையும் யாரையும் இழக்கவில்லை. ஏதாவது இருந்தால் தானே இழப்பதற்கு. இருப்பவர்களுக்குத்

தான் அந்த பயம் எல்லாம். இல்லாதவர்களுக்கு எதற்கு? என் அப்பாவும் அம்மாவும் இங்குள்ளவர்களுக்கு உதவி செய்தார்கள். கிராமத்தின் உள்ளே உதவி செய்ய ஆளில்லை என்று யாரோ சொன்னார்கள். அதனால் ஜீப் ஒன்றில் ஏறி இந்த கிராமத்திற்கு வந்து சேர்ந்தோம். ஒரு நிறுவனம், மூங்கில், டெண்ட், கூரைக்கு வேண்டிய பொருட்கள் என்று வீட்டை இழந்தவர்களுக்கு இலவசமாக நிறையக் கொடுத்தார்கள். எங்களுக்கும் வீடு இல்லாததால் எல்லாவற்றையும் வாங்கிக் கொண்டோம். என் தந்தை ஒரு வரிசையிலும், தாய் ஒரு வரிசையிலும் நின்று பொருட்கள் வாங்கியதால் எங்களுக்கு இரண்டு மடங்காக பொருட்கள் கிடைத்தது."

"என்னவெல்லாம் வாங்கினீர்கள்?"

"நிறைய உணவுப் பொருட்கள். தினமும் வயிறு நிறையச் சாப்பிடுகிறோம். பசி என்றால் என்ன என்று எங்களுக்குத் தெரியும் என்பதால் வரிசையில் நிற்க முடியாத சிலருக்கு எங்களிடம் இருப்பதைக் கொடுக்கிறோம்."

"இப்போது இங்கேயே தங்கி விட்டீர்களா?"

"என் தந்தைக்கு ஆஸ்த்மா தொல்லை இருந்து வந்தது. அவருக்கு சில நாட்கள் மூச்சு விட சிரமமாயிருக்கும். அப்போதெல்லாம் எங்களுக்குச் சாப்பிட ஒன்றும் இருக்காது. சிலர் மும்பைக் காற்றிலிருந்த மாசுதான் காரணம் என்று சொன்னார்கள். அது உண்மைதான் என்று நினைக்கிறோம். ஏனென்றால் இங்கு வந்தபின் அவருக்கு மூச்சுப் பிரச்சினையில்லை. எங்களுடைய வீட்டையும் இங்கே கட்டிக் கொண்டு விட்டோம். அதனால் இனிமேல் இங்கேதான் இருக்கப் போகிறோம்."

"இங்கேயும் பிச்சை எடுக்கிறாரா உங்கள் தந்தை?"

"இல்லை. இப்போது நாங்கள் நிறைவாக இருக்கிறோம். பக்கத்து வயலில் அம்மாவும் அப்பாவும் கூலி வேலை

செய்கின்றனர். தினமும் இருவரும் சேர்ந்து இருநூறு ரூபாய் சம்பாதிக்கின்றனர். சந்தோஷமாக இருக்கிறோம். இந்த பூகம்பம் எங்களுக்கு வரம்.”

அவளுடைய தங்கையிடம் எனக்கு டீயும் பிஸ்கட்டுகளும் எடுத்து வரச் சொன்னாள். என்னிடம் “என்ன பிஸ்கட் வேண்டும் உங்களுக்கு?” என்று கேட்டாள்.

“விதவிதமான பிஸ்கட்டுகள் உங்களிடம் இருக்கிறதா?” என்று ஆச்சரியமாகக் கேட்டேன்.

நடுவில் இருந்த திரையை நீக்கினாள். விதவிதமான பிஸ்கட் பாக்கட்டுகள், பெட்டி பெட்டியாக பிஸ்லேரி தண்ணீர் பாட்டில்கள், பாத்திரங்கள், ஸ்டீல் பெட்டிகள், என்று பல சாமான்களைப் பார்த்து திகைத்துப் போனேன்.

“பூகம்பம் வந்த நாளிலிருந்து எல்லோரும் இங்கே பிஸ்லேரி தண்ணீர் தான் குடிக்கிறார்கள். வெளிநாட்டிலிருந்து ஒரு கப்பல் நிறைய பிஸ்லேரி வந்து இறங்கியிருக்கிறதாம். உங்களுக்கு நான் கொடுத்ததும் அந்தத் தண்ணீர்தான்” என்றாள்.

டம்ளரிலிருந்த தண்ணீரை உடனே குடித்தேன்.

10

ஏமாற்றம்

வாரத்தின் முதல் நாளான திங்கட்கிழமை எங்கள் அலுவலகத்தின் மிகவும் பரபரப்பான நாள். மின்னஞ்சல்கள் அனுப்புவதும், மீட்டிங்கில் பேசுவதுமாக வேலை நிறைய இருக்கும். ஏகப்பட்ட அப்பாயிண்மெண்டுகள் என்னுடைய குறிப்பேடை நிறைத்திருக்கும். அதற்கு நடுவில் திடீரென்று எதிர்பாராமல் சிலர் வருவதுண்டு. திங்கட்கிழமை காலை உதவியாளர்களுக்கு நிற்க நேரமிருக்காது. என்ன செய்வது? திங்கட்கிழமையை தாண்டித்தானே ஆக வேண்டும்.

அப்படி ஒரு திங்கட்கிழமை எனக்கு ஞாபகம் இருக்கிறது. அன்று நான் மும்முரமாக மின்னஞ்சல்களைப் பார்ப்பதும், பதில் அனுப்புவதுமாக இருந்தேன். அப்போது எந்த வித முன்னறிவிப்பும் இல்லாமல் இருவர் என்னைப் பார்க்க வந்துள்ளதாகக் கூறினார் என் உதவியாளர்.

“என்ன சிறப்பு இவர்களிடம், அப்பாயிண்ட்மெண்ட் இல்லாமல் அனுப்புகிறீர்கள்?” என்று என் உதவியாளரிடம் கேட்டேன். என்னிடம் வேலை செய்பவர்கள் காரணமில்லாமல் எதையும் செய்ய மாட்டார்கள் என்ற நம்பிக்கை எனக்கு உண்டு.

மெதுவாக என் உதவியாளர் சொன்னார், “மேடம், முகம் வெளிறிய ஒரு வயதானவரும், ஒரு மத்திம வயது ஆளும்

வந்திருக்கிறார்கள். அவசரமான விஷயம் என்று உங்களைப் பார்க்க சிறிது நேரமாக உட்கார்ந்திருக்கிறார்கள்."

"உள்ளே அனுப்புங்கள்" என்றேன்.

இருவரும் உள்ளே வந்து என் எதிரே உட்கார்ந்தனர். வயதானவருக்கு எழுபது வயதுதிருக்கும். சோர்வாகவும் கவலையோடும் காணப்பட்டார். நைந்து போன பையொன்றை வைத்திருந்தார். பாவமாக இருந்தது. அந்த மத்திம வயது மனிதரும் கொஞ்சம் கவலையோடு காணப்பட்டார்.

"என்னவென்று சொல்லுங்கள்" என்று நேராக விஷயத்திற்கு வந்தேன்.

வயதானவர் பேசாமல் இன்னொருவரைப் பார்த்தார்.

"மேடம், இந்த வயதானவர் பஸ் நிறுத்தத்தில் உட்கார்ந்து கொண்டிருந்தார். இவருக்கு யாருமே இல்லை போலிருக்கிறது. அவருக்கு இருக்க இடம் வேண்டும். அவரிடம் பணம் இல்லை" என்றார்.

அந்த மத்திம வயதுக்காரர் இன்னும் என்னென்னவோ சொல்லிக்கொண்டு போனார். இது போல் சுற்றி வளைத்துப் பேசும் நபர்களை நான் அடிக்கடி சந்திப்பதுண்டு. என்ன வேண்டும் என்று அவர்கள் நேரடியாகச் சொல்வதில்லை. இது போல பலரைப் பார்ப்பதால் பாதியில் இடைமறித்து "நான் என்ன செய்ய வேண்டும்?" என்று கேட்டு விடுவேன்.

"உங்களைப் பற்றி நிறைய கேள்விப்பட்டிருக்கிறேன். நீங்கள் இவருக்கு உதவி செய்ய வேண்டும்."

"உங்களுக்கு யாராவது இருக்கிறார்களா?" என்று அந்தப் பெரியவரைக் கேட்டேன்.

கண்களில் நீ தளும்ப, மெதுவாக "எனக்கு யாருமில்லை" என்றார்.

“உங்கள் குடும்பம்?”

“இல்லை. யாருமில்லை.”

“எங்கு வேலை செய்து கொண்டிருந்தீர்கள்?”

நிறைய கேள்விகள் கேட்டேன். என்னுடைய எல்லாக் கேள்விகளுக்கும் திருப்தியான பதில்களை அளித்தார்.

அந்த வயதானவருக்காக பரிதாபப்பட்டேன். அவரிடம் பணமில்லை, பார்த்துக் கொள்வாருமில்லை. எனக்குத் தெரிந்த ஒரு முதியோர் இல்லத்தை தொலைபேசியில் கூப்பிட்டேன். அவர்களிடம் நான் ஒரு முதியவரை அனுப்புகிறேன் என்றும் அவரை என்ன செய்யலாம் என்று முடிவெடுக்கும் வரை அங்கு இருக்கட்டும் என்றும் கேட்டுக் கொண்டேன். “நான் அவரை அங்கு விட்டுவிட்டு ஆஃபீஸ் போய்விடுகிறேன். கவலை வேண்டாம்” என்று அந்த மத்திம வயதுக்காரர் சொன்னார்.

இருவரும் என் அறையிலிருந்து வெளியேறினார்கள். நானும் என் தினப்படி வேலைகளில் தொலைந்து போனேன்.

அந்த வயதானவரை மறக்கவில்லை. அவ்வப்போது முதியோர் இல்லத்தைக் கூப்பிட்டு அவர் நலம் விசாரிப்பேன். அவர் நன்றாக இருப்பதாகச் சொல்வார்கள். அவரை அடுத்து என்ன செய்வது என்பது பற்றி யோசிக்க நேரம் கிடைக்கவில்லை. மாதா மாதம் பணம் மட்டும் அனுப்பிக் கொண்டிருந்தேன்.

ஒரு நாள் முதியோர் இல்லத்திலிருந்து அழைப்பு வந்தது. அவர் மிகவும் முடியாமல் இருப்பதாகவும் ஹாஸ்பிடலில் சேர்த்திருப்பதாகவும் என்னால் மாலையில் வர முடியுமா என்றும் கேட்டார்கள்.

மாலை அவரைச் சந்திக்க மருத்துவமனை சென்றேன்.

அவர் முடியாமல் இருந்தார். அங்குள்ள மருத்துவர்கள் அவருடைய நிலைமை சரியில்லை என்றும் உயிர்

பிழைப்பது கஷ்டம் என்றும் தெரிவித்தனர். அவர் இந்த சமயத்தில் யாரையாவது பார்க்க விரும்புவார் என்று நினைத்தேன். குழந்தைகள் இல்லாவிட்டாலும், கூடப் பிறந்தவர்களையோ அல்லது அவர்களுடைய குழந்தைகளையோ அல்லது அவருடைய நண்பரையோ பார்க்க விரும்பலாம் இல்லையா? யாரிடம் இவர் நிலையைச் சொல்வது?

“உங்களுக்கு யாரையாவது பார்க்க வேண்டுமா? யாருடைய ஃபோன் நம்பராவது இருக்கிறதா? நாங்கள் அவரை வரவைக்கிறோம்” என்று கேட்டேன்.

நடுங்கும் கைகளுடன் ஒரு எண்ணை எழுதிக் கொடுத்தார். அந்த எண்ணுக்குரிய நபரைக் கூப்பிட்டு நிலைமையைச் சொன்னோம். சிறிது நேரத்தில் அந்த நபர் கவலை தோய்ந்த முகத்துடன் வந்து நேராக முதியவரிடம் சென்றார்.

அந்த மனிதனை எங்கேயோ பார்த்தது போல் எனக்கு இருந்தது. ஆனால் எங்கு என்று யோசித்தும் புலப்படவில்லை. ஏன் அந்த மனிதரின் முகம் தெரிந்தது போல் இருக்கிறது? ஒரு வேளை ஏதாவது பயணத்தில் பார்த்த ஒருவருடைய சாயலைக் கொண்டிருக்கலாம் என்று நினைத்துக் கொண்டேன்.

அப்போது டாக்டர் வெளியே வந்து அவர் இறந்து விட்டதாக கூறினார். எனக்கு துக்கமாக இருந்தது. அவரைத் தெரியாது, அவரிடம் பேசியதுமில்லை ஆனாலும் துக்கமாக இருந்தது.

சிறிது நேரம் கழித்து முதியவரைப் பார்க்க உள்ளே போன அந்த நபர் வெளியில் வந்தார். அவர் கண்களில் கண்ணீர். அமைதியாக பெஞ்சில் உட்கார்ந்தார். அந்த இடமே சோகமயமாக இருந்தது. முதியோர் இல்லத்தின் பொறுப்பாளர், வந்தவர், நான் எல்லோரும் மருத்துவமனை சம்பிரதாயங்கள் முடிவதற்காக ஹாலில் காத்துக் கொண்டிருந்தோம்.

"அவருடைய பை எங்கே?" என்று வந்தவர் கேட்டார்.

"எந்தப் பை?" என்றேன் நான்.

"முதியோர் இல்லதிற்கு ஒரு பையுடன் வந்தாரே" என்றார்.

இவருக்கு எப்படித் தெரியும் என்று எனக்கு ஆச்சரியமாகியது.

அங்கிருந்த ப்யூனை அவருடைய பையை எடுத்து வர முதியோர் இல்லத்திற்கு அனுப்பினேன். பை வந்தவுடன் அதைத் திறக்க அவர் முற்பட்டார். ஆனால் நான் அவரைத் தடுத்தேன்.

"நீங்கள் யார் என்று சொல்லிய பிறகு அதைத் திறக்கலாம். இவருக்கும் உங்களுக்கும் என்ன சம்பந்தம்? எப்படி அவரிடம் இப்படி ஒரு பை இருக்கிறது என்று உங்களுக்குத் தெரியும்?"

என்னுடைய கேள்விகள் அவருக்குப் பிடிக்கவில்லை. நான் பெண் என்பதால் கூட அவருக்குப் பிடிக்காமல் இருந்திருக்கலாம். இந்தியாவில் பெண்கள் கேள்விகள் கேட்டால் ஆண்களால் ஏற்றுக்கொள்ள முடிவதில்லை. கேள்விகள் கேட்காத பெண்களையே அவர்கள் விரும்புகின்றனர். இப்போதுதான் இந்த நிலை கொஞ்சம் கொஞ்சமாக மாறிக் கொண்டு வருகிறது.

"நான் தான் அவருடன் அன்று வந்தவன். அவரை இங்கே கொண்டுவந்து விட்டதும் நான் தான்."

"யார் நீங்கள்?' என்று ஆர்வமாகக் கேட்டேன்.

"அவருடைய மகன்."

எனக்கு அவ்வளவு அதிர்ச்சியாக இருந்த்திருக்கும் என்று கற்பனை செய்து கொள்ளுங்கள். ஒரு பரபரப்பான திங்கட்கிழமையன்று பஸ் ஸ்டாப்பில் அனாதையாக

உட்கார்ந்திருந்தார் என்று சொல்லி என்னிடம் கூட்டிக் கொண்டு வந்த ஆள் அவர் என்பது ஞாபகத்திற்கு வந்தது.

“ஏன் பொய் சொன்னீர்கள்?’ என்று வருத்தமாகக் கேட்டேன்.

எதிர்பார்த்தது போல் அவரிடம் ஒரு கதை இருந்தது. “என் வீடு சரியில்லை. என் மனைவிக்கு என் தந்தையைப் பிடிக்கவில்லை. உனக்கு தந்தை வேண்டுமா நான் வேண்டுமா என்று சண்டை பிடித்துக் கொண்டிருந்த போது உங்களுடைய நிறுவனத்தின் சேவைகள் பற்றிப் படித்தேன். அப்போது பணச் செலவில்லாமல் எங்கள் பிரச்சனையைத் தீர்க்க முடிவு செய்தோம். உங்களிடம் வந்தேன். எங்கள் வீடு வேறு என் மனைவியின் பேரில் இருக்கிறது. எனக்கு வேறு வழி தெரியவில்லை.”

“உங்கள் கஷ்டத்தைப் போக்கிக் கொள்ள நல்ல வழி” என்று எரிச்சலுடன் சொன்னேன். “நாங்கள் அனாதைகளுக்கு உதவி செய்கிறோம். ஆனால் குழந்தைகள் இருக்கும் அனாதைகளுக்கு அல்ல.”

பையைப் பிரித்தவுடன் அதில் மூன்று ஜோடி துணிகளும், மருந்துகளும், ஒரு பாஸ்புக்கும் இருந்தன. பாஸ்புக்கைப் பிரித்தவுடன் அதிர்ச்சியடைந்தேன். முதியவர் ஒரு லட்சத்துக்கும் மேல் பணம் வைத்திருந்தார். அதற்கு நாமினியாக தன் மகனின் பெயரைக் குறிப்பிட்டிருந்தார். ஒரு பைசா செலவில்லாமல் முதியோர் இல்லத்தில் சேர்க்க, தன் தந்தையை அனாதை என்று சொன்ன இதயமேயில்லாத பையனுக்கு தன் பணத்தை விட்டுவிட்டுப் போயிருந்தார். அந்தப் பையன் இப்போது தன் தந்தையின் பணத்தைக் கோரி வந்திருக்கிறார்.

அவருடைய பையன் அவரைப் பார்த்துக் கொள்ள விரும்பாவிட்டாலும், இன்னொருவரிடத்தில் தன்னை அனாதை என்று சொல்ல வைத்தாலும் கூட அவருக்கு

அந்தப் பணமெல்லாம் தன் பையனைச் சென்றடைய வேண்டும் என்று இருந்தது. கடைசிக் காலத்தில் தனக்கு அடைக்கலம் கொடுத்த முதியோர் இல்லத்துக்குக் கொடுப்போம் என்று துளியும் அவருக்குத் தோன்றவில்லை.

வெளிநாட்டில் முதியோர் இல்லத்தில் இறக்கும் முதியவர்கள் தங்கள் சொத்தை தங்களை கவனித்துக் கொண்ட அந்த இல்லத்துக்கே உயில் எழுதிவிட்டுப் போவது வழக்கம். குழந்தைகளுக்கு தங்கள் சொத்தைக் கொடுப்பது கிடையாது, குழந்தைகளும் அதை எதிர்பார்ப்பது இல்லை. ஆனால் நம்மிடமோ இந்த இரண்டு உலகங்களின் கெட்டவை மட்டுமே இருக்கின்றன: குழந்தைகள் தங்கள் பெற்றோரை கவனித்துக் கொள்வதில்லை, எப்பேர்ப்பட்ட குழந்தையாக இருந்தாலும் அவர்களுக்குச் சொத்தைக் கொடுக்க பெற்றோர் மறப்பதில்லை.

“சில ஆயிரங்களுக்காக நீங்களும் உங்கள் தந்தையும் இப்படி ஒரு நாடகம் போட்டது வெட்கக்கேடு. நீங்கள் தவறான உதாரணத்தை விட்டுப் போகிறீர்கள். அடுத்த முறை உண்மையாகவே ஆதரவற்ற ஒருவர் வந்தால் நாங்கள் உதவி செய்ய யோசிப்போம். உங்களைப் போன்றவர்கள் செய்த இம்மாதிரி வேலையால் என்றும் எங்கள் மனதை விட்டு நாங்கள் ஏமாற்றப்பட்டது அகலாது.”

அந்த ஆள் அவமானத்துடன் தலையை தொங்கப் போட்டுக் கொண்டார்.

11

பாட்டியின் கல்வி

எனக்குப் பன்னிரெண்டு வயது இருக்கும்போது நான் வடக்கு கர்நாடகாவில் இருக்கும் என் பாட்டி தாத்தா வீட்டில் வளர்ந்தேன். அந்த நாட்களில் போக்குவரத்து வசதி சரியாக இல்லாததால் காலையில் வர வேண்டிய நாளிதழ் மதியம் தான் வரும். வாராந்தரிகள் ஒரு நாள் தாமதமாக வரும். வாராந்தரிகளையும், கடிதங்களையும், நாளிதழ்களையும் கொண்டு வரும் பேருந்துக்காக ஆர்வமுடன் காத்துக் கொண்டிருப்போம்.

அந்தச் சமயத்தில் திரிவேணி கன்னடத்தில் எழுதும் பிரபலமான எழுத்தாளர். அற்புதமாக எழுதுவார். அவருடைய நடை எளிமையாகவும் திருப்திகரமாகவும் இருக்கும். அவருடைய கதைகள் பெரும்பாலும் சாதாரண மனிதர்களின் உளவியல் சிக்கல்களைப் பேசும். துரதிர்ஷ்டவசமாக இளம் வயதிலேயே அவர் இறந்து போனார். கன்னட இலக்கியத்திற்கு அது இழப்புதான். இப்பவும், அவர் இறந்து நாற்பது வருடங்கள் ஆகியும் கூட, மக்கள் அவருடைய எழுத்தை ஆராதிக்கிறார்கள்.

அப்போது கன்னட வாராந்தரியான ‘கர்மவீரா’வில் அவருடைய ‘காஷி யாத்ரே’ என்ற நாவல் தொடராக வந்து கொண்டிருந்தது. காசிக்குப் போக வேண்டும் என்ற தீவிரமான ஆசையுடன் இருக்கும் ஒரு மூதாட்டியின் கதை. காசிக்குச் சென்று அங்கிருக்கும் விஸ்வேஸ்வரரை

தரிசித்தால் புண்ணியம் கிடைக்கும் என்பது பெரும்பாலான ஹிந்துக்களின் நம்பிக்கை. கதையில் வரும் மூதாட்டிக்கும் அந்த ஒரு ஆசை மட்டுமே. அவள் அங்கு செல்ல வேண்டும் என்பதற்காக எப்படிக் கஷ்டப்படுகிறாள் என்று விவரித்திருப்பார். கதையில் ஒரு அனாதைப் பெண் வருவாள். அவள் ஒருவன் மேல் காதலாகி திருமணம் செய்து கொள்ள ஆசைப்படுவாள். ஆனால் பணமிருக்காது. கடைசியில் அந்தக் கிழவி காசிக்குப் போக அவள் சேர்த்து வைத்திருந்த பணத்தையெல்லாம் அந்தப் பெண்ணின் திருமணத்துக்காக கொடுத்து விடுவாள். “நான் காசிக்குப் போய் விஸ்வேஸ்வரரை தரிசிப்பதைவிட இந்தப் பெண்ணின் சந்தோஷம் மிக முக்கியம்” என்று கூறுவதாக எழுதியிருப்பார்.

என்னுடைய பாட்டி கிருஷ்டக்கா பள்ளிக்கூடமே சென்றதில்லை என்பதால் அவருக்கு எழுதப் படிக்கத் தெரியாது. ஒவ்வொரு புதன்கிழமையும் புத்தகம் வந்தவுடன் நான் திரிவேணியின் கதையை வாசித்துக் காட்டுவேன். எல்லா வேலையையும் மறந்து கதையைக் கேட்பார். அவரால் அந்தக் கதையை எப்போது கேட்டாலும் அப்படியே திருப்பிச் சொல்ல முடியும். என் பாட்டியும் காசிக்கு போனதில்லையாதலால் அவர் தன்னை கதையில் வரும் அந்த மூதாட்டியாக நினைத்துக் கொள்வார். அதனால் அவருக்குத்தான் அடுத்து என்ன நடக்கும் என்ற ஆர்வம் எல்லோரையும் விட நிறைய இருக்கும். புத்தகம் வந்தவுடன் அதை வாசித்துக் காண்பிக்க வலியுறுத்துவார்.

நாங்கள் எல்லோரும் கோயில் வளாகத்தில் ஒளிந்து விளையாடிக் கொண்டிருக்கும் சமயத்தில் ‘காஷி யாத்ரே’வில் அடுத்து என்ன நடந்தது என்று தெரிந்து கொண்டு அவருடைய நண்பர்களுடன் விவாதிப்பார். அந்தக் கதையை விவாதிக்க அதில் அப்படி என்ன இருக்கிறது என்று எனக்கு அப்போது புரியவில்லை.

ஒரு முறை என்னுடைய குடும்பத்துடன் பக்கத்து கிராமத்தில் நடந்த ஒரு திருமணத்துக்குப் போயிருந்தேன். சிறுவர்களாகிய எங்களுக்கு திருமணம் என்றால் சந்தோஷம். பெரியவர்கள் கல்யாண வேலையில் மும்முரமாக இருப்பார்கள். எங்களுக்கு கட்டற்ற சுதந்திரம் கிடைக்கும். இஷ்டம் போல் சாப்பிட்டுக் கொண்டு இடைவிடாது விளையாடிக்கொண்டிருப்போம். நான் இரண்டு நாட்கள் இருக்க வேண்டும் என்று அங்கே சென்றுவிட்டு ஒரு வாரம் தங்கி விட்டேன்.

வீட்டுக்குத் திரும்பியதும் பாட்டியின் கண்களில் கண்ணீர். எனக்கு ஒரே ஆச்சரியம். கஷ்டமான சமயங்களில் கூட அவர் அழுது பார்த்ததில்லை. எனக்கு கவலையாக இருந்தது.

“என்ன ஆயிற்று அவ்வா?”

அவ்வா என்றால் வடக்கு கர்நாடகாவில் அம்மா என்று அர்த்தம்.

பதில் சொல்லாமல் தலையாட்டினாள். எனக்குப் புரியவில்லை. பின்னர் அதைப் பற்றி மறந்து விட்டேன். அன்று பௌர்ணமி. கோடைக்காலம் வேறு. அதனால் சாப்பிட்டுவிட்டு இரவில் நாங்கள் மொட்டை மாடியில் படுத்துக்கொண்டிருந்தோம். அவ்வா என் பக்கத்தில் வந்து அமர்ந்தார். ஆசையுடன் என் நெற்றியைத் தடவினார். ஏதோ பேச நினைக்கிறார் என்று எனக்குத் தெரிந்தது. “என்ன அவ்வா?” என்றேன்.

“நான் சிறுமியாக இருந்த போதே என் தாயார் இறந்து விட்டார். என்னை வழி நடத்த யாருமேயில்லை. என் தகப்பனார் மறுபடியும் ஒரு திருமணம் செய்து கொண்டார். பெண்களின் படிப்பைப் பற்றி அந்தக் காலத்தில் யாருக்கும் அக்கறை இல்லை. அதனால் நான் பள்ளி சென்றதே இல்லை. சிறு வயதிலேயே திருமணமாகி குழந்தைகளும்

பெற்று விட்டேன். வேலையும் நிறைய இருந்தது. பின்னர் எனக்கு பேரன், பேத்திகளும் பிறந்த போது உங்களுக்கு சமைத்துப் போட்டு பார்த்துக் கொள்வதில் சந்தோஷமடைந்தேன். சில சமயங்களில் படிக்காமல் போய் விட்டோமே என்று வருத்தப்படுவதுண்டு. அதனால் என் குழந்தைகளும், பேரன் பேத்திகளும் நன்றாகப் படிக்குமாறு பார்த்துக் கொண்டேன்."

என் அறுபத்திரண்டு வயது பாட்டி தன் பன்னிரண்டு வயது பேத்தியிடம் இந்த இரவில் எதற்காக இதையெல்லாம் சொல்கிறார் என்று எனக்குப் புரியவில்லை. ஆனால் என் பாட்டி காரணமில்லாமல் சொல்ல மாட்டார் என்று தெரியும். எனக்கு என் பாட்டி என்றால் கொள்ளை ஆசை. அவர் முகத்தைப் பார்த்தேன். முகம் வாடிப்போய் கண்களில் கண்ணீர் நிரம்பியிருந்தது. எப்போதும் புன்னகையுடன் இருக்கும் அழகான பெண்மணி அவர். அந்த சோகமான முகம் இப்போது கூட என் ஞாபகத்தில் இருக்கிறது. நான் அவர் கையைப் பிடித்தேன்.

"அவ்வா, அழாதீர்கள். நான் ஏதாவது உதவி செய்ய முடியுமா?" என்று கேட்டேன்.

"ஆமாம். எனக்கு உன்னுடைய உதவி தேவை. நீ இங்கு இல்லாத போது 'கர்மவீரா' வந்தது. நானும் புத்தகத்தைப் பிரித்து 'காஷி யாத்ரே' கதையின் படத்தைப் பார்த்தேன். எனக்கு எழுதியிருந்தது எதுவுமே புரியவில்லை. அதன் மேல் பல முறை என் கைகளை தேய்த்துப் பார்த்தேன் ஏதாவது புரியுமா என்று. அது முடியாது என்று தெரியும். நீ வருவதற்காக ஆசையுடன் காத்துக் கொண்டிருந்தேன். நீ சீக்கிரம் வந்து எனக்குப் படித்துக் காட்டுவாய் என்று நினைத்தேன். அந்த கிராமத்திற்கு வந்து உன்னை படிக்கச் சொல்லி கேட்கலாம் என்று நினைத்தேன். இங்கிருக்கும் யாரையாவது படித்துக் காண்பிக்கச் சொல்லி இருக்கலாம்தான். ஆனால் வெட்கமாக

இருந்தது. இப்படி சார்ந்து இருப்பது பிடிக்கவில்லை. நாம் வசதியாக இருக்கிறோம். ஆனால் சுதந்திரமாக இருக்க முடியாவிட்டால் பணமிருந்து என்ன பயன்?”

எனக்கு என்ன சொல்வதென்று தெரியவில்லை.

“நாளையிலிருந்து கன்னட எழுத்துகள் கற்றுக் கொள்ளப் போகிறேன். கடினமாக உழைக்கப் போகிறேன். வரப் போகிற சரஸ்வதி பூஜை தான் என் காலக்கெடு. அன்றைக்கு என்னால் சுயமாக ஒரு நாவலைப் படிக்க முடிய வேண்டும். நான் சுதந்திரமாக இருக்க வேண்டும்.”

அவரிடம் ஒரு உறுதியைப் பார்த்தேன்.

“அவ்வா, அறுபத்திரண்டு வயதில் உங்களுக்கு அ, ஆ, இ, ஈ படிக்க வேண்டுமா? உங்கள் தலைமுடியெல்லம் நரைத்து விட்டது, கைகளில் சுருக்கம், கண்ணாடி, அதுவுமில்லாமல் சமையலறையில் நிறைய வேலை வேறு...”நான் குழந்தைத்தனமாக அவ்வாவை கிண்டல் செய்தேன். ஆனால் அவர் புன்னகைத்தார்.

“நல்லது செய்ய உறுதியுடன் இருந்தால் எந்தத் தடையையும் வெல்லலாம். நான் கடினமாக உழைக்கப் போகிறேன். கற்றுக் கொள்வதற்கு வயது தடையில்லை.”

அடுத்த நாளிலிருந்து அவ்வாவுக்கு பாடம் சொல்லிக் கொடுக்கலானேன். அவ்வா ஒரு அருமையான மாணவி. நிறைய வீட்டுப்பாடம் எழுதுவார். படித்து, சொல்லிப் பார்த்து, எழுதி, மறுபடி சொல்லிப் பார்ப்பார். நான் தான் அவருக்கு ஒரே ஆசிரியை. அவர்தான் என்னுடைய முதல் மாணவி. பிற்காலத்தில் கம்ப்யூட்டர் ஸயின்ஸ் ஆசிரியையாகி பல மாணவர்களுக்குச் சொல்லிக் கொடுப்பேன் என்று கொஞ்சமும் நினைக்கவில்லை.

தசரா பண்டிகை வந்தது. அவருக்குத் தெரியாமல் ‘காஷி யாத்ரே’ நாவல் வாங்கி வைத்திருந்தேன். அதற்குள் அது புத்தகமாக வந்துவிட்டிருந்தது. அவ்வா என்னை

பூஜையறைக்கு கூப்பிட்டார். என்னை நாற்காலியில் உட்காரச் சொல்லி எனக்கு பாவாடை சட்டை வைத்துக் கொடுத்தார். பிறகு என் காலைத் தொட்டு வணங்கினார். எனக்கு ஆச்சரியமாகவும் கலவரமாகவும் ஆகி விட்டது. பெரியவர்கள் ஒரு போதும் சிறியவர்களின் கால்களைத் தொட்டு வணங்குவதில்லை. சிறியவர்கள் தான் பெரியவர்களை, கடவுளை, ஆசிரியர்களை வணங்க வேண்டும். நடந்தது சரியில்லை என்று எனக்குத் தோன்றியது.

“நான் என் ஆசிரியையின் கால்களைத் தொட்டு வணங்குகிறேன், என் பேத்தியின் கால்களை அல்ல. இந்தக் குறைந்த காலத்தில் ஒரு நாவலைப் படிக்கும் அளவுக்கு எனக்கு அழகாக ஆசையாக சொல்லிக் கொடுத்தவளின் கால்கள். ஆணோ, பெண்ணோ, வயதோ பார்க்காமல் ஆசிரியர் என்பவர் வணக்கத்துக்குரியவர் என்று நம்முடைய வேதங்களில் இருக்கிறதல்லவா?”

நானும் அவர் கால்களில் விழுந்து என் முதல் மாணவிக்கு நான் வாங்கி வைத்திருந்த பரிசைக் கொடுத்தேன். அவர் அதைப் பிரித்து உடனே புத்தகத்தின் பெயரையும், ஆசிரியர், பதிப்பாளர் பெயரையும் படித்தார். என் மாணவி முதல் வகுப்பில் தேறி விட்டார் என்பது தெரிந்தது.

12

ரஹ்மானின் அவ்வா

ரஹ்மான் பி.பி.ஓவில் வேலை செய்யும் இளைஞன். அமைதியாகப் பேசும் மென்மையான இளைஞன். எங்களுடைய ஃபௌண்டேஷனின் சுறுசுறுப்பான உறுப்பினர். அவன் எப்போதும் அநாவசியமாகப் பேசுவதில்லை. அவனைப் பற்றி பெருமையடித்துக் கொள்வதுமில்லை.

ரஹ்மானிடம் எந்த வேலையைக் கொடுத்தாலும் அதை மிகவும் அழகாக திருப்தியாக செய்து முடிப்பான். வாரக்கடைசியில் ஃபௌண்டேஷனுக்காக வேலை செய்வான். அனாதை ஆசிரமத்தில் இருக்கும் குழந்தைகளிடம் அன்பாக இருப்பான். தன்னுடைய பணத்தை செலவழித்து அந்தக் குழந்தைகளுக்கு இனிப்புகள் வாங்கி வரும் அவனை எனக்கு மிகவும் பிடிக்கும்.

அவனுடன் வேலை செய்ததால் அவன் வடக்கு கர்நாடகாவின் தார்வாட் மாவட்டத்தைச் சேர்ந்தவன் என்று தெரிய வந்தது. என்னுடைய கன்னட உச்சரிப்பில் தார்வாட் கன்னடம் இழையோடும். அந்த ஊரின் உணவும் எனக்கு மிகவும் இஷ்டமானது. ஒரு நாள் ரஹ்மான் என்னிடம் வந்து “மேடம், இந்த ஞாயிறு உங்களுக்கு வேலை ஒன்றும் இல்லையென்றால் என் வீட்டிற்கு வருகிறீர்களா? என்னுடைய அம்மாவும், அக்காவும் வருகிறார்கள். என்னுடைய தாயும் தார்வாட் மாவட்டத்தைச் சேர்ந்தவர்

தான். என் குடும்பம் உங்களுடைய எழுத்துக்களைப் படிக்கிறது. உங்களுடன் நான் வேலை செய்கிறேன் என்று தெரிந்தவுடன் உங்களைப் பார்க்க ஆசைப்படுகிறார்கள். எங்களுடன் மதியம் சாப்பிட முடியுமா?' என்று கேட்டான்.

"எனக்கு நல்ல தார்வாட் உணவு கிடைக்கும் என்று உறுதி கொடுப்பீர்களா?" என்று நகைச்சுவையாகக் கேட்டேன்.

"நான் உறுதி கொடுக்கிறேன் மேடம். என் தாயார் நன்றாக சமைப்பார்."

"அது சரி! எல்லாப் பிள்ளைகளும் தங்கள் தாயார் எவ்வளவு மோசமாக சமைத்தாலும் நன்றாக சமைப்பார் என்று தான் சொல்வார்கள். தாயினுடைய அன்பு தான் அங்கே உணவை அற்புதமாக மாற்றுகிறது."

"இல்லை. உண்மையாகவே என் தாயார் நன்றாக சமைப்பார். என் மனைவியும் அதை ஆமோதிப்பாள்."

"அப்படியென்றால் அவர் சமையல் கண்டிப்பாக அருமையாக இருக்கும் என்று அர்த்தம்" என்று சொல்லிப் புன்னகைத்தேன். "ஆமாம். எந்த கிராமத்திலிருந்து வருகிறார்கள்?"

ரானேபென்னூர் பக்கத்தில் நான் கேள்விப்பட்டிராத ஒரு கிராமத்தின் பெயரைச் சொன்னார். நான் சாப்பிட வருவதாக சந்தோஷமாகச் சொன்னேன்.

அந்த ஞாயிறு அவன் வீட்டுக்கு பூக்களோடு சென்றேன். ரஹ்மானுடைய வீடு பன்னார்கட்டா உயிரியல் பூங்காவின் அருகில் புதிதாகக் கட்டப்பட்டுள்ள புது அபார்ட்மெண்ட் கட்டிடத்தில் இருந்தது. அவனுடைய மனைவி சல்மா கதவைத் திறந்தாள். அழகான பெண். பக்கத்தில் இருக்கும் ஒரு மழலையர் பள்ளியில் வேலை பார்த்து வந்தாள்.

ரஹ்மான் தன் அவ்வாவைக் கூப்பிட்டான். தலை நரைத்த வயதான பெண்மணி சமையறையிலிருந்து வெளியே வந்தார். “இது தான் என் தாயார்” என்று ரஹ்மான் அறிமுகம் செய்து வைக்க எனக்கு ஒரே ஆச்சரியம். நான் அவர் அப்படி இருப்பார் என்று எதிர்பார்க்கவில்லை. இல்கல் புடவை கட்டி, இருபத்திஐந்து பைசா அளவில் நெற்றியில் பொட்டுடன், இரண்டு கைகளிலும் பச்சை வளையல்களுடன் காட்சி தந்தார். தலையில் புடவை முந்தானையைச் சுற்றி இருந்தார். திருப்தியான புன்னகையுடன் கைகூப்பி “நமஸ்தே” என்றார்.

ரஹ்மானுடைய அக்கா வேறொரு அறையில் இருந்து வந்தாள். அவள் ரஹ்மான் போல் இல்லை. ரஹ்மான் சிவப்பாக அழகாக இருப்பான். அவனுடைய அக்கா கருப்பாக உயரமாக இருந்தார். அவள் காட்டன் புடவை கட்டிக் கொண்டு தன் தாயாரை விட அளவில் சிறிய பொட்டு வைத்திருந்தாள். கைகளில் இரண்டு தங்க வளையல்கள் இருந்தன. “இது என் சகோதரி உஷா. இவள் ஹிரேகேரூரில் இருக்கிறாள். இவளும் இவள் கணவரும் பள்ளி ஆசிரியர்கள்.”

ரஹ்மானுடைய அம்மாவையும் சகோதரியையும் பார்த்து எனக்கு ஒரே குழப்பம். ஆனால் எதுவும் கேட்கவில்லை.

வசதியாக நான் உட்கார்ந்த பின் “மேடம், உங்களுடைய கதைகள் எங்களுக்கு மிகவும் பிடிக்கும். ஏனென்றால் எங்களால் அவைகளுடன் தொடர்புபடுத்திக் கொள்ள முடிகிறது. உங்களுடைய குழந்தைகளுக்கான கதைகளை மாணவர்களுக்குச் சொல்வோம்” என்றாள் உஷா.

சல்மாவும் பேச்சில் கலந்து கொண்டாள்.”எனக்கும் பிடிக்கும், ஆனால் நான் சொல்லிக் கொடுக்க முடியாது. எல்லோரும் இன்னும் புரிந்து கொள்ள முடியாத குழந்தைகள்.”

ரஹ்மான் சிரித்தபடி "உங்களுக்கு என் அம்மாவையும் அக்காவையும் பார்க்க ஆச்சரியமாக இருக்கலாம். என் கதையை உங்களுக்குச் சொல்கிறேன்" என்றான்.

அவன் தாய் மறுபடி சமையலறைக்குச் சென்று விட்டார். உஷா டேபிளைத் துடைக்க ஆரம்பித்தாள். சல்மா தன் மாமியாருக்கு உதவ சமையலறைக்குச் சென்றாள். நாங்கள் இருவர் மட்டுமே இருந்தோம்.

"மேடம், என் தாயாரும் சகோதரியும் ஹிந்துக்களாக இருக்க நான் மட்டும் எப்படி முஸ்லீமாக இருக்கிறேன் என்று நீங்கள் நினைக்கலாம். உங்களால் மட்டுமே என்னுடைய வாழ்க்கைக் கதையை புரிந்து கொள்ளவும் பாராட்டவும் முடியும். எல்லா மதத்தினரையும் சரிசமமாக பாவித்து நீங்கள் உதவி செய்வதைப் பார்த்திருக்கிறேன். நீங்கள் என்னிடம் சொன்னது எனக்கு இன்னும் ஞாபகம் இருக்கிறது. 'நாம் எந்த மதத்தில் சமூகத்தில் பிறக்க வேண்டும் என்று நாம் முடிவு செய்ய முடியாது. அதனால் நம்முடைய சமூகம் தான் நம் அடையாளம் என்று என்றுமே நினைக்கக் கூடாது' என்று சொன்னீர்கள்."

ரஹ்மான் சற்று நிறுத்தி, "மேடம், எனக்கும் அதே நம்பிக்கை தான். ஏனென்றால் நானும் அப்படி வளர்க்கப்பட்டவன் தான். என்னுடைய வாழ்க்கைக் கதையை உங்களுடன் பகிர்ந்து கொள்ள ஆசைப்படுகிறேன்."

ரஹ்மான் தன் கதையைச் சொல்லலானான்.

"முப்பது வருடங்களுக்கு முன்னால் காஷிபாயும், தத்துராமும் எங்கள் கிராமத்தின் எல்லையில் அவர்களுடைய ஆறு மாதக் குழந்தை உஷாவுடன் வாழ்ந்து கொண்டிருந்தார்கள். பாம்பேயில் வசிக்கும் ஸ்ரீகண்ட் தேசாயின் பத்து ஏக்கர் நிலத்தைப் பராமரித்துக் கொண்டிருந்தார்கள். ஸ்ரீகண்ட் வருடத்திற்கு ஒரு முறை பணத்தை வாங்கிக் கொள்ள வருவார். பண்ணை பெரிதாக

இருந்ததால், அவர்களுடன் இன்னொரு குடும்பமும் இருந்து வேலை செய்தால் சௌகரியமாக இருக்கும் என்று முதலாளியிடம் கூறினார்கள்.

ஸ்ரீகண்ட் அவருக்குத் தெரிந்தவர்களிடம் சொல்லி வைத்தார். ஒரு நல்ல குடும்பத்தையும் கண்டுபிடித்தார். விரைவில், பாத்திமா பீயும் ஹுஸைன் ஸாபும் வீட்டின் ஒரு பகுதியில் குடியமர்ந்தார்கள். இன்னொரு பகுதியில் காஷிபாயும், தத்துராமும். ஹுஸைன் சாபும் தத்துராமும் நல்ல நண்பர்களானார்கள். ஆனால் காஷிபாயும் பாத்திமாவும் கண்ணோடு கண் கூட பார்த்துக் கொள்ளவில்லை. இருவரும் மோசமான பெண்கள் இல்லை. இருவருடைய குணாதிசயங்களும் வேறு வேறாக இருந்தன. காஷிபாய் சத்தமாக, கறாராகப் பேசும் பெண்மணி. கடின உழைப்பாளி. பாத்திமா பீயோ அமைதியான அதிகம் பேசாத பெண்மணி. ஆனால் சோம்பேறி. அதனால் சண்டை தவிர்க்க முடியாததாகிப் போனது.

ஒரு கோழியினால் ஆரம்பித்தது பிரச்சனை. காஷிபாயின் கோழி பாத்திமாவின் இடத்தில் முட்டையிடும். பாத்திமா முட்டைகளைக் கொடுக்க மாட்டார். தன்னுடைய கோழி முட்டையிட்டதாக நினைத்துக் கொள்வார். காஷிபாய் பாத்திமாவின் கோழியிலிருந்து தன்னுடயதை வேறுபடுத்திக் காண்பிக்க அதன் மேல் வண்ணம் பூசவும் செய்தார். இருவருக்கும் ஒரே கிணறு தான். இருவரும் ஒரே சமயத்தில் பாத்திரம் தேய்க்க துணி துவைக்க சண்டையிடுவார்கள். ஆடுகளாலும் சண்டை. பாத்திமாவின் ஆடுகள் காஷிபாய் பூஜைக்காக வைத்திருந்த பூக்களையும் இலைகளையும் தின்று விடும். சில சமயங்களில் காஷிபாயின் ஆடுகள் பாத்திமாவின் இடத்திற்குச் சென்று புழுக்கைகளைப் போட்டுவிட்டு வந்து விடும். புழுக்கைகளையும் பாத்திமா திருப்பித் தர மாட்டார்."

“புழுக்கைகளையா?” என்றேன்.

“மேடம், புழுக்கை நல்ல உரம்.”

“ஓ, சரி.”

“சண்டைகள் தொடர்ந்து கொண்டிருந்தன. உதவிக்கு இன்னொரு குடும்பம் வேண்டும் என்று தெரியாமல் முதலாளியிடம் கேட்டு விட்டோமோ என்று நொந்து கொண்டாள் காஷிபாய். பாத்திமா வருவதற்கு முன்னால் சந்தோஷமாக இருந்தோம் என்று நினைத்துக் கொண்டாள். பாத்திமாவுக்கும் அந்த இடத்தை விட்டு வேறு கிராமத்திற்குப் போக வேண்டும் என்றிருந்தது. ஆனால் அவள் கணவன் செவி சாய்க்கவில்லை. ‘பெண்கள் வேண்டாத விஷயத்திற்கெல்லாம் அடித்துக் கொள்கிறீர்கள். இங்கிருந்தால் பணம் சம்பாதிக்கலாம். நல்ல வளமான நிலம், நிறைய தண்ணீர், நல்ல முதலாளி. அடிக்கடி வந்து தொல்லை கொடுப்பதில்லை. காய்கறிகள் நன்றாக விளைகிறது. இதைப் போல வேறு எங்கு வேலை கிடைக்கும்? நீயும் காஷிபாயைப் போல் சுறுசுறுப்பாக இருக்கப் பழகு. உங்களுக்குள் இருக்கும் வேறுபாட்டை விட்டுவிட்டு அவளுடன் பழகு.’ இதே போல் பேச்சு வீட்டின் அடுத்த பகுதியிலும் நடக்கும். தத்துராம் அவர் மனைவியிடம் ‘இப்படி முரட்டுத்தனமாக இருக்காதே. பாத்திமாவைப் போல் அமைதியாக இரு. கொஞ்சம் சோம்பேறியாக இருந்தாலும் நல்ல பெண்.’”

“எப்போதும் போல் இரண்டு பெண்களும் தம் கணவன்மார்கள் சொல்வதைக் கேட்கவில்லை. காஷிபாயின் மகள் உஷாவிற்கு இரண்டு வயதாகியது. பாத்திமாவுக்கு குழந்தைகள் என்றால் பிடிக்கும். உஷா வயலில் விளையாடுவதை ஆசையுடன் பார்த்துக் கொண்டிருப்பாள். பாத்திமாவுக்கு மருதாணி என்றால் இஷ்டம். ஒவ்வொரு மாதமும் வயலில் இருந்து மருதாணி பறித்து கைகளில் இட்டுக் கொள்வாள். உஷாவுக்கும்

இடுவாள். உஷாவுக்கும் அந்த சிகப்பு வண்ணத்தைப் பார்ப்பதில் அப்படியொரு சந்தோஷம். அவள் அம்மாவிடம் 'நீயும் ஏன் பாத்திமா அத்தை போல் மருதாணி இட்டுக் கொள்ளக் கூடாது?' என்பாள். காஷிபாயிக்கு அது எரிச்சலைக் கொடுக்கும். 'அவளுக்கென்ன? அவள் புருஷன் வயலில் மட்டுமல்லாது அடுப்படியிலும் வேலை செய்கிறான். அவள் படுக்கையில் உட்கார்ந்து ரேடியோ கேட்டுக் கொண்டு இருப்பாள். நான் அப்படிச் செய்தால் உன் அப்பா வந்து சமையலறையில் வேலை செய்வாரா?' என்பாள். பாத்திமாவுக்கு இவள் பேசுவது கேட்டாலும் உஷாவிடம் வாஞ்சையோடு இருந்தாள்."

"பாத்திமா கர்ப்பிணி ஆனதும் இன்னமும் சோம்பேறித்தனம் அதிகமாகியது. பிரசவத்துக்குத் துணையாக தூரத்து உறவினர் ஒருவர் வந்தார். சிறிது நாட்களில் கிராமத்தில் திருவிழா வந்தது. அதற்கு தத்துராமின் குடும்பம் சென்று விட்டுத் திரும்பியபோது பாத்திமாவை ஹாஸ்பிடலில் சேர்த்திருந்தார்கள். அவளின் நிலைமை கவலைக்கிடமாக இருப்பதாகவும், ஒரு ஆண் குழந்தையை பெற்றெடுத்ததாகவும் தெரிந்தது. வீடே அமைதியில் மூழ்கியது. அந்த அமைதியைத் தாங்காமல் காஷிபாய் அழத் தொடங்கினாள். பாத்திமாவின் நிலையை நினைத்து அழுதாள். அடுத்த நாள் பாத்திமா இறந்த தகவல் கிடைத்தது.

"குழந்தையைப் பார்த்துக் கொண்டிருந்த பெண் ஒரு மாதத்திற்குப் பிறகு சென்று விட்டாள். சின்னக் குழந்தையை பார்த்துக் கொள்வது ஹுஸைன் சாபிற்கு கஷ்டமாக இருந்தது. அவர்களுக்கு நெருங்கிய உறவினர்கள் என்று சொல்லிக் கொள்வதற்கும் யாருமில்லை. பெரும்பாலும் அவர்களுடைய உறவினர்கள் எல்லோரும் கூலி வேலை பார்ப்பவர்கள். குழந்தை அவர்களுக்குப் பெரிய துன்பமாக இருக்கக்கூடும். வயல் வேலை அதிமாகச் செய்ய வேண்டாம் என்று தத்துராம் கருணையோடு

ஹுஸைனிடம் சொன்னார். ஆனாலும் ஹுஸைனுக்கு குழந்தையை பார்த்துக் கொள்வது கஷ்டமாக இருந்தது."

"ஒரு இரவு குழந்தை விடாமல் அழுது கொண்டிருந்தது. காஷிபாயினால் தாங்க முடியவில்லை. குழந்தையைப் பார்த்துக் கொள்வது என்று வந்து விட்டால் கண்டிப்பாக பெண்ணே வேறு. சின்னக் குழந்தை. அவளால் தாங்க முடியாமல் தன் கணவனிடம் கூட கேட்காமல் ஹுஸைன் வீட்டுக் கதவைத் தட்டினாள். ஹுஸைன் கதவைத் திறந்தவுடன் 'என்னிடம் குழந்தையைக் கொடுங்கள். அவனை சமாதானப்படுத்த எனக்குத் தெரியும்' என்று சொல்லி குழந்தையை தன் முந்தானையில் எடுத்து அணைத்துக் கொண்டு தன் வீட்டிற்கு வந்தாள். உடனே குழந்தை அழுகையை நிறுத்தியது. குழந்தை பிறந்ததிலிருந்து முதல்முறையாக ஹுஸைன் அன்று தான் நிம்மதியாகத் தூங்கினார்."

"அடுத்த நாள் காஷிபாய் ஹுஸைனிடம் 'நீங்கள் மறுமணம் செய்து கொள்ளும் வரை நான் இவனைப் பார்த்துக் கொள்கிறேன். கவலைப்படாதீர்கள்' என்றாள். பாத்திமாவிடம் இருந்த பகையை மறந்தாள். அப்படி இருந்ததற்காக வெட்கப்பட்டாள். பாத்திமாவிடம் நல்லபடியாக இருந்திருக்கலாமே என்று நினைத்தாள். இப்போது காஷிபாயிக்கு கோழிகள் எங்கே முட்டை போட்டன என்றோ, ஆடுகள் எங்கே புழுக்கை போட்டன என்றோ கவலை இல்லை. குழந்தையை பார்த்துக் கொள்வது தான் முக்கியமானதாக ஆயிற்று. ரஹ்மான் என்று குழந்தைக்குப் பெயர் வைத்தார்கள். ஆச்சரியமாக ஹுஸைன் மறுமணம் செய்து கொள்ளவில்லை. ரஹ்மான் காஷிபாயின் வீட்டில் வளரத் தொடங்கினான். காஷிபாயை அவ்வா என்றும் உஷாவை அக்கா என்றும் கூப்பிடத் தொடங்கினான். இரவு மட்டும் அப்பாவுடன் அவர்கள் வீட்டில் இருப்பான். விடிந்ததும் காஷிபாயின் வீட்டிற்கு ஓடி பள்ளி செல்லத் தயாராவான். காஷிபாய்

அவனைக் குளிப்பாட்டி, மதிய சாப்பாடு இருவருக்கும் கட்டி, உஷாவையும் ரஹ்மானையும் நடத்திக் கூட்டிக் கொண்டு போய் பள்ளியில் விடுவாள். உஷா ரஹ்மானை விட இரண்டு வயது மூத்தவளாக இருந்தாலும் காஷிபாய் இருவரும் ஒரே வகுப்பில் படிக்குமாறு பார்த்துக் கொண்டாள். வயலில் பகலெல்லாம் வேலை செய்து, மாலையில் குழந்தைகளை பள்ளியில் இருந்து கூட்டிக் கொண்டு வருவாள். இரவு சாப்பாடு மட்டும் ஹுஸைன் சமைக்க, ரஹ்மானும் அவன் தந்தையும் சாப்பிட்டு விட்டு படுத்துக் கொள்வார்கள். இது போல் பத்து வருடங்கள் ஓடின."

"ரஹ்மானுக்கு பத்து வயதும், உஷாவுக்கு பன்னிரெண்டு வயதும் இருக்கும் போது ஹுஸைனுக்கு உடம்பு சரியில்லாமல் போனது. அவருடைய சேமிப்பு எல்லாம் மருத்துவம் செய்யவே கரைந்தது. இதற்கு நடுவில் காஷிபாய் இரண்டு எருமைகள் வாங்கி பால் வியாபாரம் ஆரம்பித்தாள். தன் கணவனை விட அதிகம் சம்பாதிக்க ஆரம்பித்தாள்."

"அதே வருடம் ஹுஸைன் காச நோயினால் இறந்தார். ரஹ்மான் தனித்து விடப்பட்டான். ஹுஸைன் சாபின் அடக்கத்தின் போது ஒன்றிரண்டு நபர்களே இருந்தனர். ஒரு தூரத்து சொந்தமான மாமா ஒருவர் முல்லாவிடம் அவர் ரஹ்மானை கூட்டிக் கொண்டு போய் பார்த்துக் கொள்வதாகச் சொன்னார். ஆனால் அவர் வரவேயில்லை. கொஞ்சம் கூட யோசிக்காமல் தத்துராமும் காஷிபாயும் அவனை தத்தெடுத்துக் கொண்டனர். காஷிபாயின் வீட்டிலிருக்க ரஹ்மானுக்கும் சந்தோஷம்தான்."

"ரஹ்மானின் மதத்திற்கு காஷிபாய் முக்கியத்துவம் கொடுத்தாள். ஒவ்வொரு வெள்ளிக்கிழமையும் அவனை நமாஸ் செய்ய அனுப்பினாள். விடுமுறை நாட்களில் உள்ளூர் தர்காவில் நடக்கும் குரான் வகுப்புகளுக்கு

அனுப்பினாள். எல்லா முஸ்லிம் பண்டிகைகளிலும் கலந்து கொள்ளச் சொன்னாள். வீட்டில் நடக்கும் ஹிந்து பண்டிகைகளிலும் ரஹ்மான் இருந்தான். தத்துராமும் காஷிபாயும் இரு குழந்தைகளுக்கும் சைக்கிள்கள் வாங்கிக் கொடுத்தார்கள். அதில் தான் ரஹ்மானும் உஷாவும் பள்ளிக்கும் கல்லூரிக்கும் சென்றார்கள். இருவரும் பட்டம் வாங்கிய அன்று காஷிபாய் ரஹ்மானிடம் சொன்னாள் 'துரதிர்ஷ்டவசமாக நம்மிடம் உன் பெற்றோரின் புகைப்படம் இல்லை. அதனால் மெக்கா இருக்கும் திசையைப் பார்த்து வேண்டிக் கொள். உன் தாய் தந்தையை வணங்கிக் கொள். அவர்கள் உன்னை ஆசிர்வதிப்பார்கள். உஷாவுக்கு அடுத்த மாதம் திருமணம். உங்கள் இருவரையும் வளர்த்தி என் கடமையைச் செய்து விட்டேன்."

"தன் தாயின் முகத்தைக் கூட அறியாத ரஹ்மானுக்கு காஷிபாயின் அன்பான வார்த்தைகள் உணர்ச்சிவசப்பட வைத்தன. அல்லாவையும் பெற்றோரையும் வணங்கி விட்டு காஷிபாயின் கால்களைத் தொட்டு வணங்கினான். 'அவ்வா, நீங்கள் தான் என் அம்மி. நீங்கள் தான் என் மெக்கா.' ரஹ்மானுக்கு பெங்களூரில் ஒரு பி.பி.ஓவில் வேலை கிடைத்து அங்கு மாறினான். வேறு வேறு நிறுவனங்களில் வேலை செய்தான். அவனுடைய வேலையில் நல்ல முன்னேற்றம் கண்டு நன்றாகச் சம்பாதிக்க ஆரம்பித்தான். சல்மாவை ஒரு நண்பனின் திருமணத்தில் சந்தித்தான். காதலித்தான். காஷிபாய் தத்துராமுடைய சம்மதத்திற்குப் பிறகு அவளைத் திருமணம் செய்து கொண்டான்."

அவன் கண்களில் கண்ணீருடன் கதையை முடித்தான்.

காஷிபாயை நினைத்து ஆச்சரியப்பட்டேன். படிப்பில்லாவிட்டாலும் உயர்ந்த நற்பண்புகளையும் விசாலமான மனதும் உடைய அவரை நினைத்து அசந்து போனேன். காஷிபாய் ஒரு சிறுவனை அவனுடைய மதக்கோட்பாட்டிலேயே வளர்த்திருக்கிறார்.

அவனைத் தன் சொந்த மகனைப் போலவே அன்பு செலுத்தியிருக்கிறார்.

அதற்குள் உணவு தயாராகியிருந்தது. உஷா சாப்பிடக் கூப்பிட்டாள். அற்புதமான உணவை சாப்பிட்டுக் கொண்டிருக்கும் போது உஷாவைக் கேட்டேன் "ஏதாவது காரியமாக இங்கு வந்தீர்களா?"

"இப்போது விடுமுறை. பஞ்சமிக்கு இங்கு இருக்க வேண்டும் என்று இன்னும் சிறிது நாட்கள் சேர்த்து விடுமுறை எடுத்துக் கொண்டு வந்தேன்."

பஞ்சமி என்பது திருமணமான பெண்களால் கொண்டாடப்படும் பண்டிகை. அந்தப் பண்டிகையை சகோதரர்கள் வீட்டில் தான் கொண்டாடுவார்கள். வடக்கே ராக்கி பண்டிகை கொண்டாடுவதைப் போல சகோதரிகளின் அன்பை சகோதரர்கள் ஏற்றுக் கொள்ளும் பண்டிகை இது. ராணி கருணாவதி ஹுமாயூனுக்கு ராக்கி அனுப்பிய வரலாறு ஞாபகத்துக்கு வந்தது.

சாப்பாட்டு அறையின் சுவரைப் பார்த்தேன். மெக்காவின் படமும் கிருஷ்ணரின் படமும் அருகருகே தொங்கிக் கொண்டிருந்தன.

13

ஆட்டு மந்தை

விமானத்தில் ஏறுவதற்காக லண்டனிலுள்ள ஹீத்ரோ விமானநிலையத்தில் நின்று கொண்டிருந்தேன். பொதுவாக நான் வெளிநாடு சென்றாலும் புடவை கட்டிக் கொள்வதே வழக்கம். பயணம் செய்யும் போது மட்டும் சல்வார் கமீஸில் இருப்பேன். டெர்மினலில் இந்திய உடையோடு உட்கார்ந்து கொண்டிருந்தேன்.

இன்னும் போர்டிங் ஆரம்பிக்கவில்லையாதலால் சுற்றும் முற்றும் என்ன நடக்கிறதென்று பார்த்துக் கொண்டிருந்தேன். அது பெங்களூருக்குச் செல்லும் விமானம். ஆகையால் என்னைச் சுற்றி கன்னடம் கேட்டுக் கொண்டிருந்தது. அவரவர் ஜோடிகளுடன் என்னைப் போல் வயதானவர்கள் பலர் இருந்தார்கள். அநேகமாக பிரசவம் பார்த்து விட்டோ புது வீட்டில் குழந்தைகளை குடியமர்த்திவிட்டோ அமெரிக்காவிலிருந்தும் இங்கிலாந்திலிருந்தும் திரும்பிக் கொண்டிருப்பார்கள். இந்தியாவின் முன்னேற்றத்தைப் பற்றிப் பேசிக் கொண்டு சில ஆங்கிலேயர்களும் நின்று கொண்டிருந்தார்கள். பதின்ம வயதினர் கைகளில் அலைபேசிகளோடும் சின்னக் குழந்தைகள் அழுது கொண்டோ ஓடிக்கொண்டோ இருந்தன.

சிறிது நிமிடங்கள் கழித்து விமானத்தில் ஏறும்படி அழைப்பு வந்ததும் எல்லோரும் வரிசையில் நின்றனர். எனக்கு

முன்னால் நன்றாக அலங்காரம் செய்து கொண்டிருந்த பெண்மணி நின்று கொண்டிருந்தார். பட்டு உடை, குதிகால் செருப்பு, விலை அதிகமுள்ள குச்சி(*Gucci*) கைப்பை வைத்துக் கொண்டிருந்தார். அவருடைய தலைமுடி சீராக வாரப்பட்டு அழகாக இருந்தது. அவருடைய தோழி அவருக்குப் பக்கத்தில் நின்று கொண்டிருந்தார். அவர் விலையுயர்ந்த புடவையும், முத்து மாலையும் வைர வளையல்களும் அதற்கு மேட்சாக தோடுகளும் அணிந்திருந்தார்.

நான் குளிர் பானங்களை வழங்கும் இயந்திரத்தைப் பார்த்துக் கொண்டே தண்ணீர் குடிக்கப் போகலாமா வேண்டாமா என்று வரிசையிலிருந்தபடி யோசித்துக் கொண்டிருந்தேன்.

திடீரென்று எனக்கு முன்னால் இருந்த அந்தப் பெண்மணி பக்கவாட்டில் திரும்பி என்னைப் பார்த்தார். அதில் ஒரு இரக்கம் தெரிந்தது. கையை நீட்டி "உங்களுடைய போர்டிங் பாஸை நான் பார்க்கலாமா?' என்று கேட்டார்.

என்னுடைய போர்டிங்க் பாஸை அவரிடம் கொடுக்கப் போன நான் சுதாரித்துக் கொண்டு "எதற்கு?' என்று கேட்டேன். ஏனென்றால் அவரைப் பார்த்தால் அங்கு வேலை செய்யும் ஊழியர் போலவும் இல்லை.

"இந்த வரிசை பிஸினஸ் க்ளாஸ் ஆட்களுக்கு மட்டும் தான்" என்று உறுதியான குரலில் சொல்லி விட்டு கையை நீட்டி "அங்கு போய் நீங்கள் நிற்க வேண்டும்" என்றார். என்னுடையது பிஸினஸ் க்ளாஸ் டிக்கட் என்று சொல்ல வாயெடுத்து பின் மூடிக்கொண்டேன். நான் ஏன் பிஸினஸ் க்ளாஸ் டிக்கட்டுக்கு தகுதியானவள் இல்லை என்று அவர் நினைத்தார் என்று தெரிந்து கொள்ள ஆசைப்பட்டேன். "ஏன் நான் அந்த வரிசைக்குப் போக வேண்டும்?" என்று மறுபடி கேட்டேன்.

அவர் பெருமூச்செறிந்தார். "எகானமி க்ளாஸ் டிக்கட்டுக்கும் பிஸினஸ் க்ளாஸ் டிக்கட்டுக்கும் நிறைய வித்தியாசம் இருக்கிறது. பிசினஸ் க்ளாஸ் டிக்கட் எகானமி க்ளாஸ் டிக்கட்டின் விலையை விட இரண்டரை மடங்கு அதிகம்..."

"மூன்று மடங்கு அதிகம் என்று நினைக்கிறேன்" என்று இடைமறித்தார் அவர் தோழி.

"ஆமாம். அதுவும் தவிர சில வசதிகளும் உண்டு..." என்றார்.

"அப்படியா?" என்றேன் ஆச்சரியமாக. அவர்களிடம் கொஞ்சம் விளையாடலாம் என்று முடிவெடுத்தேன். ஒன்றும் தெரியாதது போல் "என்னென்ன வசதிகள்?" என்றேன்.

அவருக்கு கொஞ்சம் எரிச்சல் வந்தது. "எங்களால் இரண்டு பைகள் கொண்டுவர முடியும். உங்களுக்கு ஒன்று மட்டும் தான் அனுமதி. கூட்டமில்லாத வரிசையில் நிற்கலாம். நல்ல இருக்கைகளும் நல்ல உணவும் கிடைக்கும். இருக்கையை நன்றாக பின்னுக்குத் தள்ளி தூங்கலாம். டிவி மற்றும் நான்கு கழிவறைகள் உண்டு."

அவர் தோழி "நம்முடைய பெட்டிகளை முதலில் செக் இன் செய்ய முடியும். அதே போல் இறங்கியதும் முதலில் நம்முடைய பெட்டிகள் வந்து விடும். ஃப்ரீக்வெண்ட் ஃப்ளையர் மைல்ஸூம் நிறைய சேரும்" என்றார்.

"இப்போது உங்களுக்குப் புரிந்ததா? எகானமி வரிசைக்குச் செல்லுங்கள்" என்று சொன்னாள்.

"அங்கே நான் போக மாட்டேன்" என்று உறுதியாக இருந்தேன்.

அந்தப் பெண்மணி தன் தோழியிடம் திரும்பி "இந்த ஆட்டுமந்தைக் கூட்டத்திடம் விவாதம் பண்ண முடியாது.

பணியாளர்கள் வந்து சொல்லட்டும். நாம் சொல்வதைக் கேட்க மாட்டாள்."

எனக்கு கோபம் வரவில்லை. 'ஆட்டுமந்தைக் கூட்டம்' என்ற வார்த்தை இன்னொரு நிகழ்வை ஞாபகப்படுத்தியது.

ஒரு முறை பெங்களூரில் நடந்த பெரிய இடத்து பார்ட்டிக்குப் போயிருந்தேன். பல பிரபலங்களும், பெரிய மனிதர்களும் வந்திருந்தனர். நான் அங்கிருந்தவர்களிடம் கன்னடத்தில் பேசிக்கொண்டிருந்த போது ஒருவர் வந்து என்னிடம் நிறுத்தி நிதானமாக ஆங்கிலத்தில் "நான் என்னை அறிமுகப்படுத்திக் கொள்ளலாமா? நான்..."

ஆங்கிலம் எனக்குத் தெரியாது என்று அவர் நினைத்தது அவர் என்னுடன் பேசும் விதத்திலிருந்து தெரிந்தது. நான் புன்னகைத்தேன். "நீங்கள் ஆங்கிலத்தில் என்னுடன் பேசலாம்" என்று ஆங்கிலத்தில் சொன்னேன்.

"ஓ..." அவர் லேசாக திடுக்கிட்டது போல் இருந்தது. "மன்னித்துக் கொள்ளவும். நீங்கள் கன்னடத்தில் பேசிக் கொண்டிருந்ததால் உங்களுக்கு ஆங்கிலம் பேச சிரமம் என்று நினைத்தேன்."

"ஒருவர் அவருடைய தாய்மொழியில் பேசுவதில் என்ன அவமானம்? கன்னடம் தெரியாதவர்களிடம் மட்டுமே நான் ஆங்கிலத்தில் பேசுவது."

விமானநிலையத்தில் வரிசை நகர்ந்ததால் நிகழ்காலத்திற்கு வந்தேன். எனக்கு முன்னால் இருந்த பெண்மணிகள் தங்களுக்குள் கிசுகிசுத்துக் கொண்டார்கள். "இப்போது அந்த வரிசைக்கு இவளை அனுப்பி விடப் போகிறார்கள் பார். நாம் சொல்வதைக் கேட்கவில்லை."

போர்டிங் பாஸை காட்ட வேண்டிய நேரம் வந்ததும் எனக்கு முன்னர் காட்டிவிட்டுச் சென்ற அவர்கள் இருவரும் என்ன நடக்கப்போகிறது என்று பார்ப்பதற்காக

நின்றனர். பணியாளர் என்னுடைய போர்டிங் பாஸை வாங்கிக் கொண்டு மந்தகாசமாக புன்னகைத்தபடி “வெல்கம்! போன வாரம் வந்தீர்களல்லவா?” என்றார்.

“ஆமாம்!”

புன்னகையுடன் அடுத்த பயணியிடம் கை நீட்டினார். அந்தப் பெண்மணிகளைக் கடந்து நான் நடந்து போனேன். ஆனாலும் மனது கேட்காமல் திரும்பி அவர்களிடம் வந்தேன். “ஏன் என்னால் பிஸினஸ் க்ளாஸ் டிக்கட் வாங்க முடியாது என்று நினைத்தீர்கள்?அப்படி என்னிடம் அந்த டிக்கட் இல்லையென்றாலும் நான் எங்கே நிற்க வேண்டும் என்று சொல்ல நீங்கள் யார்? நான் உங்களை எதுவும் கேட்கவில்லையே?”

இருவரும் அமைதியாக என்னைப் பார்த்துக் கொண்டிருந்தார்கள்.

“‘ஆட்டு மந்தைக் கூட்டம்’ என்று குறிப்பிட்டீர்கள். பெரும் செல்வந்தராக இருந்தால் மட்டுமே உயர்ந்தவர் என்ற அர்த்தம் இல்லை.” என்னால் நிறுத்த முடியவில்லை. நன்றாகத் திருப்பிக் கொடுக்க வேண்டும் என்று தோன்றியது. “பணம் சம்பாதிக்க தப்பான வழிகள் பல இந்த உலகில் இருக்கின்றன. எல்லா சௌகரியங்களையும் பணத்தால் வாங்கிவிட முடியும். ஆனால் உயர்ந்த பண்பை வாங்க பணத்தால் முடியாது. மதர் தெரசாவும், கணித மேதை மஞ்சுள் பார்கவாவும் எவ்வளவு உயர்வானவர்கள். பணத்தால் மட்டுமே உயர்ந்த இடத்தைப் பெற முடியும் என்ற உங்கள் கருத்து எப்பொழுதோ காலாவதியாகிவிட்டது.”

பதில் எதிர்பார்க்காமல் அங்கிருந்து நகர்ந்தேன். எட்டு மணி நேரம் கழித்து பெங்களூரில் இறங்கினேன். அன்று வேலை நாளானதால் அலுவலகத்துக்குச் சென்றேன். நிறைய மீட்டிங்குகள் இருப்பதை அறிந்து கொண்டேன். சில மணி நேரங்களுக்குப் பிறகு பயணத்தினால் களைப்பாக

இருந்தது. கடைசி கூட்டத்தை என் ப்ரொக்ராம் டைரக்டரை கலந்து கொண்டு நடத்தச் சொன்னேன்.

“மன்னிக்கவும். இந்த ஆலோசனைக் கூட்டத்துக்கு நீங்கள் இருந்தேயாக வேண்டும். ஒரு நிறுவனத்தின் சி.இ.ஓவை சந்திக்க வேண்டும். பல மாதங்களாக அவர் நம்முடன் தொடர்பில் இருக்கிறார். நம் முடிவை நாம் தெரிவித்து விட்டாலும் உங்களைப் பார்த்தால் ஒரு நல்ல முடிவு கிடைக்கும் என்று நம்புகிறார். யாரைப் பார்த்தாலும் முடிவை மாற்ற முடியாது என்று சொல்லிப் பார்த்தேன். ஆனால் என்னை அவர் நம்பவில்லை. நீங்கள் இன்று அவரைப் பார்த்து இந்த விஷயத்தை முடிவுக்கு கொண்டு வாருங்கள்.”

அது ஒன்றும் எனக்குப் புதிதல்ல. தயக்கத்துடன் ஒப்புதல் அளித்தேன்.

அவரை சந்திப்பதற்கான நேரம் வந்ததும் எனக்கு ஒரு தொலைபேசி அழைப்பு வந்தது. “நீங்கள் ஆரம்பித்து விடுங்கள். நான் வந்து கலந்து கொள்கிறேன்.” என்று சொன்னேன்.

பதினைந்து நிமிடங்கள் கழித்து கான்ஃபரன்ஸ் அறைக்குச் சென்றதும் விமானநிலையத்தில் பார்த்த அந்த இரண்டு பெண்களும் பேசிக்கொண்டிருந்தனர். அவர்கள் மிக சாதாரணமான உடைகளில் இருந்தது ஆச்சரியமளித்தது. ஒருவர் காதி புடவையும் மற்றொருவர் சாதாரண சல்வார் கமீஸூம் அணிந்திருந்தார். திருமணம் என்றால் விலையுயர்ந்த புடவையும் சமூக சேவகர்கள் என்றால் மிகச் சாதாரண உடையும் அணிய வேண்டுமென்ற நியதி ஏனோ காலங்காலமாக இருந்து வருகிறது. என்னைப் பார்த்தவுடன் சில மணித்துளிகள் அமைதி நிலவியது. பின்னர் எதுவுமே நடக்காதது போல் அவர்களில் ஒருவர் தன் பேச்சைத் தொடர்ந்தார்.

“எங்களுடைய காஃபித் தோட்டம் இந்த கிராமத்தில் இருக்கிறது. தோட்டத்தில் வேலை செய்பவர்களின் குழந்தைகள் பக்கத்திலிருக்கும் அரசுப் பள்ளிக்குச் செல்கிறார்கள். புத்திசாலியான பல குழந்தைகள் இருக்கிறார்கள். ஆனால் சரியானபடி வசதிகள் இல்லை. சரியான கூரையோ, குடிதண்ணீர் வசதியோ இல்லை. சரியான இருக்கைகளோ கழிவறைகளோ நூலகமோ இல்லை. மேலும் அந்தக் குழந்தைகளுக்கு...”

“ஆசிரியர்களும் இல்லை” என்று நான் வாக்கியத்தை முடித்தேன்.

அவர் புன்னகைத்துக் கொண்டே தலையாட்டினார். “உங்களுடைய ஃபௌண்டேஷன் அந்த குழந்தைகளுக்கு இந்த வசதிகளையெல்லாம் செய்து கொடுத்தால் நன்றாக இருக்கும். ஒரு ஆடிடோரியமும் கட்டிக் கொடுத்தால் ஒரு பெரிய பள்ளியில் படிப்பதைப் போன்ற எல்லா வசதியும் அந்த ஏழை குழந்தைகளுக்குக் கிடைத்து விடும்” என்றார்.

என்னுடைய ப்ரொக்ராம் டைரக்டர் ஏதோ சொல்ல வாயெடுத்தார். ஆனால் நான் அவரை அமைதியாக இருக்கச் சொல்லி சைகை செய்தேன்.

“எத்தனை குழந்தைகள் இருக்கிறார்கள்?’என்று கேட்டேன்.

“சுமார் இருநூற்றைம்பது.”

“அதில் எத்தனை பேர் தோட்டத் தொழிலாளிகளின் குழந்தைகள்?”

“எல்லோரும். என் தந்தை எம்.எல்.ஏவாக இருக்கும் போது இந்தப் பள்ளிக்கு மேலிடத்திலிருந்து அனுமதி பெற்றுத் தந்தார்” என்று பெருமையுடன் சொன்னார்.

“உதவி செய்ய யாருமே இல்லாதவர்களுக்கு மட்டுமே எங்கள் ஃபௌண்டேஷன் உதவி செய்யும். ஒரு வீடில்லாத

மனிதனையோ அல்லது ஒரு தினக்கூலி வாங்கும் மனிதனையோ நினைத்துப் பாருங்கள். அவர்களுக்கு ஒரு கஷ்டம் வந்தால் உதவி செய்ய யாருமில்லை. அவர்களுடைய குழந்தைகளுக்குத் தான் நாங்கள் உதவி செய்வோம். உங்கள் தோட்டத் தொழிலாளிகள் உங்களுக்காக உழைக்கிறார்கள். பதிலுக்கு நீங்கள் தான் அவர்களுக்குத் திருப்பிக் கொடுக்க வேண்டும். சொல்லப் போனால் அது உங்கள் கடமையும் கூட. அவர்களுக்கு நீங்கள் உதவி செய்தால் உங்களுக்கும் வருங்காலத்தில் பல நன்மைகள் கிடைக்கும். எங்களுடைய ஃபௌண்டேஷன் வேண்டப்பட்டவர்களுக்கு உதவிகள் நேரடியாகச் செல்லும் திட்டத்தில் மட்டுமே பங்கெடுக்கும். உங்கள் திட்டம் ஆட்டுமந்தைக் கூட்டமாகிய எங்களுக்கு சரி வராது.”

என்ன பதிலளிப்பது என்று தெரியாமல் இரண்டு பெண்களும் ஒருவரையொருவர் பார்த்துக் கொண்டார்கள்.

என் ப்ரோக்ராம் டைரக்டரைப் பார்த்து “நான் ஒரு கதை சொல்லப் போகிறேன்” என்றேன்.

அவளுடைய முகத்தில் ஒரே குழப்ப ரேகை. முக்கியமான கூட்டத்தின் நடுவே கதையா?

“ஜார்ஜ் பெர்னார்ட் ஷா பெரிய சிந்தனையாளர். ஒரு நாள் அவரை கௌரவப்படுத்தும் விதமாக பிரிட்டிஷ் க்ளப்பில் இரவு உணவுக்கு அழைப்பு விடுத்திருந்தார்கள். அந்த க்ளப்பிற்கு வருபவர்கள் கண்டிப்பாக சூட்டுடனும் டையுடனும் தான் வர வேண்டும். அக்காலத்தில் உயர்குடிக்கான உடை அது.”

“பெர்னார்ட் ஷா எப்போதும் போல் சாதாரண உடையிலேயே உள்ளே நுழைந்தார். வாயிலில் இருந்தவர் அவருக்கு அனுமதி மறுத்தார்.”

"ஏன்?"

"நீங்கள் இந்த க்ளப்பினுள் நுழைவதற்கு வேண்டிய உடையை உடுத்தவில்லை சார்."

"என்னை கௌரவப்படுத்துவதற்காகத்தான் இந்த விருந்தே. நான் பேசப்போவது தான் முக்கியம். என்னுடைய உடை அல்ல" என்றார் பெர்னார்ட்.

"சார்! எதுவாக இருந்தாலும் சரி. இந்த உடையோடு உங்களை உள்ளே அனுமதிக்க முடியாது."

"வாயிலில் நின்றவருக்கு ஷா புரிய வைக்க முயன்றார். ஆனால் அவர் கேட்பதாக இல்லை. அதனால் வீட்டுக்கு நடந்து சென்று, வேறு உடை உடுத்தி மறுபடியும் க்ளப்புக்கு வந்தார். சிறிது நேரத்தில் அந்த அறை நிரம்பியது. அவர் பேச்சைக் கேட்க மக்கள் ஆவலுடன் காத்திருந்தனர். அவர் எழுந்து நின்றார். தன்னுடைய கோட்டையும் டையையும் கழற்றி நாற்காலியின் மேல் வைத்தார், 'நான் இன்று பேசப் போவதில்லை.' என்று அறிவித்தார்."

"பார்வையாளர்கள் மத்தியில் சலசலப்பு ஏற்பட்டது. அவரை நன்றாகத் தெரிந்தவர்கள் காரணத்தைக் கேட்டனர். ஷா சிறிது நேரத்திற்கு முன் நடந்த நிகழ்ச்சியைச் சொன்னார். 'நான் கோட்டும் டையும் போட்ட பிறகே என்னை உள்ளே அனுமதித்தனர். நான் உடுத்தும் உடையினால் என் எண்ணங்கள் பாதிக்கப்படப் போவதில்லை. இந்த க்ளப்பை ஆதரிக்கும் உங்கள் எல்லோருக்கும் மூளையை விட உடை தான் முக்கியமாகப் போய்விட்டது' என்று சொல்லிவிட்டு அறையை விட்டு வெளியேறினார்."

நான் எழுந்து நின்றேன். "மீட்டிங் முடிந்தது." நான் அவர்களிடம் முறைப்படி விடைபெற்றுக் கொண்டு என் அறையை நோக்கி நடந்தேன். என் ப்ரோக்ராம் டைரக்டர் என் பின்னால் வந்தார். "உங்களுடைய முடிவு சரியானது

தான். ஆனால் அந்தக் கதை இப்போது எதற்கு? என்ன அது ஆட்டு மந்தைக் கூட்டம்? எனக்குப் புரியவில்லை."

நான் அவளுடைய குழப்பமான முகத்தைப் பார்த்து புன்னகைத்தேன். "ஆட்டு மந்தைக் கூட்டத்துக்குப் புரியும் என்ன நடந்தது என்று. நீங்கள் கவலைப்படாதீர்கள்."

14

கிழவரும், கடவுளும்

சில வருடங்களுக்கு முன்னால் தமிழ்நாட்டிலிருக்கும் தஞ்சாவூர் மாவட்டத்தில் பயணம் செய்து கொண்டிருந்தேன். இரவாகிக் கொண்டிருந்தது. வங்காள விரிகுடாவில் காற்றழுத்த தாழ்வுநிலை ஏற்பட்டிருந்ததால் மழை பெய்து கொண்டிருந்தது. சாலைகள் வெள்ளக்காடாக இருந்தன. கார் டிரைவர் ஒரு கிராமத்தின் அருகே வண்டியை நிறுத்தினார். "இந்த மழையில் ஓட்ட முடியாது" என்றார். "நீங்கள் காரில் உட்காராமல் பக்கத்தில் எங்கேனும் இடம் இருக்கிறதா என்று பாருங்கள்" என்றார்.

தெரியாத இடத்தில் தெரியாத மக்களிடையே மழையில் மாட்டிக் கொண்டது கொஞ்சம் கவலையாக இருந்தது. இருந்தாலும் என் குடையை எடுத்துக் கொண்டு மழையில் இறங்கினேன். அங்கிருந்த சிறிய கிராமத்தை நோக்கி நடந்தேன். அந்த கிராமத்தின் பெயர் இப்போது நினைவிலில்லை. இருட்டிலும் மழையிலும் நடப்பது சிரமமாக இருந்தது. தூரத்தில் ஒரு சிறிய கோயில் இருப்பது தெரிந்தது. மழை விடும் வரை உட்காருவதற்கு அது சரியான இடமென்று தோன்றியது. பாதி வழியிலேயே மழை இன்னும் பலமாகப் பெய்யத் தொடங்கியது. என்னுடைய குடையை பலமான காற்று கொண்டு போனது. நான் முழுவதுமாக நனைந்தேன். சொட்டச்

சொட்ட கோயிலுக்குள் நுழைந்தேன். ஒரு பெரியவருடைய குரல் என்னை அழைப்பது தெரிந்தது. எனக்குத் தமிழ் தெரியாவிட்டாலும் அந்தக் குரலின் அக்கறை புரிந்தது. என் அனுபவத்தினால் மனதிலிருந்து கருணையுடன் வெளிவரும் வார்த்தைகளை, எந்த மொழியாக இருந்தாலும், அடையாளம் கண்டுகொள்ளப் பழகி விட்டேன்.

இருளுக்குள் பார்த்தபோது எண்பது வயது மதிக்கத்தக்க ஒரு பெரியவரும் அவர் பக்கத்தில் ஒன்பது கஜ புடவையைக் கட்டிக் கொண்டு ஒரு வயதான பெண்மணியும் நின்று கொண்டிருந்தார்கள். அவர் ஏதோ தன் கணவரிடம் சொல்லி விட்டு சுத்தமான பழைய துண்டைக் கொடுத்தார். நான் தலையையும் முகத்தையும் துடைத்துக் கொண்டே அந்தப் பெரியவருக்கு கண் தெரியாது என்பதைத் புரிந்து கொண்டேன். அவர்கள் ஏழைகள் என்று தெரிந்தது.

நான் நின்று கொண்டிருந்த சிவன் கோவில் சாதாரணமாக இருந்தது. சிவலிங்கத்தில் மேல் ஒரு வில்வ இலையைத் தவிர வேறு எதுவும் இல்லை. சின்ன அகல் விளக்கு ஒன்றிலிருந்து வெளிச்சம் வந்துகொண்டிருந்தது. அந்த மினுக்கும் அகல் விளக்கின் ஒளி என் மனதை அமைதியடையச் செய்தது. கடவுளின் அருகில் இருப்பது போல் உணர்ந்தேன்.

என்னுடைய கொச்சைத் தமிழில் அவரிடம் தீபாராதனை காட்டச் சொன்னேன். அவர் அன்புடனும் அர்ப்பணிப்போடும் செய்தார். முடித்தவுடன் தட்சிணையாக நூறு ரூபாய் கொடுத்தேன்.

அவர் அந்த நோட்டைத் தொட்டு பார்த்துவிட்டு கையை பின்னுக்கு இழுத்தார். சங்கடத்துடன் ‘அம்மா, எங்களுக்கு பத்து ரூபாய் நோட்டு தான் கொடுப்பார்கள். இது பத்து ரூபாய் இல்லை என்று தெரிகிறது. நீங்கள் யாராக இருந்தாலும் கோவிலில் பக்தி மட்டுமே முக்கியம், பணம் அல்ல. நம் முன்னோர்களும் அதைதான் சொல்கிறார்கள். இங்கு வரும் மற்றவர்களைப் போல் நீங்களும் சிவனுடைய

பக்தை. இந்தப் பணத்தை எடுத்துக் கொள்ளுங்கள்' என்றார்.

நான் திகைத்து விட்டேன். எனக்கு என்ன சொல்வதென்று தெரியவில்லை. அவருடைய மனைவியைப் பார்த்தேன். அவராவது அந்தப் பணத்தை எடுத்துக் கொள்ளலாம் என்று அவரிடம் சொல்வார் என்று நினைத்தேன். ஆனால் அவர் பேசாமல் நின்று கொண்டிருந்தார். பொதுவாக நிறைய வீடுகளில் கணவனின் பேராசையை ஊக்குவிப்பவர்களாகவே மனைவிகள் இருப்பார்கள். இந்தப் பெண்மணியோ பெரியவர் சொல்வதை ஆமோதித்தார். மழையும் காற்றும் இன்னும் வலுத்ததால் அவர்களுடன் நானும் உட்கார்ந்து கதைகள் பேச ஆரம்பித்தேன். அவர்களைப் பற்றியும் அந்த கோவிலில் அவர்கள் வேலையைப் பற்றியும் அவர்களை பார்த்துக் கொள்ள யாரேனும் இருக்கிறார்களா என்றும் கேட்டேன்.

“நீங்கள் இருவரும் வயதானவர்கள். உங்களைப் பார்த்துக் கொள்ள குழந்தைகள் இல்லை. வயதான காலத்தில் வேறெதையும் விட மருத்துவ தேவைகள் அதிகம். இந்த கிராமம் நகரத்தில் இருந்து தொலைவில் இருக்கிறது. நான் உங்களுக்கு ஒன்று சொல்லட்டுமா?”

அந்த சமயத்தில் நாங்கள் வயதானவர்களுக்கான ஓய்வூதியத் திட்டம் ஒன்றை ஆரம்பித்து இருந்தோம். அவர்களுடைய பழைய ஆனால் சுத்தமான உடைகளைப் பார்த்துவிட்டு அவர்கள் அந்த ஊதியத்திற்கான பொருத்தமான நபர்களாக எனக்குத் தெரிந்தார்கள்.

அந்த முறை அந்தப் பெண்மணி பேசினார். “சொல்லம்மா.”

“நான் உங்களுக்கு கொஞ்சம் பணம் அனுப்புகிறேன். வங்கியிலோ அல்லது தபால் அலுவலகத்திலோ போட்டு வையுங்கள். அதில் வரும் வட்டியை எடுத்து உங்கள் மாதாந்திர தேவைகளை பூர்த்தி செய்து கொள்ளலாம்.

ஏதாவது மருத்துவச் செலவு என்றால் நீங்கள் வங்கியிலிருந்து பணமெடுத்து செலவு செய்து கொள்ளலாம்."

நான் சொன்னதைக் கேட்டு அந்த வயதானவரின் முகம் பிரகாசமாகியது. புன்னகையுடன் "உன்னுடைய பேச்சு விசித்திரமாக இருக்கிறது. இந்த தள்ளாத வயதில் எங்களுக்கு எதற்குப் பணம்? சிவனை வைத்தியனாதன் என்றும் சொல்வார்கள். அவர்தான் எங்களின் மஹா வைத்தியன். இந்த கிராமத்தில் நல்ல அன்பான உள்ளங்கள் நிறைய இருக்கின்றன. நான் இங்கு பூஜை செய்கிறேன். அதற்கு பதில் எனக்கு அரிசி தருகிறார்கள். எங்களில் ஒருவர் உடம்பு சரியில்லாமல் படுத்தால் இங்கிருக்கும் மருத்துவர் எங்களுக்கு மருந்துகள் தந்து விடுவார். எங்களுக்குத் தேவைகள் அதிகமில்லை. நாங்கள் ஏன் முகம் தெரியாத ஒருவரிடம் இருந்து பணம் பெற்றுக் கொள்ள வேண்டும்? நீ சொல்வது போல் நான் பணத்தை வங்கியில் வைத்துக் கொண்டால் யாருக்காவது அது தெரிந்து எங்களை தொல்லை செய்யலாம். எனக்கு எதற்கு இந்தக் கவலையெல்லாம்? முன்பின் தெரியாத இருவருக்கு உதவி செய்ய நினைத்தது உன் நல்ல உள்ளம். ஆனால் நாங்கள் திருப்தியாக இருக்கிறோம். எப்போதும் போல் வாழ்ந்துவிட்டுப் போகிறோம். எங்களுக்கு வேறு அதிகமாக எதுவும் தேவையில்லை" என்றார்.

பேசிக்கொண்டிருக்கும் போது கரண்ட் வந்து விட்டது. அந்த ஜோடியை நன்றாக வெளிச்சத்தில் பார்த்தேன். அவர்கள் முகத்தில் நிம்மதியையும் சந்தோஷத்தையும் காண முடிந்தது. என் உதவியை மறுத்த முதல் ஜோடி அவர்கள் தான். அவர் சொன்ன எல்லாவற்றையும் என்னால் ஏற்றுக் கொள்ள முடியவில்லை என்றாலும் போதுமென்ற மனது இருப்பதால் அவர்களால் சந்தோஷமாக இருக்க முடிகிறது என்று உணர்ந்தேன். வாழ்க்கையில் அப்படியிருந்தால் முன்னேறுவது கடினம் என்றாலும் ஒரு வயதுக்குப் பின் இந்த மனநிலை தேவையென்றே நினைக்கிறேன். எங்கோ

ஊர் பேர் தெரியாத ஊரில் வசிக்கும் இந்த ஜோடியிடம் கஷ்டங்களும், மன அழுத்தங்களும் நிறைந்த நம் உலகம் கற்றுக் கொள்ள வேண்டியது நிறைய இருக்கிறது.

15

பிச்சைக்காரன்

மீனா என் தோழி. அவள் எல்.ஐ.சி.யில் அதிகாரியாக நல்ல சம்பளம் வாங்குகிறாள். ஆனால் அவளிடம் ஒரு விசித்திரமான குணம் இருந்தது. எப்போது பார்த்தாலும் சோகமாகவே இருப்பாள். அவளை நான் சந்தித்தால் நானும் மன அழுத்தத்திற்கு உட்பட நேரிடும். சோகமும் வெறுப்பும் அவளிடமிருந்து மற்றவர்களுக்குப் பரவும். அவளுக்கு ஒரு விஷயத்தைப் பற்றியோ ஒரு நபரைப் பற்றியோ நல்லதாகச் சொல்ல ஒரு விஷயம் கூட இருக்காது.

உதாரணத்துக்கு நான் "மீனா, ராகேஷ் அவன் பள்ளியில் முதல் மதிப்பெண் பெற்றிருக்கிறான்" என்று சொன்னால் உடனே அவள் "தெரிந்தது தானே, அவனுடைய தந்தை அப்பள்ளியில் ஆசிரியர்" என்று அவன் சாதனையை சிறுமைப்படுத்துவாள்.

"மீனா, ஸ்வேதா எவ்வளவு அழகாக இருக்கிறாள் பார்" என்றால் "கழுதை கூட அந்த வயதில் அழகாகத் தான் இருக்கும். வயதானபின் அவளைப் பார். எவ்வளவு அசிங்கமாக இருப்பாள் என்று" என்பாள்.

"மீனா, வா நடக்கலாம். வானிலை அற்புதமாக இருக்கிறது."

"இல்லை. ரொம்ப வெயிலாக இருக்கிறது. நடந்தால் களைத்துப் போய் விடும். யார் உனக்குச் சொன்னார்கள் நடப்பது நல்லதென்று? ஆதாரத்தைக் காட்டு."

இது தான் மீனா. அவள் தனியாக ஒரு அபார்ட்மெண்ட்டில் குடியிருந்தாள். அவளுடைய பெற்றோர் தில்லியில் இருந்தார்கள். அவளுடைய பெற்றோருக்கு அவள் ஒரே குழந்தை. எல்லாவற்றிலும் குறை கண்டுபிடிக்கும் குணம் எப்படியோ வந்து விட்டது. அவள் அப்படி இருந்ததால் யாரும் அவள் வீட்டுக்குப் போவதில்லை. ஒரு நாள் அவளுக்கு மும்பைக்கு மாற்றலாகிவிட்டது. சீக்கிரமாக நாங்களும் அவளை மறந்து போனோம்.

பல வருடங்களுக்குப் பிறகு மும்பையில் ஃப்ளோரா ஃபௌண்டன் பார்க்கச் சென்றிருந்தேன். அப்போது நன்றாக மழை பிடித்துக் கொண்டது. என்னிடம் குடை இல்லை. மழை நின்ற பின் போகலாம் என்று பிரபலமான அக்பர் அலிஸ் அங்காடியின் பக்கத்தில் நின்று கொண்டிருந்தேன். அப்போது மீனாவைப் பார்த்தேன். அந்த மழையிலும் அங்கிருந்து தப்பித்து ஓடிவிட வேண்டும் என்று நினைத்தேன். அவளுடைய முடிவில்லாத குறைகளைக் கேட்க முடியாது என்பதால் அவள் என்னைப் பார்க்கக் கூடாது என்று வேண்டினேன். ஆனால் என்னால் தப்பிக்க முடியவில்லை. என்னைப் பார்த்து விட்டாள். என் கைகளை அன்பாகப் பிடித்துக்கொண்டாள். சந்தோஷமாகவும் இருந்தாள்.

“ஹே! பழைய நண்பர்களைப் பார்க்க சந்தோஷமாக இருக்கிறது. என்ன செய்கிறாய் இங்கே?’

அலுவலக வேலையாக வந்திருப்பதாகச் சொன்னேன்.

“அப்படியென்றால் என்னுடன் இரவு தங்கு. நாம் பேசலாம். பழைய வைன், பழைய நண்பர்கள், பழைய நினைவுகள் எல்லாமே விலைமதிப்பற்றது தெரியுமா?”

என்னால் நம்ப முடியவில்லை. மீனாவா இது? நான் கிள்ளிப் பார்த்துக் கொண்டேன். பெங்களூரில் இருந்த மூன்று வருடங்களில் அவள் இப்படிச் சிரித்துப் பார்த்ததில்லை.

தலையில் நரைமுடிகள் நிறைய வருடங்கள் கடந்து விட்டதைச் அறிவித்தன. மீனாவில் முகத்தில் சுருக்கங்கள் விழுந்திருந்தாலும் முன்பை விட அழகாக இருந்தாள்.

“இல்லை மீனா, உன்னோடு தங்க முடியாது. ஒரு விருந்துக்குப் போக வேண்டும். உன்னுடைய கார்டைக் கொடு. நான் உன்னைக் கண்டிப்பாக கூப்பிடுகிறேன்.”

சில விநாடிகள் மீனாவின் முகத்தில் ஏமாற்றம் தெரிந்தது. “டீயாவது குடிக்கலாம் வா.” என்றாள்.

“பயங்கர மழை மீனா.”

“அதனால் என்ன? குடை வாங்கிக் கொண்டு கிராண்ட் ஹோட்டல் போகலாம்.”

“டாக்ஸி கிடைக்காது.”

“அதனால் என்ன? நடக்கலாம்.”

எனக்கு ஆச்சரியமாக இருந்தது. நான் பார்த்த மீனா அல்ல இவள். இவ்வளவு இணக்கமான மீனா எனக்குப் புதிது.

மழையில் நனைந்தபடி க்ராண்ட் ஹோட்டல் சென்றோம். மீனாவிடம் அந்த மாற்றம் எப்படி நிகழ்ந்தது என்று கண்டுபிடிக்க வேண்டும் என்று ஆவலாக இருந்தது.

“என்ன மீனா, உன்னை இப்படி மாற்றிய அந்த ப்ரின்ஸ் சார்மிங் யார்?”

என் கேள்வி மீனாவை ஆச்சரியப்படுத்தியது. “அப்படி யாருமில்லையே!”

டெண்டுல்கர் கேட்பது போல் “வாட் இச் தெ சீக்ரெட் ஆஃப் யுவர் எனர்ஜி?” என்று கேட்டேன்.

அவள் புன்னகைத்தாள். “ஒரு பிச்சைக்காரன்.”

நான் திகைத்துப் போனது அவளுக்குத் தெரிந்தது.“ஆமாம்! ஒரு பிச்சைக்காரன். அவனுடைய ஐந்து வயது பேத்தியுடன் என் வீட்டு வாசலில் இருந்தான். உனக்கு நான் எப்படிப்பட்ட அவநம்பிக்கை உடையவள் என்று தெரியும். மீதமான உணவை தினமும் நான் அவனுக்குக் கொடுப்பது வழக்கம். அவனிடம் பேச மாட்டேன். அவனும் பேச மாட்டான். ஒரு மழைநாளில் என்னுடைய பெட்ரூமிலிருந்து மழையை சபித்துக் கொண்டிருந்தேன். நான் நனையப்போவது இல்லை என்று தெரிந்தாலும் ஏன் அப்படி சபித்தேன் என்று தெரியவில்லை. அன்று அந்த பிச்சைக்காரனுக்கும் அவன் பேத்திக்கும் ஒன்றும் கொடுக்க முடியவில்லை. அவர்கள் அன்று கண்டிப்பாக பட்டினி கிடந்திருப்பார்கள்.”

“ஆனால் என் ஜன்னலின் வழியாகப் பார்த்த போது அந்தக் கிழவனும் குட்டிப்பெண்ணும் வாகனங்கள் இல்லாததால் ரோட்டில் விளையாடிக் கொண்டிருந்தது ஆச்சரியத்தைத் தந்தது. ஏதோ சொர்க்கத்தில் இருப்பது போல் சிரித்துக் கொண்டு, கைகளைத் தட்டிக் கொண்டு சந்தோஷமாக சத்தம் போட்டுக் கொண்டிருந்தார்கள். பசியையும் மழையையும் அவர்கள் பொருட்படுத்தவில்லை. முழுவதும் நனைந்து சந்தோஷமாக இருந்தார்கள். வாழ்வை அவர்கள் கொண்டாடுவதைப் பார்த்து பொறாமைப்பட்டேன்.

“அந்தக் காட்சி என்னுடைய வாழ்வை ஆராயச் சொன்னது. அவர்களிடம் இல்லாத வசதிகள் என்னிடம் இருந்தன. ஆனால் என்னிடம் இல்லாத முக்கியமான சொத்து அவர்களிடம் இருந்தது. அது வாழ்வைக் கொண்டாடுவது. நான் வெட்கினேன். ஒரு காகிதத்தை எடுத்து என்னிடம் என்ன வசதி இருக்கிறது என்ன இல்லை என்று எழுத ஆரம்பித்தேன். பலரிடம் இல்லாத வசதிகள் என்னிடம் இருந்தன. அன்று அந்த பிச்சைக்காரனை என் ஆதர்சமாக வைத்துக் கொண்டு வாழ்க்கையை வேறு விதமாக மாற்றிக் கொண்டேன்.”

ஒரு நீண்ட அமைதிக்குப் பிறகு அவள் மாறுவதற்கு எவ்வளவு நாட்கள் ஆனது என்று கேட்டேன்.

“சுமார் இரண்டு வருடங்கள் ஆனது. இப்போது எதுவும் என்னை துன்புறுத்துவதில்லை. நான் சந்தோஷமாக இருக்கிறேன். ஒவ்வொரு சின்ன விஷயத்திலும், ஒவ்வொரு சந்தர்ப்பத்திலும், ஒவ்வொருவரிடமும் சந்தோஷத்தைப் பார்க்கிறேன்.

“உன் குருவிற்கு காணிக்கை கொடுத்தாயா?”

“இல்லை. துரதிஷ்டவசமாக நான் கொடுக்க வேண்டும் என்று உணரும் போது அவன் உயிருடன் இல்லை. அதற்கு உபகாரமாக அந்தப் பெண்ணை போர்டிங் ஸ்கூலில் சேர்த்து படிக்க வைத்துக் கொண்டிருக்கிறேன்.”

16

நூறு குழந்தைகளின் தாய்

ஒன்பது மணி பெங்களூர்-ஹூப்லி கிட்டூர் எக்ஸ்ப்ரெஸைப் பிடிக்க ரயில் நிலையத்துக்குச் சென்று கொண்டிருந்தேன். பாதி வழியில் போக்குவரத்து நெரிசலால் கார் நின்றது. முன்னாலும் போக முடியாமல் பின்னாலும் வர முடியாமல் சிக்கிக் கொண்டோம். இரண்டு சக்கர வாகனங்கள், கிடைத்த சந்தினுள் புகுந்து புகுந்து போவதை செய்வதறியாமல் பார்த்துக் கொண்டிருந்தேன்.என்ன பிரச்சினை என்று ஓட்டுனரிடம் கேட்டேன். போக்குவரத்து நெரிசல் ஒன்றும் புதிதில்லை. ஆனால் இவ்வளவு மோசமாக இருந்ததில்லை. ஓட்டுநர் காரிலிருந்து இறங்கிப் பார்த்தார். ஏதோ மத நல்லிணக்கக் கூட்டம் நடைபெற்றுக் கொண்டிருப்பதாகவும் அதனால் ரோட்டை அடைத்திருப்பதாகவும் கூறினார். சரியான நேரத்தில் ரயில் நிலையத்திற்குப் போக முடியாது என்று தெரிந்தது. இந்தக் கூட்டத்தைப் பற்றி நாளிதழ்களில் செய்தி வந்திருந்தது. அந்தச் சாலை சிறிது நேரம் அடைக்கப்படும் என்றும் எச்சரிக்கப்பட்டிருந்தது. ஒரு சந்தினுள் காரை கொண்டு சென்றார் ஓட்டுநர். வீட்டுக்கும் போக முடியாத சூழ்நிலையாயிற்று. அதனால் நானும் அந்த கும்பலோடு சேர்ந்து பேச்சைக் கேட்கலானேன்.

தூரத்தில் மேடை தெரிந்தது. வெவ்வேறு மதத்தைச் சார்ந்த மதத் தலைவர்கள் உட்கார்ந்து கொண்டிருந்தார்கள்.

என் அருகில் ஒரு பெரியவர் "இதெல்லாம் டிராமா. இந்தியாவில் எல்லாமே, தேர்தல் உட்பட, ஜாதி மதத்தைப் பொறுத்துதான் முடிவு செய்யப்படும். ஆட்சிக்கு வருபவர்கள் தங்கள் இனத்தின் முன்னேற்றத்தை மட்டுமே யோசிப்பார்கள். பேசுவது எளிது. ஆனால் நடைமுறைக்கு உதவாது."

அப்போது மத்திய வயதுப் பெண்மணி ஒருவர் பேச ஆரம்பித்தார். அவர் தன்னம்பிக்கையோடு பேசுவதைக் கேட்டால் அவருக்கு கூட்டத்தின் முன் பேசுவது புதிதல்ல என்று தெரிந்தது. நன்றாகவும் பேசினார். அவருடைய உதாரணங்களும் ஏற்றுக்கொள்வதைப் போல இருந்தன. "நீங்கள் சாப்பிடும் போது வெறும் அரிசியையும் சப்பாத்தியையும் மட்டுமா சாப்பிடுகிறீர்கள்? உங்களுக்கு காய், குழம்பு, தயிர் எல்லாம் வேண்டியிருக்கிறதல்லவா? ஒவ்வொரு உணவுக்கும் ஒரு சுவை. ஆனால் எல்லாவற்றையும் சேர்த்து உண்டால்தான் அது ஒரு முழுமையான சாப்பாடாக இருக்க முடியும். அதே போல் பல இனங்கள், மதங்கள் கூடி வாழ்ந்தால் தான் ஒரு உறுதியான நாட்டை உருவாக்க இயலும்...' இத்யாதி, இத்யாதி..

"நல்ல பேச்சு தான். ஆனால் யார் இதை நடைமுறை வாழ்க்கையில் பின்பற்றுகிறார்கள் ?" என்றார் என் அருகில் இருந்தவர்.

"ஏன் அப்படிச் சொல்கிறீர்கள்?" என்று கேட்டே விட்டேன்.

என்னுடைய கேள்வியை எதிர்பார்க்காத அவர் ஆச்சரியத்துடன் என்னைப் பார்த்து "ஏனென்றால் என்னுடைய குடும்பம் கஷ்டப்பட்டிருக்கிறது. என்னுடைய பையனுக்கு அவன் அந்த குறிப்பிட்ட ஜாதியைச் சேர்ந்தவன் இல்லை என்பதால் ஒரு வேலை கிடைக்காமல் போயிருக்கிறது. தன்னுடைய ஜாதியைச் சேர்ந்த ஒருவரைக் கொண்டு வர வேண்டும் என்பதால்

என்னுடைய மகனை வேறு இடத்துக்கு மாற்றம் செய்தனர். இது எல்லா இடத்திலும் இருக்கிறது. எங்கு நீங்கள் சென்றாலும் உங்கள் மதத்தையும் ஜாதியையும் தெரிந்து கொள்ள விரும்புகின்றனர்."

அந்தப் பெண்மணி இன்னும் பேசிக் கொண்டிருந்தார். "அவர் பெயர் என்ன?" என்று கேட்டேன்.

"அம்பா பவானி, தமிழ்நாட்டுக்காரர். நல்ல பேச்சாளர்."

அவருடைய பெயர் என்னை இந்தக் கும்பலிலிருந்து வேறொரு உலகத்துக்கு அழைத்துச் சென்றது. அப்போது என்னுடைய அப்பாவின் தாயார், அம்பா பாயின் ஞாபகம் வந்தது.

அந்தக் கிராமத்தில், அம்பா பாய், அம்பக்கா அல்லது அம்பா ஆயி என்று என் பாட்டி எல்லோராலும் அழைக்கப்பட்டார். தன்னுடைய வாழ்நாளை வடக்கு கர்நாடகாவில் பிஜாபூரின் அருகில் இருக்கும் சின்ன கிராமமான சவலகியில் கழித்தாள். அவள் காலத்துப் பெண்களைப்போல் அவளும் பள்ளிக்கூட வாசற்படி மிதித்ததில்லை. சீக்கிரமே திருமணம் செய்து கொண்டு தன்னுடைய பெரிய குடும்பத்தை பார்த்துக் கொள்வதிலேயே செலவிட்டாள். சிறிய வயதிலேயே விதவையாகிவிட்ட அவளை அந்தக் காலத்து பிராமண வழக்கப்படி ஆரஞ்சுப் புடவையுடன், புடவையின் தலைப்பை தன் மொட்டைத் தலையின் மேல் போர்த்தியபடி தான் பார்த்திருக்கிறேன். எண்பத்தொன்பது வயது வரை வாழ்ந்தாள். அவளுடைய உலகமே அவளின் பத்து பிள்ளைகளும், நாற்பது பேரக்குழந்தைகளும் அவளுடைய கிராமமும் வயல்களும் தான்.

நாங்கள் விவசாயிகள். அதனால் அவளுக்கு பெரிய மண் வீடுகளும், பசுக்களும், குதிரைகளும் எருமை மாடுகளும் இருந்தன. பெரிய நெற்களஞ்சியமும், வெயிலில் வீட்டைக்

குளுமையாக வைத்திருந்த பெரிய மரங்களும் இருந்தன. வாசலில் கள்ளிச் செடிகள் வரிசையாக நடப்பட்டிருந்தன. அவை கொசுக்கள் வராதிருக்க என்று எங்களுக்குச் சொல்லப்பட்டது. அஜ்ஜி (அப்படித்தான் கூப்பிடுவோம்) வயல்களையும் விவசாயிகளையும் ஆசையாக கவனித்துக் கொள்வாள். சொல்லப் போனால் மற்ற பாட்டிமார்கள் போல எப்போதும் அடுக்களையிலேயே இருந்து கொண்டு ஊறுகாய்களும் இனிப்புகளும் செய்து பார்த்ததில்லை. சீக்கிரம் எழுந்து விடுவாள். குளித்து முடித்து பூஜை செய்து பின் சோள ரொட்டிகளும் காயும் செய்வாள். பின் வயலுக்குச் சென்று விடுவாள். அங்கு விவசாயிகளிடம் அவர்களின் ஆடு மாடுகளைப் பற்றி, என்ன புதிதாக விதைக்கப் போகிறார்கள் என்பது பற்றி பேசுவாள். அவளின் அடுத்த ஆர்வம் அந்த கிராமத்தில் இருக்கும் பெண்களின் பேறு காலத்தின் போது உதவி செய்வது.

நான் பெரியவளான பிறகுதான் என் பாட்டி அந்தக் காலத்து விதவை பிராமணப் பெண்களைப்போல் இல்லை என்று உணர்ந்தேன். பெண்களுக்குப் படிப்பும், குடும்பக் கட்டுப்பாடும் எவ்வளவு முக்கியம் என்று உணர்ந்திருந்தார். இந்தச் சமூகம் எப்படி விதவைகளை நடத்துகிறது என்பதை பற்றியும் அவருக்கு நிறைய சொல்வதற்கு இருந்தது.

அப்போதெல்லாம் கிராமங்களில் பெரிய வசதிகள் இல்லை. மருத்துவக் கல்லூரிகள் கொஞ்சமே இருந்தன. எல்லாத் தாலூக்காவிலும் அரசு மருத்துவமனைகள் இல்லை. அதனால் பேறு காலங்களில் குழந்தை பெற்ற மற்ற பெண்மணிகள் கர்ப்பிணிகளுக்கு உதவுவதே வழக்கம். என்னுடைய பாட்டியும் அப்படித்தான் குழந்தைகள் பெற்றார். பத்து ஆரோக்கியமான குழந்தைகளைப் பெற்றதில் அவளுக்குப் பெருமை. மற்றவர்கள் பிரசவிக்கும் போது, எந்த ஜாதி மதமாக இருந்தாலும், கூட இருந்து உதவி செய்வாள். கர்ப்பிணிகளுக்கு அவளிடம் எப்போதும் ஆலோசனைகள் இருக்கும்.

அவளிடமிருந்து அடிக்கடி வரும் ஞான முத்துக்களை கேட்டிருக்கிறேன்.

“சாவித்ரி, கவனம். கனமான பொருட்களைத் தூக்காதே. நன்றாகச் சாப்பிடு. நிறைய பால் குடி.”

“பீராம்பி உனக்கு இரண்டு முறை கரு கலைந்தது. இந்த முறை கவனமாக இரு. நிறைய காய்கறிகள் பழங்கள் எடுத்துக் கொள். கவனமாக இரு ஆனால் அப்படியே உட்கார்ந்து கொண்டிருக்காதே. பிரசவம் நோயல்ல. சுறுசுறுப்பாக இருக்க வேண்டும். எளிமையான வேலைகள் செய். உன்னுடைய புருஷன் ஹுஸைனை வீட்டுக்கு அனுப்பு. சாம்பார் பொடி கொடுத்தனுப்புகிறேன். என்னுடைய மருமகள் நன்றாகச் செய்வாள்.”

எல்லோரும் அவள் சொல்வதை ரசிப்பதில்லை. அந்த கிராமத்தில் இருந்த சகுந்தலா தேசாய் படித்த பெண். நகரில் சில காலம் வசித்துவிட்டு கிராமத்துக்கு வந்திருந்தாள். “அம்பாக்காவுக்கு என்ன தெரியும்?” என்று சத்தமாகக் கேட்பாள். ‘பள்ளிக்கூடத்துக்குப் போய் இதைப் பற்றி படித்திருக்கிறாளா? அவள் டாக்டரில்லை.”

ஆனால் அஜ்ஜி அவளின் இந்த கூப்பாடுக்கெல்லாம் அசர மாட்டாள். சிரித்துக் கொண்டே சொல்வாள். “அந்த சகுந்தலா கர்ப்பமடையட்டும். நான் தான் பிரசவம் பார்ப்பேன். என்னுடைய நாற்பது வருட அனுபவத்தை எந்தப் புத்தகமும் சொல்லித் தர முடியாது.”

எங்கள் தந்தையின் வேலையால் நாங்கள் பல ஊர்களில் வசித்தோம். விடுமுறை நாட்களில் அஜ்ஜியிடம் வருவதென்றால் குஷி தான். அந்த நாட்களெல்லாம் ஆனந்தமயமான நாட்கள்.

ஒரு முறை கிராமத்துக்கு நாங்கள் போயிருந்தபோது பக்கத்து கிராமத்தில் ஒரு திருமணத்துக்குப் போக வேண்டியிருந்தது. அஜ்ஜி இது போன்ற விழாக்களுக்குச்

செல்ல மாட்டார். நானும் அந்த முறை அவரோடு இருக்க முடிவு செய்தேன். அன்றிரவு நான், அஜ்ஜி, எங்கள் வீட்டில் வேலை செய்யும் தியமப்பா, மூவர் மட்டுமே அந்தப் பெரிய வீட்டில் இருந்தோம்.

அந்த டிசம்பர் மாத அமாவாசை இரவு வழக்கத்தை விட குளிராக இருந்தது. வெளியே மையிருட்டு. அஜ்ஜியும் நானும் ஒரு அறையில் தூங்கிக் கொண்டிருந்தோம். தியமப்பா முன் வராந்தாவில் படுக்கையை விரித்து நன்றாகத் தூங்கிக் கொண்டிருந்தார். முதன்முதலாக அஜ்ஜியின் தலையைச் சுற்றியிருந்த புடவை முந்தானை விலகி அவர் தலையிலிருந்த நரைத்த முடிக்கற்றைகளைப் பார்த்தேன். அதைத் தொட்டுக் கொண்டு சொன்னார் “சமூகத்தில் மிகக் கொடுமையான பழக்கங்கள் இருந்து வருகின்றன. பின்னிப் போட்டால் இடுப்பளவு வரை விழும் தலைமுடி ஒரு காலத்தில் எனக்கு இருந்தது என்றால் நம்புவாயா? என் தலைமுடியை நான் மிகவும் நேசித்தேன். நீளமான தலைமுடியைக் கண்டு மற்ற பெண்களுக்கு பொறாமை. ஆனால் உன் தாத்தா இறந்த அன்று என் சம்மதத்தைக் கூட கேட்காமல் அந்த அழகான தலைமுடியை வெட்டி விட்டார்கள். என் கணவனுக்காக எவ்வளவு அழுதேனோ அவ்வளவு என் தலைமுடிக்காகவும் அழுதேன். யாருக்கும் என் துக்கம் புரியவில்லை. பெண்டாட்டி இறந்தால் அவள் கணவன் ஆயுள் முழுவதும் மொட்டை அடித்துக் கொள்கிறானா சொல்? இல்லை. எவ்வளவு சீக்கிரம் முடியுமோ அவ்வளவு சீக்கிரம் இன்னொரு திருமணம் செய்து கொள்வான்.”

அந்த வயதில் அவளுடைய துன்பம் எனக்குப் புரியவில்லை. இப்போது நினைத்துப் பார்த்தால் எவ்வளவு கையறு நிலையில் அவள் இருந்திருக்கக்கூடும் என்று தோன்றுகிறது.

“பீராம்பிக்கு எப்போது வேண்டுமானாலும் குழந்தை பிறக்கலாம். அநேகமாக இன்று இரவு பிறந்து விடும் என்று

நினைக்கிறேன். அமாவாசை வேறு. பீராம்பி நல்லவள், கடவுள் பக்தியுடைய பெண். ஆனால் கொஞ்சம் சங்கோஜ குணமுடையவள். அதனால் வலி தாங்க முடியாமல் போனால் தான் வெளியே சொல்லுவாள். அவளுக்கு நல்லபடியாக குழந்தை பிறக்க வேண்டும் என்று நம் குலதெய்வம் கல்லொளி வெங்கடேஷாவுக்கும் பிஜாபூர் பீர் சாப் தர்காவுக்கும் வேண்டிக் கொண்டிருக்கிறேன். எல்லோருக்கும் ஆண் குழந்தை வேண்டும் என்றே ஆசை. ஆனால் அவளுக்கு பெண் தான் பிறக்குமென்று நினைக்கிறேன். பெண் குழந்தைகள் தான் தாய் தந்தையரை நன்றாகப் பார்த்துக் கொள்வார்கள். ஆண்களின் வேலையை பெண்களால் செய்ய முடியும் ஆனால் பெண்களின் வேலைகளை ஆண்களால் செய்ய முடியாது. உன் அஜ்ஜாவின் காலத்துக்குப் பிறகு நான் ஒருத்தியாக இந்த நிலங்களை பராமரிக்கவில்லையா? அக்கவ்வா, பெண்களுக்குப் பொது அறிவும் பொறுமையும் அதிகம். ஆண்கள் அதைப் புரிந்து கொண்டால் நன்றாக இருக்கும்.”

அஜ்ஜிக்குப் பல பேரக்குழந்தைகள் இருந்ததால் எல்லோருடைய பெயர்களையும் ஞாபகம் வைத்துக்கொள்ள கஷ்டமாக இருந்தது. பேத்திகளை எல்லாம் ‘அக்கவ்வா’ என்றும் பேரன்களை ‘பாலா’ என்றும் கூப்பிடுவார்.

அஜ்ஜி புலம்பிக்கொண்டிருந்த போது கதவு தட்டும் சத்தம் கேட்டது. “அது ஹுஸைனாக இருக்கும்” என்று உடனே அஜ்ஜி சொன்னார். அவர் சொன்னது போலவே ஹுஸைன் தான். தன் தலையை புடவைத் தலைப்பால் மூடிக்கொண்டு தன் கவலைகளை மறந்து “பீராம்பிக்கு வலி வந்து விட்டதா?” என்றார்.

“ஆமாம். சாயங்காலத்திலிருந்து வலி...”

“அதை இப்போது சொல்கிறாய். பிரசவத்தின் போது நேரம் என்பது எவ்வளவு முக்கியம் என்று உங்களுக்குப் புரியாது. நேரத்தைக் கடத்தாமல் உடனே புறப்படலாம்.”

ஹுஸைனுக்கும் தியமப்பாவுக்கும் ஒரே நேரத்தில் கட்டளைகள் இட்டார்.

“ஹுஸைன், கள்ளிச்செடி ஒடித்துக் கொள், வேப்பிலைக் கொத்துகளைப் பறித்துக் கொள்...தியமப்பா, இரண்டு பெரிய விளக்குகள் எடுத்துக் கொண்டு வா...”

“அக்கவ்வா, நீ வீட்டிலிரு. தியமப்பா உன்னுடன் இருப்பான். நான் சீக்கிரம் போயாக வேண்டும்.”

அவருடைய அறையிலிருந்து சில பொருட்களை எடுத்து மரப்பெட்டியில் போட்டுக் கொண்டிருந்தார். அதற்குள் மீசை வைத்த பெரிய உருவமுள்ள வெள்ளை முண்டாசைக் கட்டிக்கொண்டிருக்கும் தியமப்பா இரண்டு பெரிய விளக்குகளை எடுத்துக் கொண்டு வந்தான். கும்மிருட்டில் அவன் நான் சமீபத்தில் பார்த்த ராமாயண நாடகத்தில் இருந்த ராவணனைப் போல் இருந்தான். என்னால் கண்டிப்பாக வீட்டில் அவனுடன் இருக்க முடியாது என்று சொன்னேன்.

அஜ்ஜி பொறுமையிழந்தாள். “அக்கவ்வா, பிடிவாதம் பிடிக்காதே. நீ சின்னக் குழந்தையல்ல. நான் உன்னை உன் தோழி கிரிஜாவின் வீட்டில் விடுகிறேன். அங்கு இரு” என்றார். ஆனால் பதின்ம வயது குழந்தைகளுக்கு இருக்கும் பிடிவாதம் எனக்கும் இருந்தது. அவளுடன் வருவதாக பிடிவாதம் செய்தேன்.

அஜ்ஜி வேறு வழியில்லாமல் பூஜை அறைக்குச் சென்று வேண்டிக் கொண்டு வீட்டைப் பூட்டினார். நாங்கள் நால்வரும் ஹுஸைன் வீட்டுக்குச் சென்றோம். ஹுஸைன் விளக்கைப் பிடித்துக் கொண்டு முன்னால் நடக்க, அஜ்ஜி என் கைகளைப் பற்றியபடி நடந்தார். பின்னால் தியமப்பா இன்னொரு விளக்கைப் பிடித்துக் கொண்டு வந்தான்.

கிராமத்தின் வழியே நடந்தோம். அஜ்ஜி சிறிது கஷ்டம் கூட இல்லாமல் நடந்தார். நான் தடுமாறியபடி நடந்தேன்.

நல்ல குளிர். நடந்து போகையில் அஜ்ஜி ஹுசைனுக்கும் தியமப்பாவுக்கும் நிறைய வேலைகள் சொல்லிக் கொண்டே வந்தார்.

“ஹுசைன், நாம் வீட்டுக்குச் சென்றதும் பெரிய டிரம்களில் தண்ணீர் நிரப்பு. தியமப்பா உதவி செய்வான். சிறிது நீரைக் கொதிக்க வை. கொஞ்சம் கரியைச் சூடாக்கு. கோழிகளையும் ஆடுகளையும் பட்டியில் அடைத்து வை. அவை வெளியே அலையாதபடி பார்த்துக் கொள்...”

ஹுசைனின் வீட்டை அடைந்தோம். பீராம்பி வலியில் கதறிக் கொண்டிருப்பது கேட்டது. ஹுசைனும் பீராம்பியும் தனியாக ஒரு வீட்டில் வசித்து வந்தார்கள். தினக்கூலிக்கு வேலை செய்பவர்கள். அவர்களுடைய பக்கத்து வீட்டு மெஹபூப் பீ பீராம்பிக்குப் பக்கத்தில் இருந்தாள்.

அஜ்ஜியைப் பார்த்து “இனிமே கவலையில்லை. அம்பாக்கா வந்து விட்டார்” என்று பெருமூச்செறிந்தாள்.

அஜ்ஜி அவளுடைய கை கால்களை கழுவிக்கொண்டு தன்னுடைய பொருட்களை எடுத்துக் கொண்டு அறைக்குள் சென்று கதவைச் சாத்தினாள். ஹுசைனும் தியமப்பாவும் வெளியில் உள்ள மரபெஞ்சில் அமர்ந்து அஜ்ஜியின் அடுத்த கட்டளைக்காக காத்துக் கொண்டிருந்தனர். அடுத்து என்ன நடக்கும் என்று எனக்கு ஆவலாக இருந்தது.

உள்ளே பீராம்பியுடன் அஜ்ஜி வாஞ்சையுடன் பேசிக் கொண்டிருப்பது கேட்டது. “கவலைப்படாதே! பிரசவம் கஷ்டமான விஷயம் இல்லை. நான் பத்து குழந்தைகளைப் பெற்றிருக்கிறேன். உனக்கு உடல் உறுதியைத் தர கடவுளைப் பிரார்த்தித்துக் கொள். நான் உனக்கு உதவி செய்கிறேன். மனதைத் தளர விடாதே...” ஜன்னலைத் திறந்து ஹுசைனிடம் “எனக்கு கொஞ்சம் மஞ்சள் பொடி வேண்டும். என்னால் உன் வீட்டில் தேட முடியாது.

மெஹ்பூப் வீட்டிலிருந்து வாங்கிக் கொண்டு வா. தியமப்பா, இன்னும் ஒரு பாத்திரத்தில் வெந்நீர் கொடு. ஹுஸைன், ஒரு பிரம்பு தட்டு எடுத்து அதை மஞ்சள் பொடி கலந்த தண்ணீரால் சுத்தம் செய்து உள்ளே அனுப்பு. தியமப்பா, இன்னும் கொஞ்சம் சூடான கரி வேண்டும்...”

மென்மையான, கனிவான அஜ்ஜி சர்வாதிகாரியாக மாறினார்.

அடுத்த சில மணி நேரங்கள் பீராம்பியின் கதறலிலும், அஜ்ஜியின் ஆறுதல் வார்த்தைகளிலும் கழிந்தன. ஹுஸைன் பதட்டமாக வெளியில் அமர்ந்திருக்க, தியமப்பா அமைதியாக பீடி பிடித்துக் கொண்டிருந்தான். இரவு கடந்து மெல்ல மெல்ல வெளிச்சம் படர்ந்தது. கூடைக்குள் அடைத்து வைத்திருந்த சேவல் கூவியது. குழந்தையின் அழுகுரலும் கேட்டது.

அஜ்ஜி ஒரு ஜன்னலைத் திறந்து “ஹுஸைன். உனக்குப் பையன் பிறந்திருக்கிறான். உன் தந்தை முஹம்மது ஸாப் போலவே இருக்கிறான். பீராம்பி கஷ்டப்பட்டாள். ஆனால் கடவுள் கருணை மிக்கவர். தாயும் சேயும் நலமாக, ஆரோக்கியமாக இருக்கிறார்கள்.”

டமால்....ஜன்னல் மறுபடியும் மூடிக் கொண்டது. வெளியே எல்லோரும் சந்தோஷத்தில் சிரித்தோம். ஹுஸைன் மண்டியிட்டு கடவுளுக்கு நன்றி சொன்னார். குழந்தையைப் பார்க்கும் ஆசையுடன் கதவைத் தட்டினார். ஆனால் அஜ்ஜி கதவைத் திறக்கவில்லை. அவள் வேலையை முடிக்கும் வரை அவள் யாரையும் உள்ளே அனுமதிப்பதாக இல்லை.

“உன் உடை அழுக்காக இருக்கிறது” உள்ளேயிருந்து அஜ்ஜி சத்தம் போட்டாள். “குளித்துவிட்டு, சுத்தமான உடையணிந்து வா. இல்லையென்றால் தாயுக்கும் குழந்தைக்கும் தொற்று கொடுத்து விடுவாய்.”

ஹுஸைன் ஓலைத்தடுக்கைப் போட்டு மறைத்திருந்த குளியலறைக்கு ஓடினான். கிணற்றிலிருந்து நீரிறைத்து மேலே கொட்டிக் கொண்டான்.

அவன் உள்ளே வந்த போது அஜ்ஜியினுடைய குரல் தான் கேட்டுக்கொண்டிருந்தது. "பீராம்பி என் வேலை முடிந்தது. நான் வீட்டுக்குப் போக வேண்டும். இன்று என் கணவருடைய திவசம். நிறைய வேலைகள் இருக்கின்றன. பூஜை செய்பவர்கள் எந்நேரமும் வந்துவிடுவார்கள். நான் அவர்களுக்கு உதவி செய்ய வேண்டும். நான் கிளம்புகிறேன், ஏதாவது வேண்டுமென்றால் ஹுஸைனிடம் சொல்லியனுப்பு."

"குழந்தை பெற்றுக் கொள்வது புனர்ஜென்மம் போல பீராம்பி. கவனமாக இரு. அறையை சுத்தமாக வைத்துக் கொள் மெஹபூப். புதுத்துணி குழந்தைக்கு போடாதே. குத்தும். பழைய சுத்தமான வேஷ்டியால் குழந்தையைச் சுற்று. குழந்தையின் உதட்டில் முத்தம் கொடுக்க வேண்டாம். எல்லோரிடமும் குழந்தையைக் காண்பிக்க வேண்டாம். தொட்டுக் கொண்டே இருக்க வேண்டாம். தண்ணீரைக் கொதிக்க வைத்து அதில் இரும்புக்கரண்டியை முக்கி வைத்து, அந்தத் தண்ணீரை பீராம்பிக்கு குடிக்கக் கொடுக்கவும். வீட்டில் செய்த நெய்யும், சாதமும், ரசமும் பீராம்பிக்குச் சாப்பிடக் கொடுத்தனுப்புகிறேன். நான் கிளம்புகிறேன். பீமப்பா வேறு தோட்டத்தை சுத்தம் செய்ய வருவான். நான் இல்லையென்றால் ஓடி விடுவான்..."

ஜன்னலை இப்போது முழுதாகத் திறக்க சம்மதித்தாள். நான் உள்ளே எட்டிப் பார்த்தேன். சோர்வான ஆனால் சந்தோஷமாக முகத்தோடு படுத்திருக்கும் பீராம்பியைப் பார்த்தேன். பக்கத்தில் அப்படியே ஹுஸைனின் அப்பா முஹம்மத் சாபின் சாயலில் சிறியதாக ஒரு உருவம் பிரம்புத் தட்டில் படுத்திருந்தது. வேப்பிலைகள் தொங்கிக் கொண்டிருந்தன. கள்ளிச் செடி ஒரு மூலையில்

வைக்கப்பட்டிருந்தது. சாம்பிராணி வாசம் அறையை நிறைத்திருந்தது. அஜ்ஜியும் மிகவும் சோர்வாகக் காணப்பட்டார். அவர் நெற்றியில் வியர்வைத் துளிகள் பூத்திருந்தன. அவர் தன்னுடன் கொண்டு வந்திருந்த பொருட்களை வெந்நீரில் போட்டு எடுத்து துடைத்து மரப்பெட்டியில் வைப்பதில் மும்முரமாக இருந்தார்.

கிளம்ப எத்தனித்தபோது ஹுஸைன் அஜ்ஜியின் கால்களைத் தொட்டு வணங்கினார். "அம்பாக்கா ஆயீ, உங்களுக்கு எப்படி நன்றி சொல்வது என்று தெரியவில்லை. நான் ஏழை, என்னால் எதுவும் உங்களுக்குத் தர முடியாது. என்னால் ஆழ்மனதிலிருந்து உங்களுக்கு நன்றி சொல்ல மட்டுமே முடியும். நீங்கள் நூறு குழந்தைகளின் தாய். என்னுடைய பையனை இவ்வுலகிற்கு கொண்டு வந்து ஆசீர்வதித்திருக்கிறீர்கள். அவன் ஒரு போதும் கெட்ட வழிக்குப் போக மாட்டான்."

அஜ்ஜி ஹுஸைனைத் தொட்டு எழுப்பினார். அவருடைய கண்களிலும் கண்ணீர். துடைத்துக் கொண்டு சொன்னார் "ஹுஸைன், கஷ்டமான சமயங்களின் போது ஒருவருக்கொருவர் உதவி செய்து கொள்ளத்தான் கடவுள் நம்மைப் படைத்திருக்கிறார். பீராம்பி எனக்கு இன்னொரு பேத்தியைப் போல."

சூரியன் நன்றாக ஒளிரத் தொடங்கியது. அஜ்ஜியின் பின்னால் தடுமாறாமல் வீடு சென்றேன். தியமப்பா எங்களுக்குப் பின்னால் மெல்ல அசைந்து நடந்து வந்தான். எனக்கு ஒரு சந்தேகம் இருந்தது. அதைக் கேட்டேன். "அஜ்ஜி, நீங்கள் பத்து குழந்தைகளுக்கு தானே தாய்? பின் ஏன் ஹுஸைன் உங்களை நூறு குழந்தைகளுக்குத் தாய் என்றார்?"

வேகமாக நடந்ததால் சரியும் தன் முக்காடை சரி செய்து கொண்டே அஜ்ஜி புன்னகைத்தாள். "ஆமாம், நான் பத்து குழந்தைகளைத் தான் பெற்றேன். ஆனால்

இந்தக் கைகள் நூறு குழந்தைகளுக்கு மேல் இவ்வுலகிற்கு கொண்டு வந்திருக்கின்றன. அக்கவ்வா, நீயும் எவ்வளவு குழந்தைகளைப் பெற்றாலும் நூறு குழந்தைகளுக்குத் தாயாக வேண்டும் என்று நான் உன்னை வாழ்த்துகிறேன்."

17

Food for thought

ரேகா என் நெருங்கிய தோழி. எங்கள் இருவரின் குடும்பங்களும் பல தலைமுறைகளாக நண்பர்கள். அவளைப் பார்த்து நாளானதால், அவள் வீட்டிற்குப் போக முடிவு செய்தேன். போனை எடுத்து அவளைக் கூப்பிட்டேன்.

அவள் தந்தை ராவ் - என் தந்தையைப் போன்றவர் - போனை எடுத்தார். “ஹலோ?”

பரஸ்பரம் நலம் விசாரித்துக் கொண்ட பின் “அங்கிள், நாளை உங்கள் வீட்டிற்கு மதியம் சாப்பிட வருகிறேன்” என்றேன்.

அவர் ஒரு தாவரவியலாளர். சந்தோஷமாக “வாம்மா, நாளை ஞாயிற்றுக்கிழமை. அதனால் ஓய்வாகப் பேசலாம். நீ உடனே ஓடி விடாதே” என்றார்.

பெங்களூரு மாதிரியான ஒரு நகரத்தில் ஜெயநகரில் இருந்து மல்லேஸ்வரத்துக்குச் செல்ல சாதாரண நாட்களில் இரண்டு மணி நேரமாகும். ஞாயிற்றுக்கிழமை செல்வது கொஞ்சம் எளிதானது. அதில் பாதி நேரமே எடுக்கும். அவள் வீட்டை அடைந்தபோது சமையலறையிலிருந்து மிதந்து வந்த வாசனை மதிய உணவு தயாராகிவிட்டது என்பதையும், வழக்கமான உணவாக இல்லாமல் ஏதோ

வித்தியாசமான பதார்த்தங்கள் சமைக்கப்பட்டிருக்கின்றன என்பதையும் உணர்த்தியது. சாப்பிட உட்காரும்போது கன்னட உணவு வகைகள் எதுவும் இல்லை என்று தெரிந்தது. அந்த சமையல் என் நாவிற்கு சுவையற்றதாக இருந்தது.

"நான் பார்க்க புடவை உடுத்திக் கொண்டு எளிமையாக இருக்கலாம். ஆனால் நான் உணவில் அப்படியில்லை. நன்றாக வக்கணையாக சாப்பிடக் கூடியவள். நான் இனி இங்கு வரக் கூடாது என்பதற்காக சமைத்திருக்கிறீர்களா" என்று சிரித்தேன். என் நெடுநாளைய தோழி என்பதால் இதை தவறாக எடுத்துக் கொள்ளமாட்டாள் என்று தெரியும்.

ரேகாவின் தந்தை மனம் விட்டு சிரித்தார். "இன்று என் தாயாரின் சிரார்தம். அதனால் நாட்டு காய்கறிகளால் மட்டுமே உணவு சமைக்க வேண்டும்."

"அப்படியென்றால்?" எனக்கு குழப்பம். "காலிஃப்ளவர், முட்டைகோஸ், உருளைக்கிழங்கைத் தவிர அனைத்தும் நாட்டுக் காய்கறிகள் தானே?"

"அட ஆண்டவா! தப்பான நாளில் தப்பான மனிதரிடம் தப்பான கேள்வியைக் கேட்டுவிட்டாய்!" என்று பொய்யான திகைப்புடன் ரேகா கூவினாள். "சாப்பிட்டபின் நீ அப்பாவுடன் பேசிக்கொண்டிரு. நான் சாயந்திரமாக உங்களுடன் பேச்சில் கலந்து கொள்கிறேன். எப்படியும் இதற்கு அவர் விளக்கம் கொடுக்க நாலு மணி நேரமாவது வேண்டும்."

ரேகாவின் அப்பா தாவரவியலாளர் என்று தெரிந்திருந்தாலும், இந்த விஷயம் அவருக்கு மிகவும் பிடித்த ஒன்றாயிற்றே என்று அப்போது தான் தோன்றியது. அவரைப் பல வருடங்களாகத் தெரியுமென்றாலும் அவரின் இந்த முகத்தைப் பார்த்ததில்லை. அவர் வேலை செய்யும்

காலத்தில் நாங்கள் விளையாட்டிலும், ஊர் சுற்றுவதிலும் நேரத்தைக் கழித்திருக்கலாம். அவருக்கும் நேரமில்லாமல் இருந்திருக்கலாம்.

“உண்மையாகவா அங்கிள்?” என்றேன்.

அவர் ஆமாம் என்று தலையாட்டினார்.

என் தந்தை வழியில் எல்லோரும் விவசாயிகள் என்பதால் எனக்கும் காய்கறிகளின் மேல் ஒரு கவர்ச்சி இருந்தது. எந்தெந்த காய்கறிகளை, எந்தெந்த பருவங்களில் வளர்க்கலாம், எதெல்லாம் நம்மால் பயிர் செய்ய இயலாதது, ஏன் என்ற விஷயங்களெல்லாம் கொஞ்சம் தெரிந்து வைத்துக் கொண்டிருந்தேன். ஆனால் விவசாயத்தில் ஆர்வமுடைய என் நண்பர்களிடம் ஏதாவது கேள்விகள் கேட்கும்போது எனக்கு திருப்திகரமான பதில் கிடைத்ததே இல்லை. ஞானத்தை சந்தோஷமாகப் பகிர்ந்து கொள்ளும் ஒருவர் கிடைத்தது என் ஆர்வத்தைத் தூண்டியது.

“உனக்குத் தெரியுமா ரேகா, மற்றவர்களுக்கு தங்கள் ஞானத்தையும் அறிவையும் சொல்லிக் கொடுக்கும் வல்லுநர்கள் கிடைப்பது இப்போது அரிது. இன்று கூகிள் என் பாட்டியைப் போலாயிற்று. எனக்கு ஏதாவது தெரியவில்லை அல்லது அதைப் பற்றி நன்றாக தெரிந்து கொள்ள வேண்டுமென்றால் கூகிளில் தான் தேடுகிறேன்” என்றேன்.

“இப்போது நீ ஒரு என்ஸைக்ளோபீடியாவின் முன் உட்கார்ந்திருக்கிறாய்” என்று தன் தந்தையை வாஞ்சையுடன் பார்த்துப் புன்னகைத்தாள்.

வெவ்வேறு விஷயங்களைப் பற்றிப் பேசிக் கொண்டே சாப்பிட்டோம். அன்று உணவில் வெறும் மிளகு மட்டுமே சேர்த்த மிளகாய் இல்லாத சாம்பார், பருப்பு, கொத்தவரைக்காய் பொரியல், வெந்தயக் கீரைக் கூட்டு, வெள்ளரிக்காய் பச்சடி, அரிசி பாயசம் என்று

சமைத்திருந்தார்கள். உளுந்து வடையில் மிளகு சேர்த்து சமைத்திருந்தார்கள். ஊறுகாயும், தயிரும் இருந்தது. இது போல ஒரு பத்தியச் சாப்பாட்டை சாப்பிட்ட பிறகு ரேகாவின் தந்தை "வா! தோட்டத்திற்குச் செல்லலாம்" என்றார்.

ஒரு வீதியின் முனையில் அவர்களுடைய பழைய வீடு இருந்தது. ரேகாவின் தாத்தா பிரிட்டிஷ் ரயில்வேஸில் வேலையில் இருந்ததால் குறைந்த விலையில் ரோட்டில் முனையில் இருந்த மனையை வாங்கி பெரிய தோட்டத்தோடு ஒரு சிறிய வீடு கட்டிக் கொள்ள முடிந்தது. எங்கு பார்த்தாலும் அபார்ட்மெண்ட்டுகளாக இருக்கும் பெங்களூரு போன்ற ஒரு நகரத்தில் தோட்டம் என்பது ஆடம்பரம்.

நானும் ரேகாவின் தந்தையும் தோட்டத்தை நோக்கி நடந்தோம். ரேகா ஒரு குட்டித் தூக்கம் போடச் சென்றாள். அவர் பெஞ்சில் உட்கார்ந்தார். நான் சுற்றிலும் அழகாக வரிசையாக வளர்ந்திருந்த காய்கறித் தோட்டத்தைப் பார்த்தேன். காரட், வெண்டைக்காய், வெந்தயக் கீரை, பாலக் என்று ஒரு குட்டிக் காடே இருந்தது. சில கரும்புச் செடிகளும் வெயிலில் பளபளத்தன. ஒரு சிறிய பப்பாளி மரம் காய்களை சுமக்க முடியாமல் சுமந்து கொண்டிருந்தது. மூலையில் மக்காச்சோளம் வரிசை கட்டியிருந்தது. பவழமல்லியும், பல்வேறு நிறங்களில் ரோஜாப்பூக்களும் பூத்துக் குலுங்கின.

"இந்த இடத்தை இவ்வளவு அழகாக வைத்துக் கொள்ள அங்கிளும் ஆண்டியும் எவ்வளவு மெனக்கெட வேண்டும்" என்று நினைத்துக் கொண்டேன். "எல்லாச் செடிகளும் சந்தோஷமாக வளத்துடன் இருக்கின்றன."

"இந்தியாவிலிருக்கும் காய்கறிகள் எல்லாம் நம் நாட்டினுடையது என்று நினைக்கிறாயா?" என்று திடீரெனக் கேட்டார்.

ஒரு ஆசிரியரின் முன் நிற்கும் மாணவி போல் அப்போது உணர்ந்தேன். ஆனால் நான் அசரவில்லை. தப்பாகச் சொன்னாலும் இப்போது என்ன? என் மதிப்பெண்களா குறையப் போகிறது? “ஆமாம் அங்கிள்! இந்தியாவில் தான் சைவ உணவு சாப்பிடுபவர்கள் அதிகம். மாமிசம் சாப்பிடுபவர்கள் கூட இங்கு விசேஷ நாட்களில், கல்யாணங்களில், சிரார்த்த சமயங்களில், புரட்டாசி மாதங்களில் அசைவம் சாப்பிடுவதில்லை.”

“இந்தியாவில் தான் நிறைய காய்கறிகள் விளைகிறது என்பதைத் தவிர மற்றதைப் பற்றிய உன் மதிப்பீடு சரிதான். உண்மையைச் சொல்லப் போனால் பெருவாரியான காய்கள் நம் நாட்டைச் சேர்ந்தவை இல்லை. வெவ்வேறு நாடுகளிலிருந்து நம் நாட்டிற்கு வந்தவை.”

நான் நம்ப முடியாமல் அவரைப் பார்த்தேன்.

ஒரு குச்சியுடன் சேர்த்துக் கட்டியிருக்கும், காய்கள் நிறைய உள்ள ஒரு தக்காளிச்செடியைக் காண்பித்து “இது நம் நாட்டுக் காய் என்று நினைக்கிறாயா?” என்றார்.

தக்காளி சூப், தக்காளி ரசம், தக்காளி சாதம், சாண்ட்விச், சட்னி, எல்லாம் ஞாபகத்திற்கு வந்தது. “ஆமாம். தினமும் நாம் உபயோகிக்கிறோம். இந்திய உணவுடன் ஒன்றிப் போன ஒன்று.”

அங்கிள் புன்னகைத்தார். “தக்காளி மெக்ஸிகோ நட்டைச் சேர்ந்தது. 1554ல் ஐரோப்பாவிற்கு வந்தது. அப்போது அங்கு யாரும் தக்காளியை சாப்பிடாததால், அந்தச் செடிகள் அழகான அந்தச் சிவப்புப் பழங்களுக்காக ஆபரணச் செடிகளாக மாறின. ஒரு கட்டத்தில் அவை குழந்தையின்மையை போக்கும் மருந்தாகக் கருதப்பட்டது. சிலர் அதை விஷச்செடி என்றும் கருதினார்கள். இப்படி வெவ்வேறான கருத்துக்களால் அவர்கள் உணவில் தக்காளி இடம் பெற நாளாயிற்று. தக்காளியின் பயன் தெரியாததால்

கூட ஸ்பெயினின் டொமேட்டோ ஃபெஸ்டிவல் ஆரம்பமாகியிருக்கலாம். இன்றும் கூட லட்சக்கணக்கான தக்காளிகள் அந்த விழாவிற்காக வரவழைக்கப்படுகிறது. தக்காளிச் செடி விஷமோ அல்லது உபயோகமற்றதோ இல்லை என்பதை நிரூபிக்க அதைச் சுற்றி கனமான வேலி அமைத்தார் ஒரு ஐரோப்பிய வியாபாரி என்று ஒரு கதை கூட உண்டு.

மெல்ல தக்காளி இந்தியாவுக்குள் வந்தது. அதனுடைய நிறமும், சுவையும் அதனை வணிகப் பயிராக மாற்றியது. அனேகமாக ஆங்கிலேயர்கள் ஆட்சி செய்த சமயத்தில் வந்திருக்க வேண்டும். இன்றோ தக்காளி இல்லாத சமையலை எண்ணிப் பார்க்க முடியாது."

"அடேங்கப்பா" என்று மனதில் நினைத்துக் கொண்டு, "அங்கிள், நம் சமையலில் மிகவும் இன்றியமையாத ஆனால் நம் நாட்டிற்குச் சொந்தமில்லாத காய்கறிகளைப் பற்றிச் சொல்லுங்களேன்."

"நீயே கண்டுபிடி! இந்தக் காயில்லாமல் நாம் சமைக்கவே முடியாது."

நான் கண்களை மூடிக் கொண்டு சாம்பார், மட்டர் பனீர் என்று நினைத்துப் பார்த்தேன். மிளகாயாக இருக்குமோ என்று ஒரு கணம் நினைத்துப் பின் இருக்காது என்று முடிவு செய்தேன். "மிளகாய் கண்டிப்பாக வேறு நாட்டிலிருந்து வந்திருக்காது. அது இல்லாமல் இந்திய உணவே கிடையாது" என்று யோசித்தேன்.

அங்கிள் என்னை கூர்ந்து பார்த்து விட்டு "மிளகாயே தான்!" என்றார் என் மனதைப் படித்தவராக.

"எப்படித் தெரிந்தது உங்களுக்கு?"

"மிளகாயாக இருக்குமோ என்று அவர்கள் நினைக்கும் போது அவர்கள் முகத்தில் தெரியும் அந்த அதிர்ச்சி காண்பித்துக் கொடுத்து விடும்."

எனக்கு அதிர்ச்சியாக இருந்தது. மிளகாய் இல்லாமல் எப்படி சமைப்பது? இந்திய உணவில் உப்பைப் போன்று இன்றியமையாதது.

“மிளகாயைப் பற்றி நிறைய கதைகள் உண்டு. வாஸ்கோ டா காமா போர்ச்சுகலில் இருந்து ப்ரேஸில் வழியாக இந்தியா வந்த போது மிளகாய் விதைகள் கொண்டு வந்ததாகச் சொல்கிறார்கள். பின்னர் மார்கோ போலோவும், ஆங்கிலேயர்களும் நிறையக் கொண்டு வந்தனர். நம் நாட்டுக் காய்கறிகள் என்று நாம் நினைப்பவை பல நம்முடையது இல்லை. மிளகாய், குடைமிளகாய், மக்காச்சோளம், நிலக்கடலை, முந்திரி, பீன்ஸ், உருளைக்கிழங்கு, பப்பாளி, பைனாப்பிள், சீதாப்பழம், கொய்யாப்பழம், சப்போட்டா இவை எல்லாம் தென்னமெரிக்காவிலிருந்து இங்கு வந்தவை. சில காலங்களுக்குப் பிறகு நாம் அவற்றை நம் நாட்டு காய்கறிகளாக்கிக் கொண்டோம். சிலர் மிளகாய் சீலேவிலிருந்து வந்தது என்றும், சிலர் மெக்ஸிகோவிலிருந்து வந்தது என்றும் சொல்கின்றனர். பழங்காலத்தில் நாம் நம் சமையலில் காரத்திற்கு மிளகை உபயோகித்து வந்ததாகச் சிலர் சொல்கின்றனர்.

சில அறிஞர்கள் ஈஸ்ட் இண்டியா கம்பெனி உள்ளே வந்ததற்குக் காரணமே மிளகு விற்பனையின் முற்றுரிமையையுமே எடுத்துக் கொள்ள என்றும், அப்படியே நம்மை ஆள ஆரம்பித்து விட்டார்கள் என்றும் சொல்கிறார்கள். நாம் மிளகாயை சமையலில் உபயோகப்படுத்த ஆரம்பித்தவுடன் குறுமிளகின் சுவையை விட நன்றாக இருப்பதை அறிந்து கொண்டோம். உதாரணம் சொல்ல வேண்டுமானால் கன்னடத்தில் குறுமிளகை ‘காளு மென்சு’ என்று சொல்வோம். அதைப் போலவே ஒரு பெயரை மிளகாய்க்கு கொடுத்திருக்கிறோம்- மென்சின் காய். ஹிந்தியில் மிர்ச்சி என்று சொல்வோம். குறுமிளகிற்கும், மிளகாயுக்கும் நடந்த போரில் மிளகாய் புதிய இளவரசனாக முடி சூட்டிக் கொண்டது. இன்னும்

இந்திய உணவை ஆட்சி செய்கிறது. வடக்கு கர்நாடகா மிளகாய்க்குப் பெயர் போன ஊர்."

"அது எனக்குத் தெரியும்." நான் கண்களை மூடிக் கொண்டு என் பால்ய காலத்திற்குப் போனேன். "ஏக்கராக் கணக்கில் மிளகாய் வயல்களைப் பார்த்ததுண்டு. தீபாவளி சமயத்தில் அறுவடை நடைபெறும். பேட்கி மாவட்டத்தின் மிளகாய் விற்பனை பிரசித்தம். என் மாமாவுடன் அங்கு மலை மலையாக குவிந்திருக்கும் மிளகாய்களைப் பார்த்து அதிசயித்ததுண்டு."

"ஆமாம்! அந்த மிளகாய்கள் நல்ல சிவப்பாக இருந்தாலும் காரமிருக்காது. ஆந்திராவில் குண்டூரில் விளையும் மிளகாய்கள் நல்ல காரமாக இருக்கும். உருண்டையாக, அவ்வளவு சிவப்பாக இல்லாமல் இருக்கும். குண்டூர் மிளகாய் என்றே பெயர். ஒரு நல்ல சமையல்காரர் பல வகையான மிளகாய்களை உணவில் சேர்த்து மணமும், நிறமும் , சுவையும் கூட்டுவார். அது உள்நாட்டுச் சமையல் தான்."

"இன்னும் இரண்டு வகையான மிளகாய்கள் உண்டு நம் நிலத்தில். காந்தார மிளகாய் அல்லது ராவண மிளகாய் என்று சொல்லுவோம். அது வானம் பார்த்து வளரும். அடுத்தது குடை மிளகாய்."

அங்கிள் தலையை ஆட்டினார். "குடை மிளகாயை பெல் பெப்பெர் என்று மேற்கில் சொல்வார்கள். ஆனால் ஒரு ராவண மிளகாயை சாப்பிட்டால் போதும் நவதுவாரமும் எரிய, பாட்டில் பாட்டிலாக தண்ணீர் குடித்துக் கொண்டு பாத்ரூமிலேயே உட்கார வேண்டியது தான். இல்லையென்றால் அரைக்கிலோ இனிப்புகள் சாப்பிட வேண்டும்.

நாங்கள் இருவரும் சிரித்தோம். சிரிப்பு சத்தம் கேட்டு ரேகாவின் தாயாரும் எங்களுடன் அமர்ந்து கொண்டார்.

“சாப்பாட்டைப் பற்றி ஏதாவது கிண்டலா? இன்று விதவிதமாக சமைக்க முடியவில்லை. நீ சாப்பிட வரப் போகிறாய் என்று தெரிந்தவுடன், அடுத்த வாரம் வரச் சொல்லுங்கள், சமையல் சப்பென்று இருக்கப் போகிறது என்று சொன்னேன். ஆனால் நீ குடும்பத்தில் ஒருத்தி, கண்டு கொள்ள மாட்டாய் என்று இவர் சொன்னார்” என்றார் ரேகாவின் தாய்.

“ஏன் இன்றைக்கு இப்படிச் சாப்பாடு ஆண்ட்டி?”

“சிரார்தத்திற்கு நாம் எப்போதும் வெளிநாட்டிலிருந்து வந்த காய்கறிகளை உபயோகப்படுத்துவதில்லை. அதனால் வெந்தயம், குறுமிளகு, வெள்ளரி, இத்யாதி என்று உபயோகப்படுத்துகிறோம். நம்முடைய முன்னோர்கள் இந்த புதிய காய்களை உபயோகப்படுத்த தயங்கினர். அவற்றை ‘விஸ்வாமித்திர ஸ்ருஷ்டி’ என்றனர்.

முதல் முறையாக நான் இப்படி ஒரு வார்த்தையைக் கேட்கிறேன். “அப்படியென்றால் என்ன?”

ஆண்ட்டி கொய்யா மரத்தினடியில் இருந்த நாற்காலியில் உட்கார்ந்து கொண்டார். “திரிசங்கு என்ற மன்னன் தன் உடலோடு சொர்க்கம் செல்ல விரும்பினான். விஸ்வாமித்திரர் தன் கடும்தவப்பயனை வைத்து உடலோடு சொர்க்கத்துக்கு அனுப்பினார். ஆனால் கடவுளர்கள் திரிசங்குவை அங்கிருந்து வெளியே அனுப்பி விட்டனர். எல்லாரும் இது போல் உடலோடு வர ஆரம்பித்து விட்டால் என்ன செய்வது என்று அவர்களுக்கு கவலை. விஸ்வாமித்திரர் திரிசங்குவை மேலே அனுப்ப, கடவுளர்கள் கீழே தள்ள, இறுதியில் திரிசங்குவுக்காக ஒரு உலகத்தைப் படைத்தார். அது ‘திரிசங்கு சொர்க்க’மாயிற்று. அவர் இந்த பூமிக்கோ, சொர்க்கத்துக்கோ சொந்தமில்லாத காளிஃப்ளவர், கத்தரிக்காய் போன்ற காய்கறிகளை படைத்ததாக கதை உண்டு. அந்த ‘விஸ்வாமித்திர ஸ்ருஷ்டி’களை சிரார்த்தத்திற்கு சமைக்கக் கூடாது என்பது நியதி.”

அமைதியாக ஆண்ட்டி சொன்ன கதையை யோசித்துக் கொண்டிருந்தேன். சில நிமிடங்களில் ரேகா வாழைப்பழங்களோடும், ஆரஞ்சுகளோடும் வந்தாள். கையில் ஒரு இனிப்பு டப்பாவும் இருந்தது.

“வா! சாப்பிடு. நம் தோட்டத்து வாழைப்பழம். இனிப்பும் வீட்டில் செய்தது....”

அங்கிள் இடைமறித்தார். “நாம் செய்யும் நிறைய இனிப்புகள் நம் நாட்டினுடையது இல்லை.”

“அப்பா, கொய்யா, வாழைக் கதையை சொல்லுங்களேன். எனக்கு மிகவும் பிடித்த கதை” என்று சொல்லிக் கொண்டே எனக்கு ஒரு வாழைப்பழம் கொடுத்தாள்.

அங்கிள் சந்தோஷமாகப் பகிர்ந்தார். “கோவாவிலிருந்து விதை வந்ததால் அதை ஆங்கிலத்தில் ‘குவாவா’ என்று சொல்கிறோம் என்று சிலர் சொல்வார்கள். கன்னடத்தில் ‘பேரளே ஹன்னு’ என்று சொல்வோம், ஏனென்றால் அது தென்னமெரிக்காவின் பெரு நாட்டிலிருந்து வந்தது என்று நம்புகிறோம். ஒரு கதை சொல்கிறேன் கேள்.”

“நம்முடைய புராணங்களில் வரும் முனிவர் துர்வாசர் மிகுந்த கோபக்காரர். யார் தன்னை கோபமூட்டினாலும் சபித்து விடுவார். அவர் காந்தாலி என்ற ஒரு பெண்ணை மணந்தார். ஒரு நாள் அவள் அவரிடம் ‘முனிவரே, உங்களிடம் நெருங்கவே பயப்படும் மனிதர்களுக்கு மத்தியில் நான் உங்களை திருமணம் செய்து கொண்டு இவ்வளவு வருடங்கள் வாழ்ந்தும் வருகிறேன். உங்களிடமிருந்து ஒரு வரம் பெறுவதற்கு நான் தகுதியுடைவள் தானே?’”

“அவளின் அந்தக் கேள்வி துர்வாசரைக் கோபப்படுத்தினாலும், அவர் சாபமளிக்கவில்லை. அவர் யோசித்துப் பார்த்து அவள் சொல்வது சரியென்று நினைத்தார். ‘நான் ஒரே ஒரு வரம் தருகிறேன். அதனால் நன்றாக யோசித்துக் கேள்’ என்றார்.”

“சிறிது யோசனைக்குப் பிறகு அவள் கேட்டாள் ‘வித்தியாசமான, அழகான நிறங்களையுடைய ஒரு பழத்தை எனக்கு சிருஷ்டித்துத் தாருங்கள். அதைக் கொடுக்கும் மரம் பூமியில் வளர வேண்டும். எல்லா இடங்களிலும் சுலபமாக முளைக்கக் கூடியதாக இருக்க வேண்டும். வருடம் முழுவதும் கொத்துக் கொத்தாகக் காய்க்க வேண்டும். அதில் விதைகள் இருக்கக் கூடாது. சாப்பிடும் போது கைகளை அசுத்தப்படுத்தக் கூடாது. அது காயாக இருக்கும் போதும் சமைக்கக் கூடியதாக இருக்க வேண்டும். பழுத்தபின் பூஜைக்குகந்ததாகவும் இருக்க வேண்டும். மரத்தின் எல்லா பாகங்களையும் உபயோகப்படுத்தக் கூடியதாகவும் இருக்க வேண்டும்.”

“துர்வாசருக்கு தன் மனைவி அப்படி நுணுக்கமாக வரம் கேட்பது ஆச்சரியமாக இருந்தது. கோபத்தில் சாபம் கொடுத்துவிட்டு பின்னர் அதைப் போக்க வழிகள் கண்டுபிடிப்பது என்று மட்டுமே இருந்த துர்வாசருக்கு இது ஒரு சவாலாக இருந்தது. ‘பெண்கள் புத்திசாலிகள். என்னைப் போன்ற ஆண்கள் சீக்கிரம் கோபமடைந்து விளைவைப் பற்றி யோசிக்காமல் வினையாற்றி விடுகிறோம்’ என்று நினைத்தார்.”

“சரஸ்வதியிடம் தனக்கு தன் மனைவி கேட்ட வரத்தையளிக்கக் கூடிய ஞானத்தை அருளுமாறு கேட்டார். சிறிது நேரத்தில் அவர் ஒரு வாழை மரத்தைப் படைத்தார். இந்தியாவில் எங்கும் நிறைந்திருக்கும் மரம். அம்மரத்தின் எல்லா பாகங்களையும்-இலை, தண்டு, பூ, காய், பழம்- உபயோகப்படுத்தலாம். வாழைக்காயை சமைக்கலாம், வாழைப்பழத்தை அப்படியே உண்ணலாம். பூஜைக்கு இன்றியமையாத ஒரு பொருள். தன்னைச் சுற்றி நிறைய கன்றுகளை வருவாக்கி ஒரு வருடம் வரை இருக்கும் ஒரு வாழைமரம்.”

“காந்தாலி பேரின்பத்துடன் அந்தச் செடிக்கு காந்தாரி என்று பெயரிட்டாள். ‘கோபத்துக்குப் பெயர் போன என்

கணவர் இந்தச் செடியை உருவாக்கினார் என்றாலும் இந்தப் பழத்தைச் சாப்பிடுபவர்கள் மன நிறைவை அடைவார்கள்' என்று சொன்னாள்."

"காலப்போக்கில் மக்கள் மிகவும் விரும்பி வாழைப்பழத்தை சாப்பிட ஆரம்பித்தார்கள். மெல்ல காந்தாரி என்ற பெயர் கதலி என்று மாறியது. சம்ஸ்க்ருதத்தில் கதலி பலம் என்று ஆயிற்று." அங்கிள் ஒரு பெருமூச்சுடன் கதையை முடித்தார்.

நல்ல கற்பனை வளத்தோடு புனையப்பட்ட இக்கதையைக் கேட்டுப் புன்னகைத்தேன். ஆசையைக் கட்டுப்படுத்த முடியாமல் என் முன்னாலிருந்த தட்டிலிருந்து ஒரு வாழைப்பழத்தை எடுத்துக் கொண்டேன். "எனக்கு பத்தியச் சாப்பாட்டை இன்று பரிமாறி விட்டீர்கள். அதனால் எனக்கு சுவையான இனிப்பு வேண்டும்."

ரேகா இனிப்புகள் இருந்த பெட்டியை திறந்தாள். வகை வகையான இனிப்புகள் அதில் இருந்தன.

குலாம் ஜாமூன், ஜாங்கிரி, குல்கந்த் இருந்ததைப் பார்த்தேன். குலாப் ஜாமூனைப் பார்த்தால் என்னால் ஆசையை அடக்க முடியாது. உடனே ஒன்றை எடுத்து வாயில் போட்டுக் கொண்டேன்.

"எப்பேர்ப்பட்ட இனிப்பு! இனிப்புகள் என்று வந்துவிட்டால் யாரும் நம்மை அடித்துக் கொள்ள முடியாது. குலாப் ஜாமூன் இல்லாமல் எப்படி மற்ற நாட்டுக்காரர்கள் ஜீவிக்கிறார்களோ?"

"இரு! இரு! அப்படியெல்லாம் வார்த்தைகளை விடாதே. குலாப் ஜாமூன் நம் ஊர் இனிப்பு கிடையாது" என்றாள் ரேகா.

"ஓ" என்று திருப்தியில்லாமல் சொன்னேன். என்னைத் தடுக்குமுன் இன்னொரு ஜாமூனை உள்ளே தள்ளினேன்.

"உண்மையாகத்தான். மொழி வல்லுநர் ஒருவர் எங்கள் கல்லூரியில் பேச வந்தார். ஆங்கிலத்தைத் தவிர பாரசீக, அரபி, போர்ச்சுகீஸிய மொழிகளை நாம் நமக்கே தெரியாமல் பேசும் போது உபயோகப்படுத்துவதாகக் கூறினார். குலாம் ஜாமூன் என்பது பாரசீக வார்த்தை. அது இரானிலிருந்து வந்த பதார்த்தம். இந்தியாவில் முகலாய ஆட்சியின் போது ஆஸ்தான மொழி பாரசீக மொழி. அப்போது பிரபலமானது இந்த இனிப்பு. ஜாங்கிரி என்ற வார்த்தையும் கூட ஜாங்கிரியைப் போன்ற வடிவமைப்பும் பெயரும் உள்ள கையில் அணியும் ஒரு அணிகலனிடமிருந்து கடன் வாங்கியது."

"குல்கந்தும் நம் மொழியில்லை என்று சொல்லி விடாதே!"

"நீ சொல்வது சரி. குல் என்றால் பாரசீக மொழியில் ரோஜா. கந்த் என்றால் இனிப்பு. குலாப் என்ற வார்த்தையில் இருந்து உருவாகியதே குல்."

என் மூளை இத்தனை விஷயங்களை உள்வாங்கிக் கொண்டதால் அயர்ச்சியாக இருந்தது. ஆரஞ்சுகளைப் பார்த்தவுடன் "இனி இதை ஆரஞ்சு என்று சொல்ல மாட்டேன். நாரங்கி என்று கன்னடத்தில் தான் சொல்லப் போகிறேன்."

அங்கிள் கனைத்துக் கொண்டே "நாரங்கி என்ற வார்த்தை என்னவோ நாம் கன்னடத்தில் உபயோகப்படுத்தினாலும், அது கன்னட வார்த்தை இல்லை. அது இரண்டு வார்த்தைகளால் ஆனது. நார் என்றால் ஆரஞ்சு கலர் அல்லது சூரியனின் நிறம் என்று அர்த்தம். ரங்கி என்றால் நிறம்."

இந்த உரையாடல் என்னை குழப்பியது.

"பல வருடங்களாக ஒரே இடத்தில் வாழும் போது அந்த இடத்தின் மொழியையும், உணவுகளையும் நம்மை அறியாமல் நாம் எடுத்துக் கொள்கிறோம். சில சமயங்களில்

நம் உணவில் கூட சில மாற்றங்களைக் கொண்டு வந்து அந்த உணவை நம்முடையதாக்கிக் கொள்கிறோம். நம் பேச்சில அடிபட்ட உணவுகள் எல்லாம் இப்படிப்பட்ட மாற்றங்களுக்கு உட்பட்டவையே" என்றார் அங்கிள்.

நான் என் கடிகாரத்தைப் பார்த்தேன். நான் கிளம்பும் நேரம் வந்துவிட்டிருந்தது. அவர்களுக்கு நன்றி சொல்லிவிட்டுக் கிளம்பினேன். முக்கியமாக அங்கிளுக்கு. கூகுள் கூட இவ்வளவு விஷயங்களைக் கொடுத்திருக்காது.

வீட்டுக்குத் திரும்பும் போது போக்குவரத்து நெரிசலில் மாட்டிக் கொண்டேன். ஆனால் சலிப்பு வரவில்லை. அங்கிளுடன் பேசியதை எல்லாம் அசை போட்டுக் கொண்டு வந்தேன். ஒரு சம்பவம் ஞாபகத்துக்கு வந்தது.

என்னுடைய தாயாருக்கு இரண்டு சகோதரிகள். எல்லோரும் ஒரே மாநிலத்தில் உள்ளவர்களை திருமணம் செய்து கொண்டாலும், மூவரும் தங்கள் கணவர்களின் வேலை காரணமாக ஒவ்வொரு இடத்தில் இருந்தார்கள். ஒருவர் தெற்கு கர்நாடகாவில் இருந்தார். என்னுடைய பெற்றோர் மஹாராஷ்ட்ராவில் இருந்தனர். மற்றுமொரு சகோதரி கர்நாடகாவின் தொலைக்கோடியான ஒரு இடத்தில் இருந்தார்.

கணவர்கள் வேலை ஓய்வு பெற்றபின் அனைவரும் ஹுப்ளியில் ஒரே பகுதியில் வசித்து வந்தனர். அவர்களின் குழந்தைகளை தினமும் சந்தித்து, எல்லோரும் ஒன்றாகச் சாப்பிடுவது சந்தோஷமாக இருந்தது. பண்டிகைகளை எல்லோரும் குடும்பமாகக் கொண்டாடுவோம். ஒரு வீட்டில் சமையல் நடைபெறும். ஒவ்வொரு வீட்டிலிருந்தும் இனிப்புகள் வரும்.

ஒரு தீபாவளி அன்று நிறைய பதார்த்தங்கள் இருந்தன. என் தாயார் பூரியும் ஸ்ரீகண்டும் செய்திருந்தார். மைசூரிலிருக்கும் பெரியம்மா திராட்சை பாயசமும் பிஸி பேளா

பாத்தும்செய்திருந்தார். இன்னொருவர் நிலக்கடலையில் இனிப்புகளும், லட்டுகளும் செய்திருந்தார். சிறுவர்களாகிய எங்களுக்கு ஒரே கொண்டாட்டம்.

இப்போது காரில் உட்கார்ந்திருக்கும் போது முதல்முறையாக ஒரு விஷயத்தை உணர்ந்தேன் - சகோதரிகள் அனைவரும் அவர்கள் வசித்த ஊர்களின் பதார்த்தங்களை செய்யக் கற்றுக் கொண்டிருந்திருக்கிறார்கள். எல்லோரும் ஒன்றாக இருந்தாலும் ஒவ்வொரு வீட்டின் உணவும் வித்தியாசமாக இருந்ததை நினைத்துப் பார்த்தேன். இதுவே இப்படியென்றால் இந்தியாவின் ஒவ்வொரு மாநிலங்களிலும் எவ்வளவு விதமான உணவுகள் இருக்கும் என்று வியந்தேன்.

பனீர் பீட்சா, சீஸ் தோசை, நம் 'இந்திய சீன' உணவு வகைகள், இவையெல்லாம் இப்படித்தானே உருவாகி இருக்கும்! இந்தியா ஒரு நாடு என்று எவர் சொன்னது? இது ஒரு கண்டம் மனதால் அனைவரும் இந்தியர்கள் என்றாலும் விதவிதமான கலாச்சாரங்கள், விதவிதமான உணவு பழக்கவழக்கங்கள் அமையப்பெற்ற ஒரு பரந்துபட்ட கண்டம்.

18

மும்பையிலிருந்து பெங்களூரு வரை

அது கோடைக்கால ஆரம்பம். நான் குல்பர்காவிலிருந்து பெங்களூரு செல்ல உத்யான் எக்ஸ்ப்ரெஸில் ஏறினேன். அந்த இரண்டாம் வகுப்புப் பெட்டி நெரிசலாக இருந்ததை ஏறியவுடன் கண்டேன். நிஜாம் ஒரு காலத்தில் இங்கு ஆட்சி செய்ததால், கர்நாடகாவின் அந்தப் பகுதி ஹைதராபாத் கர்நாடகா என்று அழைக்கப்படுகிறது. தண்ணீர்ப் பஞ்சம் உள்ள இடம் என்பதால் கோடையில் நிலங்கள் வற்றிப் போகும். அதனால் விவசாயிகள் கோடையில் எதுவும் பயிரிட முடியாது. ஏழை விவசாயிகளும், நிலமற்ற தொழிலாளிகளும் பெங்களூருக்கும் மற்ற பெரிய நகரங்களுக்கும் வேலை தேடிச் செல்வார்கள். மழைக் காலத்தில்தான் தங்கள் நிலத்தை உழுது பயிரிடுவதற்காக வீடு திரும்புவார்கள். இது ஏப்ரல் மாதம். ஆதலால் ரயிலில் கூட்டம் நிரம்பி வழிந்தது.

நான் என் இடத்தில் உட்கார்ந்தேன். மூலைக்குத் தள்ளப்பட்டேன். மூன்று பேர் உட்கார வேண்டிய இடத்தில் ஆறு பேர் இருந்தனர். சுற்றுமுற்றும் பார்த்ததில் பெங்களூருக்குச் சென்று தங்கள் வாழ்க்கையை மேம்படுத்திக் கொள்ளும் கனவோடு நிறைய மாணவர்கள் இருந்தனர். பெங்களூரில் என்ன வாங்குவது என்று பேசிக் கொண்டிருக்கும் வணிகர்கள் தென்பட்டனர். அரசாங்க வேலையில் இருக்கும் சிலர் குல்பர்காவை

கரித்துக் கொட்டிக் கொண்டிருந்தனர். "என்ன ஊர்! இந்தச் சூட்டில் இருக்கவே முடியாது. இங்கே வருவதை பனிஷ்மெண்ட் டிரான்ஸ்பர் என்று சொல்வது சரிதான்."

டிக்கட் பரிசோதகர் வந்து எல்லோருடைய டிக்கட்டுகளையும் சரி பார்த்தார். யாரிடம் பயணச் சீட்டு இருந்தது, யாரிடம் முன்பதிவுச் சீட்டு இருந்தது என்று சொல்ல முடியவில்லை. சிலரிடம் சீட்டு இருந்தது ஆனால் முன்பதிவு செய்யவில்லை. இது இரவு நேர ரயில் வண்டி. எல்லோருக்கும் இடம் கிடைப்பது நடக்காத காரியம். பலர் 'எப்படியாவது' ஒரு இடம் ஒதுக்கச் சொல்லி பரிசோதகரிடம் மன்றாடினர். அவரால் எல்லோருக்கும் இடம் தரவே முடியாத நிலைமை.

அவருடைய கழுகுப் பார்வையின் மூலம் சீட்டு வாங்காதவர்களை எளிதில் அடையாளம் கண்டு கொண்டார். பயணச் சீட்டு இல்லாதவர்கள் மன்றாடினார்கள். "சார்! இதற்கு முன்னால் சென்றிருக்க வேண்டிய ரயில் ரத்தாகி விட்டது. அதில் நாங்கள் முன்பதிவு செய்திருந்தோம். எங்கள் தப்பில்லை என்பதால் மறுபடியும் சீட்டு வாங்க முடியாது."

சிலர் "சார்! ரயில் நிலையம் வந்து சேர நேரமாகி விட்டது. டிக்கட் வாங்க நேரமில்லை. அதனால் ஏதோ ஒரு கம்பார்ட்மெண்டில் ஏறிக் கொண்டேன்." டிக்கட் பரிசோதகர் பகவத் கீதையை கரைத்துக் குடித்திருப்பார் என்று நினைக்கிறேன். அமைதியாக அனைத்தையும் கேட்டுக்கொண்டே சீட்டு இல்லாதவர்களுக்கு சீட்டுகளை வழங்கிக் கொண்டிருந்தார்.

திடீரென்று என்னைப் பார்த்து "உங்கள் டிக்கட்?" என்றார்.

"நான் உங்களிடம் காண்பித்து விட்டேன்" என்றேன்.

"உங்களை இல்லை மேடம். உங்கள் சீட்டுக்கு அடியில் ஒளிந்து கொண்டிருக்கும் பெண்ணைக் கேட்டேன். ஏய்! வெளியே வா" என்றார்.

அப்போதுதான் நான் உட்கார்ந்திருந்த இடத்துக்குக் கீழே ஒரு பெண் ஒளிந்து கொண்டிருந்ததைக் கவனித்தேன். பரிசோதகர் சத்தம் போட்டவுடன் வெளியே வந்தாள். ஒல்லியான பெண். பயந்து போயிருந்தாள். நிறைய அழுதது போலிருந்தது அவள் முகம். பதிமூன்று அல்லது பதினாறு வயதிருக்க வேண்டும். பரட்டைத் தலையுடன் கிழிந்த பாவாடை சட்டையுடன் கைகூப்பியபடி நடுங்கிக் கொண்டிருந்தாள்.

“யார் நீ? எங்கே ஏறினாய்? எங்கே போகிறாய்? நான் உனக்கு ஃபைனோடு டிக்கட் தருகிறேன்” என்றார்.

அந்தப் பெண் பேசவில்லை. பலருக்கு பதில் சொல்லிக் கொண்டிருந்ததால் பரிசோதகருக்கு கோபம் வந்தது. அனைத்துக் கோபத்தையும் இப்போது இந்தப் பெண் மீது ஒரு சேரக் காட்டினார். “உன்னைப் போன்றவர்களை எனக்குத் தெரியும். இலவசமாக ரயிலில் பயணம் செய்து எங்களுக்கு பிரச்சனை கொடுக்கிறீர்கள். டிக்கட்டும் வாங்காமல், என் கேள்விக்கும் பதில் சொல்லாமல் இப்படி நின்று கொண்டிருக்கிறாய். நான் பலருக்கு பதில் சொல்ல வேண்டும்...பேசு...”

அந்தப் பெண் வாயே திறக்கவில்லை. அவளைச் சுற்றி இருந்த யாரும் அதைக் கண்டு கொள்ளாமல் அவரவர் வேலையைப் பார்த்தபடி இருந்தனர். சிலர் அவர்களுடைய பயணச்சீட்டுக்கான பணத்தை எண்ணியபடியும், சிலர் அடுத்து வண்டி நிற்கப் போகும் வாடி ஜங்ஷனில் இறங்கவும் ஆயத்தமாகிக் கொண்டிருந்தனர். எனக்கு மேல் பெர்த்தில் இருப்பவர்கள் உறங்கத் தயாரானார்கள். சிலர் சாப்பிட ஆரம்பித்தனர். இது எனக்கு அதிசயமானதாக இருந்தது. என் சமூக சேவை அனுபவத்தில் இப்படி ஒரு சூழ்நிலையை நான் சந்தித்ததே இல்லை.

எதுவும் கேட்காதது போல் அந்தப் பெண் அமைதியாக இருந்தாள். பரிசோதகர் அவள் கையைப் பிடித்து அடுத்த

ஸ்டேஷனில் இறங்குமாறு வற்புறுத்தினார். “உன்னை போலீஸில் நானே பிடித்துக் கொடுக்கப் போகிறேன். எங்காவது அனாதை இல்லத்தில் சேர்த்து விடுவார்கள். வாடியில் இறங்கி விடு.”

அந்தப் பெண் அசையவில்லை. டிக்கட் பரிசோதகர் வலுக்கட்டாயமாக அவள் கையைப் பிடித்து இழுத்தார். என்னால் அதற்கு மேலும் பொறுக்க முடியவில்லை. “சார்! நான் டிக்கட்டிற்குப் பணம் தருகிறேன். இரவு நேரம். இந்தச் சின்ன பெண் இந்த நேரத்தில் பிளாட்பார்மில் இருப்பது சரியில்லை” என்றேன்.

பரிசோதகர் புருவத்தை உயர்த்தி என்னைப் பார்த்தார். “மேடம், உங்கள் நல்ல மனதுக்கு நன்றி. ஆனால் நான் இவளைப் போல் பலரைப் பார்த்திருக்கிறேன். ஒரு ஸ்டேஷனில் ஏறி, மறு ஸ்டேஷனில் இறங்கி, பிச்சை எடுத்துக் கொண்டே அவர்கள் போக வேண்டிய இடத்துக்கு டிக்கட் இல்லாமல் போய் விடுவார்கள். ஏன் உங்கள் பணத்தை வீணடிக்கிறீர்கள்? டிக்கட் எடுத்துக் கொடுத்தாலும் வீண். கொஞ்சம் பணம் கொடுத்தால் சென்று விடுவாள்” என்று புன்னகைத்துக் கொண்டே சொன்னார்.

நான் வெளியே பார்த்தேன். வாடி ஜங்ஷனில் ரயில் நுழைந்து கொண்டிருந்தது. ப்ளாட்பார்ம் வெளிச்சமாக இருந்தது. டீ, ஜூஸ், சாப்பாடு விற்பவர்கள் ரயிலை நோக்கி ஓடி வந்தனர். இருட்டி விட்டது. என் மனம் பரிசோதகரின் ஆலோசனையை ஏற்றுக் கொள்ள மறுத்தது. அவர் சொல்வது சரியாக இருந்தாலும் கூட நான் இழக்கப் போவது சில நூறு ரூபாய்களே என்ற நினைப்பில் “சார், பரவாயில்லை. நான் அவளுடைய டிக்கட்டுக்குப் பணம் தருகிறேன்” என்றேன்.

“உனக்கு எங்கே போக வேண்டும்?” என்று அந்தப் பெண்ணைக் கேட்டேன். அந்தப் பெண் என்னை நம்ப

முடியாமல் பார்த்தாள். அந்த கணத்தில்தான் அவளுடைய அழகான கவலை தோய்ந்த கருப்பு நிறக் கண்களைக் கவனித்தேன். அவள் ஒரு வார்த்தையும் பேசவில்லை.

பரிசோதகர் புன்னகைத்தபடியே சொன்னார். “மேடம், அனுபவம் மிகச் சிறந்த பாடம்.”

அந்தப் பெண்ணைப் பார்த்து “கீழே இறங்கு” என்றார்.

என்னைப் பார்த்து “மேடம், பத்து ரூபாய் இருந்தால் கொடுங்கள். டிக்கட்டை விட அது அவளுக்கு சந்தோஷத்தைத் தரும்” என்றார்.

நான் அவர் சொல்வதைக் கேட்கவில்லை. பெங்களூரு வரை டிக்கட் தருமாறு கேட்டேன். அவள் எங்கு வேண்டுமானாலும் இறங்கிக் கொள்ளலாம். பரிசோதகர் என்னைப் பார்த்து “பெர்த் கிடைக்காது. நீங்கள் ஃபைனும் கட்ட வேண்டி வரும்” என்றார்.

நான் அமைதியாக என் பர்ஸைத் திறந்தேன்.

“இந்த ரயில் புறப்பட்ட இடத்திலிருந்து டிக்கட் எடுக்க வேண்டி வரும்.”

அந்த ரயில் மும்பையிலிருந்து வந்து கொண்டிருந்தது. நான் எதுவும் சொல்லாமல் பணத்தைக் கொடுத்தேன். டிக்கட்டைக் கொடுத்த பரிசோதகர் வெறுப்புடன் அகன்றார்.

அந்தப் பெண் அங்கேயே நின்று கொண்டிருந்தாள். அவளிடம் இப்போது டிக்கட் இருந்ததால் நான் பயணிகளை அவளுக்கு இடம் கொடுக்கச் சொன்னேன். தயக்கத்துடன் நகர்ந்தனர். அந்தப் பெண் உட்காரவில்லை. நான் வற்புறுத்தியவுடன் தரையில் உட்கார்ந்தாள்.

அவளிடம் என்ன பேசுவதென்று தெரியவில்லை. அவளுக்கு சாப்பாடு வாங்கிக் கொடுத்தேன். அவள்

வாங்கிக் கொண்டாள். ஆனால் சாப்பிடவில்லை. அவளைப் பேச வைக்கவோ, சாப்பிட வைக்கவோ என்னால் முடியவில்லை. அவளிடம் டிக்கட்டைக் கொடுத்து "இங்கே பார்! நீ பேசாததால் உன் மனதில் என்ன இருக்கிறது என்று எனக்குத் தெரியவில்லை. இந்தா டிக்கட், நீ எங்கு வேண்டுமானாலும் இறங்கிக் கொள்ளலாம்" என்றேன்.

பயணிகள் தரையிலும், பெர்த்திலும் தூங்கத் தொடங்கினார்கள். ஆனால் அந்தப் பெண் உட்கார்ந்தபடியே இருந்தாள்.

அடுத்த நாள் காலை ஆறு மணிக்கு எழுந்து பார்க்கும் போது அவள் தூங்கிக் கொண்டிருந்தாள். எங்கேயும் இறங்கியிருக்கவில்லை. அவள் சாப்பிட்டிருந்தாள். சாப்பிடவாவது செய்தாளே என்று எனக்கு நிம்மதியாக இருந்தது.

பெங்களூருவை ரயில் நெருங்கியவுடன் ரயில் காலியாக ஆரம்பித்தது. சீட்டில் உட்காரச் சொன்னேன். இந்த முறை உட்கார்ந்தாள். மெல்ல பேச ஆரம்பித்தாள். அவள் பெயர் சித்ரா என்றாள். பீடருக்கு அருகில் இருந்த ஒரு கிராமத்தில் வசித்து வந்திருக்கிறாள். அவள் தந்தை கூலி வேலை செய்பவர். தாயார் அவளைப் பெற்று விட்டு உயிரை விட்டிருக்கிறார். அவள் தந்தை மறுமணம் செய்து கொண்டு இரண்டு ஆண்களைப் பெற்றிருக்கிறார். சில மாதங்களுக்கு முன்னால் தந்தையாரும் இறந்து விடவே, அவள் சித்தி அவளை அடித்து உதைத்து உணவு தராமல் துன்புறுத்தி இருக்கிறாள். அவளுடைய ரத்தக்கறை பட்ட கிழிந்த உடை அவள் உண்மையைதான் சொல்கிறாள் என்று சொல்லியது. அவளுக்கு வேறு யாரும் உதவி செய்ய இல்லாததால் நல்ல வாழ்க்கையைத் தேடி ஓடி வந்ததாகச் சொன்னாள்.

அதற்குள் ரயில் பெங்களூருவை எட்டியிருந்தது. நான் சித்ராவிடம் விடைபெற்றுக் கொண்டு வண்டியிலிருந்து

இறங்கினேன். என் டிரைவர் என் பைகளை எடுத்துப் போக வந்திருந்தார். என்னை யாரோ பார்த்துக் கொண்டிருப்பது போல் தோன்றியது. திரும்பிப் பார்த்தேன். சித்ரா சோகமே உருவாக என்னைப் பார்த்துக் கொண்டிருந்தாள். என்னால் இதற்கு மேல் என்ன செய்ய முடியும் என்று தெரியவில்லை.

நான் என் காரை நோக்கி நடக்க ஆரம்பித்த போது, சித்ராவும் என் பின்னாலேயே வருவதை உணர்ந்தேன். எனக்குத் தெரியும் அவளுக்கு இவ்வுலகில் யாரும் இல்லை என்று. எனக்கு என்ன செய்வது என்று தெரியவில்லை. ஒரு மனிதாபிமானத்தினால் அவளுக்கு டிக்கட் வாங்கிக் கொடுத்தேன். ஆனால் அவள் எனக்குப் பெரிய பொறுப்பாக இருப்பாள் என்று அப்போது உணரவில்லை. சித்ராவின் பார்வையில் நான் அன்பு மிக்கவளாகத் தெரிந்தேன். நான் காரில் ஏறியபோது அவள் என்னையே பார்த்துக் கொண்டிருந்தாள்.

ஒரு நிமிடம் பயத்தால் உறைந்து போனேன். “என்ன செய்து விட்டேன்?” என்னை நானே கேட்டுக் கொண்டேன். வாடி ஜங்ஷனில் அவளுக்கு பாதுகாப்பில்லை என்று கருதிய நான் , அதை விட மோசமான பெங்களூரு என்ற பெரிய நகரத்தில் விட்டுவிட்டுப் போகிறேன். என்ன வேண்டுமானாலும் நடக்கலாம். அதிலும் பெண்ணாக இருப்பதால் எப்படி வேண்டுமானாலும் அவளின் அந்தச் சூழ்நிலையை உலகம் பயன்படுத்திக் கொள்ள வாய்ப்பிருக்கிறது.

அவளை காரில் ஏறச் சொன்னேன். என் டிரைவரிடம் என் நண்பர் ராமின் இடத்துக்கு கூட்டிச் செல்லச் சொன்னேன். ஆதவற்ற பெண்களுக்கும், ஆண்களுக்கும் இல்லம் நடத்தி வந்தார் ராம். இன்ஃபோசிஸ் ஃபௌண்டேஷன் அவருக்கு அவ்வப்போது உதவி செய்து கொண்டிருந்தது. சில வாரங்களில் என் பயணத்தை முடித்துவிட்டு வரும் வரை சித்ரா ராமின் இல்லத்தில் இருக்கட்டும் என்று

முடிவு செய்தேன். பத்து பெண்கள் அந்த இல்லத்தில் இருந்தார்கள். அதில் மூவர் சித்ராவினுடைய வயதை ஒத்தவர்கள். அங்கிருக்கும் பெண்கள் பலருக்கு என்னைத் தெரியும்.

இல்லத்தை அடைந்தவுடன் அங்கே சூபர்வைசராக இருந்த பெண்மணி என்னுடன் பேச வந்தார். நான் நிலைமையைச் சொல்லி சித்ராவை ஒப்படைத்தேன். "நீ இங்கே இரண்டு வாரங்கள் இரு. கவலைப்படாதே! நல்ல மனிதர்கள் இவர்கள். இவரிடம் நீ பேசு. இவரை அக்கா என்று நீ கூப்பிடலாம். இரண்டு வாரங்கள் கழித்து வந்து பார்க்கிறேன். எங்கேயாவது ஓடி விடாதே!" என்றேன். சூபர்வைசரிடம் பணத்தைக் கொடுத்து அவளுக்குத் துணிமணிகளும் மற்ற பொருட்களும் வாங்கித் தருமாறு கூறினேன்.

இரண்டு வாரங்களுக்குப் பின் இல்லத்துக்குச் சென்றேன். சித்ரா இருப்பாளா என்ற சந்தேகத்துடன் சென்றேன். ஆனால் சந்தோஷமாக இருக்கும் சித்ராவைப் பார்த்து அதிசயித்தேன். வாழ்க்கையில் முதல் முறையாக நல்ல சாப்பாடு சாப்பிடுகிறாள். புதிய துணிகள் உடுத்திக் கொண்டு, சிறு வயது குழந்தைகளுக்கு பாடம் சொல்லிக் கொடுத்துக் கொண்டிருந்தாள். என்னைப் பார்த்தவுடன் சந்தோஷமாக எழுந்து நின்றாள். "சித்ரா நல்ல பெண். சமையலில் எங்களுக்கு உதவுகிறாள். இல்லத்தை சுத்தம் செய்கிறாள். சின்னக் குழந்தைகளுக்கு பாடமும் சொல்லிக் கொடுக்கிறாள். அவள் கிராமத்தில் இருக்கும்போது நன்றாக படித்துக் கொண்டிருந்ததாகவும், மேலே படிக்க ஆசைப்பட்டதாகவும், ஆனால் தன் குடும்பம் அனுமதிக்கவில்லை என்றும் சொன்னாள். இங்கே அவள் சந்தோஷமாக இருக்கிறாள். அவளை நீங்கள் என்ன செய்வதாக உத்தேசம்? நாங்களே வைத்துக் கொள்ளலாமா?" என்று சூபர்வைசர் கேட்டார்.

அருகில் இருக்கும் பள்ளிக்கு சித்ரா செல்லலாம் என்று ராம் சொன்னார். நான் உடனே ஒப்புக் கொண்டேன். அவள் படித்து முடிக்கும் வரை அவள் செலவுகளை நான் ஏற்றுக் கொள்வதாகச் சொன்னேன். சித்ராவுக்கு ஒரு நல்ல இடமும், நல்ல பாதையும் கிடைத்து விட்டது என்று உணர்ந்து அங்கிருந்து கிளம்பினேன்.

வேலை அதிகமாகி விட்டதால் என்னால் வருடத்துக்கு ஒரு முறைதான் இல்லத்துக்குச் செல்ல முடிந்தது. ஆனால் அவ்வப்போது தொலைபேசியில் அழைத்து சித்ராவைப் பற்றிக் கேட்டுத் தெரிந்து கொள்வேன். அவள் நன்றாகப் படித்துக் கொண்டிருக்கிறாள் என்பது தெரிந்தது.

வருடங்கள் உருண்டோடின. ஒரு நாள் ராம் என்னை தொலைபேசியில் அழைத்து சித்ரா பத்தாவதில் எண்பத்தைந்து சதவிகிதம் பெற்று தேர்ச்சி அடைந்திருப்பதாகக் கூறினார். நான் இல்லத்துக்குச் சென்று அவளை வாழ்த்து சொன்ன போது மிகவும் சந்தோஷமாக இருந்தாள். தன்னம்பிக்கை உள்ள பெண்ணாக அவள் வளர்வது தெரிந்தது. அவளுடைய அழகான கண்கள் ஒளிர்ந்தன.

அவள் மேற்கொண்டு படிப்பதாக இருந்தால் அவளுடைய காலேஜுக்குப் பணம் கட்டத் தயாராக இருப்பதாகச் சொன்னேன். “நான் என்னுடைய நண்பர்களிடம் பேசி ஒரு முடிவுக்கு வந்திருக்கிறேன். கம்ப்யூட்டர் சயின்ஸில் டிப்ளமா படிக்கலாம் என்றிருக்கிறேன். மூன்றே வருடங்கள்தான். உடனே வேலை கிடைத்து விடும்” என்றாள். அவளை பொறியியல் படிப்பு படிக்கச் சொன்னேன். மறுத்து விட்டாள். எவ்வளவு சீக்கிரம் முடியுமோ அவ்வளவு சீக்கிரம் சம்பாதிக்க வேண்டும் என்று நினைத்தாள். எனக்குப் புரிந்தது.

மூன்று வருடங்களுக்குப் பிறகு சித்ரா நல்ல மதிப்பெண்களுடன் டிப்ளமாவை முடித்தாள். ஒரு

சாஃப்வேர் கம்பனியில் சோதனைப் பொறியாளராக அவளுக்கு வேலை கிடைத்தது. அவள் முதல் சம்பளம் வாங்கியவுடன் என்னைப் பார்க்க புடவையும், இனிப்புகளும் வாங்கிக் கொண்டு என் அலுவலகம் வந்தாள். நான் நெகிழ்ந்து போனேன். எனக்கு மட்டும் இல்லாமல் தன் முதல் மாதச் சம்பளத்தை இல்லத்தில் இருக்கும் அனைவருக்கும் ஏதோ ஒரு பொருள் வாங்கிக் கொடுத்திருந்தாள் என்பதை பின்னர் தெரிந்து கொண்டேன்.

ராம் என்னை ஒரு நாள் கூப்பிட்டார். “சித்ரா இப்போது வேலைக்குப் போக ஆரம்பித்து விட்டாள். இனிமேல் மாணவர்களுக்கான இந்த இல்லத்தில் அவள் தங்க முடியாது” என்றார். நான் சித்ராவிடம் பேசி இல்லத்துக்கு மாத வாடகை தருமாறு சொல்கிறேன் என்றேன். யாருமேயில்லாத அந்தப் பெண்ணிற்கு அந்த இல்லம் ஒரு பாதுப்பான இடம். அதனால் அவளுக்கு திருமணம் ஆகும் வரை அங்கே இருக்கட்டும் என்று விரும்பினேன்.

“அவளுக்கு திருமணத்துக்கு வரன் தேடுகிறீர்களா?” என்றார்.

அது எனக்கு முற்றிலும் புதிதான சுமை. பெரிய பிரச்சினையும் கூட. அவளுடைய பாதுகாப்பாளராக அந்தப் பொறுப்பு என்னைச் சார்ந்தது . அல்லது அவளாகவே தனக்கு ஒரு துணையை தேடிக் கொள்ள வேண்டும். அது மிகப் பெரிய பொறுப்பு. பிரச்சினைகளில் நான் அடிக்கடி மாட்டிக் கொள்வதாக மற்றவர்கள் சொல்வதில் தப்பில்லை என்று உணர்ந்தேன். அதே சமயம் எப்போதும் கடவுள் அதிலிருந்து நான் சிரமமில்லாமல் வெளியே வரவும் வழி காட்டியிருக்கிறார் என்றும் தெரியும்.

“அவளுக்கு இருபத்தொன்று வயதுதான் ஆகிறது. சிறிது காலம் வேலை செய்யட்டும். நீங்கள் ஏதாவது நல்ல பையனைப் பார்த்தால் எனக்குத் தெரிவியுங்கள்” என்றேன்.

நான் சித்ராவைக் கூப்பிட்டு இல்லத்திலேயே அவள் தங்கலாம், ஆனால் வாடகை தர வேண்டும் என்று சொன்னதும் சந்தோஷத்துடன் ஒப்புக் கொண்டாள்.

சில வருடங்கள் கழித்து, நான் டில்லியில் இருக்கும் போது சித்ராவிடமிருந்து எனக்கு அழைப்பு வந்தது. அவள் சந்தோஷமாக இருந்தாள். "அக்கா! என் கம்பெனி என்னை அமெரிக்கா அனுப்புகிறது. நான் உங்களைப் பார்த்துச் சொல்லிவிட்டு ஆசீர்வாதம் வாங்கலாம் என்று நினைத்தேன். ஆனால் நீங்கள் பெங்களூரில் இல்லை" என்றாள்.

நான் சித்ராவிற்காக மிகவும் சந்தோஷப்பட்டேன். "சித்ரா! நீ புது நாட்டிற்குப் போகிறாய். கவனமாக இரு. நேரம் கிடைக்கும்போது என்னுடன் பேசு. என் ஆசீர்வாதம் எப்போதும் உனக்கு உண்டு" என்றேன்.

சித்ராவிடமிருந்து அவ்வப்போது ஈமெயில் வரும். அவள் தன்னுடைய வேலையை மிக நன்றாகச் செய்து கொண்டிருந்தாள். அமெரிக்காவில் வெவ்வேறு ஊர்களில் வேலை பார்த்தாள். வாழ்க்கையை இன்பமாக அனுபவித்து வந்தாள். அவள் எங்கிருந்தாலும் எப்போதும் இப்படியே மகிழ்ச்சியாக இருக்க வேண்டும் என்று மனதார வேண்டிக் கொண்டேன்.

சில ஆண்டுகளுக்குப் பிறகு சான் ஃப்ரான்ஸிஸ்கோவில் இருக்கும் கன்னடம் பேசுபவர்கள் ஏற்பாடு செய்திருந்த கூட்டத்தில் உரை நிகழ்த்துவதற்காகச் சென்றிருந்தேன். நான் தங்கியிருந்த ஹோட்டலில் உள்ள ஒரு அரங்கில் தான் கூட்டம் நடப்பதாக இருந்தது. என்னுடைய உரை முடிந்தவுடன் அப்படியே விமான நிலையம் சென்று விடலாம் என்று நினைத்து என் அறையைக் காலி செய்து பணம் கட்டுவதற்காக ஹோட்டலின் வரவேற்பு மேசைக்குச் சென்றேன். அங்கே இருந்தவர் "மேடம், நீங்கள் பணம் கட்டத் தேவையில்லை. அதோ அங்கே இருப்பவர் பணத்தைக் கட்டி விட்டார்" என்றார்.

நான் திரும்பிய இடத்தில் நின்றிருந்தது சித்ரா. அழகான புடவை ஒன்றைக் கட்டிக்கொண்டு ஒரு அமெரிக்க இளைஞனுடன் நின்று கொண்டிருந்தாள். சின்னதாக வெட்டப்பட்ட தலைமுடியுடன் அழகாக இருந்தாள். அவளுடைய கருமையான கண்கள் சந்தோஷத்தையும் பெருமையையும் உமிழ்ந்து கொண்டிருந்தன. நான் அவளைப் பார்த்தவுடன் வந்து என்னைக் கட்டிக் கொண்டு என் கால் தொட்டு வணங்கினாள். எனக்குப் பெருமிதத்தில் பேச நா எழவில்லை.

“சித்ரா, எப்படி இருக்கிறாய்? உன்னைப் பார்த்து பல வருடங்கள் ஆயிற்று. நான் இங்கே தங்கப் போகிறேன் என்று உனக்கு எப்படித் தெரியும்?”

“அக்கா, நான் இந்த ஊரில்தான் இருக்கிறேன். கன்னட கூட்டத்தில் நானும் ஒரு உறுப்பினர். அதனால் நீங்கள் இங்கே உரை நிகழ்த்த வரப் போவது தெரியும். உங்களை ஆச்சரியப்படுத்த வேண்டும் என்று முடிவு செய்தேன். தவிர,உங்களுடைய பயண அட்டவணையைத் தெரிந்து கொள்வது ஒன்றும் அவ்வளவு கஷ்டமில்லை.”

“சித்ரா, உன்னிடம் நிறைய கேள்விகள் கேட்க வேண்டும். வேலை எப்படி இருக்கிறது? இந்தியாவிற்கு அதற்குப் பின் வந்தாயா? முக்கியமாக உனக்குத் துணையை தேடிக் கொண்டாயா? என் ஹோட்டல் கட்டணத்தை நீ ஏன் கொடுத்தாய்?”

“இல்லை அக்கா, நான் இங்கே வந்ததற்குப்பின் இந்தியாவுக்கு வரவில்லை. வந்திருந்தால் உங்களை வந்து பார்க்காமல் இருந்திருக்க மாட்டேன். நீங்கள் என் திருமணத்தைப் பற்றி எப்போதும் கேட்பீர்கள். ஆனால் நீங்கள் என்றுமே என் ஜாதியைப் பற்றி கேட்டதில்லை. நான் திருமணம் செய்து கொண்டு சந்தோஷமாக இருக்க வேண்டும் என்று நினைத்தீர்கள். எனக்கு வரன் தேட உங்களுக்குச் சிரமம் என்றும் எனக்குத் தெரியும். நானே

என் துணையை தேடிக் கொண்டேன். இது ஜான். என்னுடன் வேலை செய்கிறார். இந்த வருடக் கடைசியில் திருமணம் செய்து கொள்ளலாம் என்றிருக்கிறோம். நீங்கள் கண்டிப்பாக வந்திருந்து ஆசீர்வதிக்க வேண்டும்.”

சித்ராவுக்கு எல்லாம் நல்லபடியாக நடந்து கொண்டிருப்பது திருப்தியாக இருந்தது. நான் மறுபடியும் என் கேள்விக்கு வந்தேன். “எதற்காக என் ஹோட்டல் கட்டணத்தை நீ கொடுத்தாய்? அது சரியல்ல” என்றேன்.

கண்களில் நன்றியுணர்ச்சியோடும் கண்ணீரோடும் “அக்கா, நீங்கள் மட்டும் அன்று எனக்கு உதவி செய்யாமல் விட்டிருந்தால் நான் என்னவாகி இருப்பேன் என்று எனக்கே தெரியாது. ஒரு பிச்சைக்காரியாக, வேலைக்காரியாக, விலைமகளாக ... அல்லது தற்கொலை கூட செய்து கொண்டிருக்கக் கூடும். நீங்கள் எனக்கு வாழ்க்கை கொடுத்தவர். நான் உங்களுக்கு என்றென்றும் கடமைப்பட்டவள்.”

“இல்லை சித்ரா, உன்னுடைய வெற்றியின் ஒரு படிதான் நான். இப்போது இருக்கும் இடத்துக்கு பல படிகள் தாண்டி நீ முன்னேறியிருக்கிறாய். உன்னை நன்றாக பார்த்துக் கொண்ட இல்லம், உனக்கு நல்ல கல்வி கொடுத்த உன் பள்ளி, உன்னை அமெரிக்கா அனுப்பிய உன் நிறுவனம், எல்லாவற்றுக்கும் மேல் இப்படித்தான் உன் வாழ்க்கை இருக்க வேண்டும் என்று தீர்மானித்த உன் உறுதி என எல்லாமும் சேர்ந்து உன் வாழ்க்கையை உருவாக்கியிருக்கிறது. ஒரே ஒரு படிக்கு எல்லாப் புகழையும் தருவது சரியாகாது.”

“அது உங்கள் எண்ணம். நான் இங்கு உங்களுடன் மாறுபடுகிறேன்.”

“நீ புதிய வாழ்க்கையை ஆரம்பிக்கப் போகிறாய். உன் குடும்பத்திற்கு நீ சேர்த்து வைக்க வேண்டும். என் கட்டணத்தை நீ கட்டினாய்?”

சித்ரா ஒன்றும் சொல்லாமல் ஜானிடம் என் காலைத் தொட்டு வணங்கச் சொன்னாள். “எனக்கு மும்பையிலிருந்து பெங்களூருக்கு டிக்கட் வாங்கிக் கொடுத்தீர்களே அதற்காக” என்று கேவல்களுடன் சொல்லி என்னைக் கட்டிக் கொண்டாள்.

19

வெற்றி

நான் கல்லூரியில் ஆசிரியையாக சேர்ந்த வருடத்தில் என்னிடம் படித்த மாணவர்களில் ஒருவன் விஷ்ணு. மிகவும் புத்திசாலியான பையன். நான் முதன்முதலாக கற்பித்த மாணவர்களில் ஒருவன் என்பதால் அதற்கடுத்து நான் கற்பித்த மாணவர்களை விட விஷ்ணு எனக்கு நெருக்கம். அவன் தெளிவாகச் சிந்திக்கத் தெரிந்த, நன்றாகப் பேசத் தெரிந்த அழகான மாணவன்.

கல்லூரியில் பல்வேறு பிரச்சினைகளைப் பற்றி நாங்கள் நீண்ட விவாதத்தில் ஈடுபடுவோம். சில விஷயங்களில் ஒத்த கருத்துக்களும் பல விஷயங்களில் ஒருவர் கருத்தை மற்றொருவர் ஏற்றுக் கொள்ளாமலும் இருந்திருக்கிறோம். "விஷ்ணு, உன்னைவிட வயதில் நான் பெரியவள். நிறையப் பார்த்திருக்கிறேன். என் அனுபவத்தில் சொல்கிறேன், உயர்ந்த கல்வி, விருதுகள், செல்வம் இவை எல்லாவற்றையும்விட நல்ல உறவுகள், கருணை, மன அமைதி, இவையே முக்கியம்" என்று சொல்வேன்.

"மேடம், உங்கள் வயிறு நிரம்பியிருக்கிறது. நீங்கள் சாதித்துக் காட்டி விட்டீர்கள். வாழ்க்கையில் இப்போது நீங்கள் வசதியாக இருப்பதால் அப்படிச் சொல்லலாம். உங்களுக்கு நிறைய விருதுகள் கிடைத்திருக்கின்றன. அதனால் உங்களுக்கு அதன் மேல் மதிப்பில்லை. உங்களால் ஒரு போதும் என்னைப் போன்றவர்களை

புரிந்து கொள்ள முடியாது” என்பான். நான் அவனுடைய வெளிப்படையான இந்தப் பேச்சைக் கேட்டுப் புன்னகைப்பேன்.

விஷ்ணு மாணவர்களுக்குப் பாடம் எடுப்பதில் வல்லவன். பட்டப்படிப்பு முடித்தவுடன் அவனுக்கு அமெரிக்காவின் சியாட்டில் நகரில் மைக்ரோஸாஃப்ட் நிறுவனத்தில் வேலை கிடைத்தது. வீசாவிற்காகக் காத்துக் கொண்டிருந்தான். வரும்வரை எங்கள் கல்லூரியில் பணிபுரியச் சொன்னேன். ஆய்வுக்கூடத்துக்கு என்னால் செல்ல முடியாத நாட்களில் அவனைப் போகச் சொல்வேன். சீக்கிரமே மாணவர்களிடையே மிகவும் பிரபலமடைந்தான்.

“நீ ஒரு அருமையான ஆசிரியர். நீ ஏன் ஒரு விரிவுரையாளர் வேலை தேடிக் கொள்ளக் கூடாது?” என்றேன்.

“அமெரிக்காவில் எனக்குக் கிடைக்கப் போகும் ஒரு மாதச் சம்பளம் இங்கு ஆசிரியர்கள் ஒரு வருடத்துக்கு வாங்கும் சம்பளத்தை விடக் கூடுதல். பிறகு நான் ஏன் ஆசிரியராக வேண்டும்?”

“விஷ்ணு இப்படி முகத்திலடித்தாற் போல் பேசாதே. ஆசிரியர்கள் அவர்களுடைய அறிவுக்காகவும், ஞானத்தை மற்றவர்களுக்கு வழங்குவதற்காகவும் மதிக்கப்படுகிறார்களே தவிர அவர்களுடைய சம்பளத்துக்காக அல்ல. உனக்கு இந்த பணியின் மேல் மதிப்பில்லையென்றால் விட்டுவிடு. இன்னொரு வேலையோடு ஒப்பிட்டுப் பேசாதே” என்றேன்.

சீக்கிரமாகவே விஷ்ணு வெளிநாடு சென்று விட்டான்.

சில வருடங்களுக்குப் பிறகு என்னிடம் படித்த மாணவர்கள் மத்திம வயதை எட்டியிருக்க நான் பாட்டியானேன்.

ஒரு நாள், என் காரியதரிசி, விஷ்ணு என்று ஒருவர் உங்களைப் பார்க்க வேண்டும் என்று சொல்கிறார் என்று என்னிடம் சொன்னார். எனக்கு அந்தச் சமயத்தில் நிறைய

விஷ்ணுக்களைத் தெரியுமாதலால் யாரென்று தெரியாமல் யோசித்தேன். நான் வேலைக்குச் சேர்ந்த புதிதில் என்னிடம் கற்ற மாணவன் என்று சொன்னதும் எனக்கு ஞாபகம் வந்து விட்டது. அப்பாயின்மெண்ட் கொடுக்கச் சொன்னேன். பழைய வைன், பழைய நினைவுகள், பழைய மாணவர்கள் எல்லாம் பொக்கிஷம் தானே!

அவனைப் பார்க்கும் நேரம் வந்தது. சரியான நேரத்தில் விஷ்ணு உள்ளே வந்தான். தலைமுடி குறைந்திருந்தது. சில நரைமுடிகள் எட்டிப் பார்த்தன. உடம்பு பெருத்திருந்தது. விலையுயர்ந்த சட்டையும், ப்ளாட்டினம் மோதிரமும் அணிந்திருந்தான். ஆனால் அவன் முகம் வதங்கிய தக்காளியாக இருந்தது. மகிழ்ச்சியின் ரேகைகள் சிறிது கூட தென்படவில்லை. ஆனால் கவலையின் கோடுகள் தெரிந்தன.

என் முன்னால் உட்கார்ந்தான். தேநீர் கொண்டு வருமாறு பணித்தேன். விஷ்ணு என்னைப் பார்த்து "மேடம், வயதாகி விட்டது உங்களுக்கு" என்றான்.

"டைம் அண்ட் டைட் வில் வெயிட் ஃபார் நோ ஒன்" என்று புன்னகைத்துக் கொண்டே சொன்னேன். ஆனால் அவன் திரும்ப புன்னகைக்கவில்லை. "நீ எப்படி இருக்கிறாய் விஷ்ணு? பதினைந்து வருடங்களுக்குப் பிறகு உன்னைப் பார்க்கிறேன். உன்னுடைய ஆசிரியையை ஞாபகம் வைத்துக் கொண்டு பார்க்க வந்ததற்கு நன்றி. எங்கு இருக்கிறாய்? என்ன செய்கிறாய்? இன்னமும் மைக்ரோஸாஃப்ட் நிறுவனத்திலா இருக்கிறாய்" என்று கேட்டேன்.

"நான் அங்கு மூன்று வருடங்கள்தான் வேலை செய்தேன் மேடம்" என்றான்.

"மூன்று வருடங்களுக்கு மேல் ஐ.டி. நிறுவனங்களில் வேலை செய்தால் அவர் விசுவாசமானவர் என்று சொல்வது சரிதான் போலிருக்கிறது" என்றேன்.

ஹாஸ்யமாக நான் சொன்னதற்கு அவனிடமிருந்து எந்த உணர்ச்சியும் இல்லை. “எங்கிருக்கிறாய்?” என்று திரும்பக் கேட்டேன்.

“சிங்கப்பூரில் எனக்கு ஒரு நிறுவனம் இருக்கிறது. என்னிடம் இருநூறு பேர் வேலை செய்கிறார்கள். நன்றாக சம்பாதிக்கிறேன்” என்ற அவன் குரலில் சாதித்து விட்ட பெருமை இருந்தது. அது நியாயமானதுதான்.

“அப்படியானால் சிங்கப்பூரில் இருக்கிறாய்.”

“அப்படிச் சொல்லி விட முடியாது. அடிக்கடி இந்தியா வருவேன். டெல்லியில் வஸந்த் விஹாரில் வீடு இருக்கிறது, மும்பை வர்லியில் ஒரு ஃப்ளாட் இருக்கிறது, ராஜ்மஹல் விலாஸ் எக்ஸ்டென்ஷன் பெங்களூருவில் ஒரு பங்களா இருக்கிறது, பன்னார்கட்டா சாலையில் ஒரு தோட்டம் இருக்கிறது...”

நான் குறுக்கிட்டேன். “விஷ்ணு, நான் உன் சொத்துக்கள் பற்றி கேட்கவில்லை. நான் வருமான வரி அதிகாரியில்லை. எங்கு இருக்கிறாய் என்று தெரிந்து கொள்ள ஆசைப்பட்டேன்.” அப்போதும் ஒரு புன்னகை கூட அவன் முகத்தில் இல்லை.

“சரி, சொத்து விபரம் தெரிந்தாகி விட்டது. இப்போது உன் குடும்பத்தைப் பற்றி சொல். திருமணமாகி விட்டதா? எத்தனை குழந்தைகள்? என்ன செய்கிறார்கள்?” பொதுவாக ஒரு தாய்க்கும், ஆசிரியைக்கும் தங்களின் குழந்தைகளிடமும், மாணவர்களிடமும் இப்படிப்பட்ட கேள்விகள் கேட்க உரிமை உண்டு. சிலருக்கு நான் அவர்களின் வாழ்க்கையைப் பற்றிக் கேட்பது பிடிக்கவில்லை என்று தெரிந்தால் என் கேள்விகளை நிறுத்தி விடுவேன்.பலர் என்னிடம் சந்தோஷமாக அவர்கள் வாழ்க்கையைப் பற்றிச் சொல்வார்கள்.

“திருமணமாகி விட்டது. எட்டு வயதில் ஒரு மகள் இருக்கிறாள்” என்று பர்ஸை எடுத்து ஒரு புகைப்படத்தைக்

காட்டினான். கல்லூரியில் இருக்கும்போது பாக்யா என்று ஒரு பெண்ணுடன் நெருக்கமாக இருந்தான். ஆனால் புகைப்படத்திலோ வேறு பெண் இருந்தாள். அந்தப் பெண் ஒரு விளம்பரத்தில் வரும் மாடலைப் போல் மிகவும் அழகாக இருந்தாள். குழந்தையும் நன்றாக இருந்தாள்.

அவனுடைய வாழ்க்கை ஒரு அழகான ஓவியமாகத் தெரிந்தது. உயர்ந்த பதவி, அழகான மனைவி, அருமையான குழந்தை என்று பலர் ஏங்கும் வாழ்க்கை அவனுக்கு கிடைத்திருக்கிறது. இதற்கு மேல் என்ன வேண்டும்? ஆனால் அவன் மகிழ்ச்சியாக இருப்பது போல் தெரியவில்லை. ஏனென்று புரியவில்லை. ஆனால் என்னிடம் சொல்வான் என்று எனக்குத் தெரிந்தது. நான் பேசுவதை நிறுத்தி விட்டு அவன் பேசுவதை கேட்கத் தொடங்கினேன்.

மெதுவாக விஷ்ணு பேசத் தொடங்கினான். “மேடம், எனக்கு ஒரு பிரச்சினை. அதைப் பற்றி பேசுவதற்காகவே வந்தேன்.”

“என்ன ஆயிற்று? என்னிடம் அதற்கு பதில் இருக்கும் என்று எப்படி நீ எதிர்பார்க்கிறாய்? உன்னைப் போல் வாழ்க்கையில் வெற்றி பெற்ற ஒருவன் இந்த வயதான ஆசிரியைக்கு அல்லவா உதவி செய்ய வேண்டும்” என்று இறுக்கத்தைக் குறைப்பதற்காக நகைச்சுவையாகப் பேசினேன்.

“வெற்றியெல்லாம் ஒன்றுமில்லை மேடம். என்னவென்று தெரியவில்லை, சில வருடங்களாக ஏனோ எனக்கு ஒரு இனம்புரியாத கவலை இருந்து கொண்டே இருக்கிறது. எதையோ இழந்து விட்டது போல. என்னவென்று சொல்ல முடியவில்லை. எதுவும் என்னை சந்தோஷப்படுத்துவது இல்லை. எதுவும் என்னை நெகிழ வைப்பதும் இல்லை. மனதைப் பிழியும் ஒரு நிகழ்வு கூட என்னை ஒன்றும் செய்வதில்லை. நான் தங்கம் வெள்ளியால் ஆன சாலையில் ஒரு சொட்டுத் தண்ணீர் கூட இல்லாத பாலைவனத்துக்கு நடுவே சென்று கொண்டிருப்பதைப் போல் உணர்கிறேன்...”

“மருத்துவரையோ, மனநல ஆலோசகரையோ பார்த்தாயா?”

“பார்த்தேன். வாழ்க்கையை ரசிக்க கருணை உள்ளம் வேண்டும் என்றார்கள். புத்தகம் படிக்கவும், சூரிய உதயத்தை, பறவைகளின் கீச்சொலியை, பார்த்து கேட்டு ரசிக்கவும், நீண்ட நேரம் நடக்கவும், உடற்பயிற்சி செய்யவும் அறிவுறுத்தினார்கள்.”

“என்னவாயிற்று?”

“உடல் எடை குறைந்தது. மற்றபடி எதுவும் நடக்கவில்லை. நான் மறுபடி ஆலோசகரிடம் சென்றேன். அவர் சோமாலியா நாட்டிற்குப் போய் வரச் சொன்னார்.”

“சோமாலியாவா?” எனக்கு ஆச்சரியம். “ஐரோப்பா, ஹாங்காங், தாய்லாந்து போகக் கேட்டிருக்கிறேன். யாரும் சோமாலியா சென்று பார்த்ததில்லை. போனாயா? என்ன செய்தாய்?”

“எங்களை அநாதை இல்லங்கள், எய்ட்ஸ் முகாம்கள், ஊட்டச்சத்து குறைபாட்டினால் அவதியுறும் குழந்தைகள் இருக்கும் முகாம்கள் என்று கூட்டிச் சென்றார்கள். ஆனால் என்னால் எந்த ஒரு உணர்ச்சியையும் உணர முடியவில்லை. ஆனால் என் மனது எப்படி சோமாலியா அமெரிக்காவுக்கும் மற்ற ஐரோப்பா நாடுகளுக்கும் ஏற்றுமதி செய்கிறது என்று கணக்குப் போட்டுக் கொண்டிருந்தது. நீங்கள் அப்படி ஒரு சூழ்நிலையில் என்ன செய்திருப்பீர்கள் மேடம்?” என்று கேட்டான்.

“உன்னுடைய இடத்தில் என்னை வைத்துப் பார்க்காதே. நான் என்ன செய்வேன் என்பது என்னைப் பொறுத்தது. அதையே நீ செய்ய வேண்டும் என்கிற அவசியமில்லை. உனக்கு நெருக்கமானவர்களிடம் இதைப் பற்றி பேசியிருக்கலாமே – உன்னுடைய நண்பனிடமோ, உன் மனைவியிடமோ இல்லையென்றால் உன் வயதை ஒத்த

ஒருவரிடமோ உன் நிலையைப் பேசியிருக்கலாம். அவர்கள் உனக்கு நல்ல ஆலோசனையை சொல்லி இருக்கக் கூடும். என்னவானாலும் உனக்கும் எனக்கும் இடையில் ஒரு தலைமுறை இடைவெளி இருக்கிறதல்லவா?"

அவன் அமைதியாக இருந்தான். "மேடம், நான் வாழ்க்கை முழுவதும் எனக்கு யார் உபயோகமானவர்களாக இருப்பார்களோ அவர்களிடம் மட்டுமே பழகியிருக்கிறேன். வாழ்க்கை கருணையற்ற, போட்டி நிறைந்த ஒன்று இல்லையா? ஒவ்வொரு அடியும் என்னை ஏணிப்படியின் அடுத்த படியில் கொண்டு சென்று நிறுத்த வேண்டும் தானே?"

'பாக்யாவின் இடத்தை அந்த அழகுப் பெண் பிடித்ததற்கான காரணம் இப்போதல்லவா தெரிகிறது' என்று மனதிற்குள் நினைத்துக் கொண்டேன்.

"உன் குடும்பத்தோடு எவ்வளவு நேரம் செலவழிப்பாய்?"

"என் மகள் நல்ல பெண் என்றாலும் என்னிடம் ஏதாவது வேண்டுமென்றால் மட்டுமே ஆசையாக இருப்பாள். சில நேரங்களில் எனக்கு விசித்திரமாக இருக்கும். அப்பாவித்தனம்தான் குழந்தைகளுக்கு அழகே. ஆனால் அவள் மிகவும் காரியவாதியாக இருக்கிறாள். என் மனைவியோ அவள் தந்தையின் கார்பெட் வணிகத்தைப் பார்த்துக் கொள்கிறாள். வீட்டிலிருந்து அவள் வேலை செய்தாலும், என்னிடமும், என் குழந்தையிடமும் பேசுவதற்கே அவளுக்கு நேரமில்லை."

ஒரு நிமிடம் பேசுவதை நிறுத்தி, பின் தொடர்ந்தான். "ஒரு வேளை நான் அவளுக்கு வாடிக்கையாளர்களைக் கொடுத்து அவளது வியாபாரத்தைப் பெருக்க உதவி செய்யும் வெறும் டேட்டா பேஸ் மட்டும் தானோ என்று தோன்றுகிறது."

எனக்கு விஷ்ணுவின் பிரச்சினை புரிந்தது. சில சமயம் நமக்கு நம் குடும்பத்துடன் பேசுவதே சிரமமாகி விடுகிறது.

அவன் என்னை பாதுகாப்பாக உணர்ந்து உதவி தேடி நாடி வந்ததற்கு நெகிழ்ந்து போனேன். ஆனால் அவன் என்னிடம் உடனடி தீர்வை எதிர்பார்த்தான். நான் அவனுடைய பிரச்சினைகளைக் கேட்கத் தயாராக இருப்பதினாலேயே என்னால் அவனுக்கு ஒரு நல்ல தீர்ப்பைச் சொல்ல முடியும் என்று தோன்றவில்லை.

“சொல்லுங்கள் மேடம், நான் என்ன செய்ய வேண்டும்? எப்படி என்னால் ஒரு உறுதியான பாசப் பிணைப்பை குடும்பத்தில் ஏற்படுத்த முடியும்? எப்படி நான் சூரிய உதயத்தையும், நிலா வெளிச்சத்தையும் ரசிக்க முடியும்? எவ்வளவு நாட்கள் ஆகும்? ஏதாவது புத்தகங்கள் இருக்கின்றனவா இல்லை யாராவது இதைப் பற்றி எனக்குச் சொல்லிக் கொடுப்பார்களா? பணத்தைப் பற்றிக் கவலையில்லை. ஆனால் நிறைய நாட்கள் என்னால் காத்திருக்க முடியாது.”

நான் திடுக்கிட்டேன். “விஷ்ணு, கருணை உள்ளத்தை நீ வாங்கவோ, யாராவது சொல்லிக் கொடுக்கவோ முடியாது. கால கெடுவும் கிடையாது. நீ முயற்சி செய்ய வேண்டும். வாழ்க்கை என்பது ஒரு பயணம் என்பதை நீ புரிந்து கொள்ள வேண்டும். இந்தச் சிறிய பயணத்தில் உன்னால் மற்றவர்களை கருணை உள்ளத்தோடு அணுக முடியும். அதை இப்போதே ஆரம்பி. நம் மூதாதையர்கள் எப்போதுமே நடுநிலையாக இருக்கும் பாதையைப் பற்றித்தான் பேசியிருக்கிறார்கள். அந்தப் பாதை ஒரு மனிதனை உறுதியாக, சந்தோஷத்தோடும் திருப்தியோடும் வைத்திருக்கும். விஷ்ணு, நீதான் உன் குழந்தைக்கு முன்மாதிரி. என்ன அவர்கள் பார்க்கிறார்களோ அதையே செய்வார்கள். நீ என்ன செய்தாயோ, அதைத்தான் உன் பெண்ணும் செய்கிறாள்.”

விஷ்ணு பெருமூச்செறிந்தான். “ஆமாம் மேடம். எனக்கு நீங்கள் என்ன சொல்கிறீர்கள் என்று புரிகிறது.

என் பெண்ணையும் சேர்த்துக் கொண்டு இனி நான் இல்லாதவர்களுக்கு உதவப் போகிறேன். அதனால் எங்கள் இருவருக்குள்ளும் ஒரு பிணைப்பு வரும் என்று நினைக்கிறேன். நான் செய்யப் போகும் காரியம் என்னை ஒரு நல்ல மனிதனாக்கும் என்று நினைக்கிறேன். உங்களிடம் வந்தது எனக்கு சந்தோஷமாக இருக்கிறது. நன்றி!"

விஷ்ணு மனதில் நம்பிக்கையோடும், உதடுகளில் புன்னகையோடும் என் அலுவலகத்தை விட்டுச் சென்றான்.

20

பி.வி.பி.

சமீபத்தில் அமெரிக்கா சென்றிருந்தபோது மாணவர்களிடமும், உயர் பதவி வகிப்பவர்களிடமும் பேச நேர்ந்தது. எனக்குப் பார்வையாளர்களிடம் பேசப் பிடிக்கும். அதனால் அவர்களுக்கு ஏதாவது கேள்விகள் இருந்தால் கேட்கச் சொன்னேன்.

சில கேள்விகளுக்குப் பிறகு, ஒரு மத்திம வயது மனிதர் எழுந்தார். "மேடம், உங்கள் எண்ணங்களிலும், பேச்சிலும் ஒரு தெளிவு இருக்கிறது. நீங்கள் தங்கு தடையில்லாமல் பேசுகிறீர்கள்..."

"தயவு செய்து கேட்க வேண்டியதை மட்டும் கேளுங்கள். இந்தப் புகழாரம் வேண்டாம்" என்றேன்.

"நீங்கள் வெளிநாட்டில் படித்திருக்க வேண்டும். அதுவே உங்களுக்கு இவ்வளவு தன்னம்பிக்கையை கொடுக்கிறது என்று நினைக்கிறேன்."

"பி.வி.பி. கொடுத்த தன்னம்பிக்கை அது" என்று ஒரு நொடி கூட தாமதிக்காமல் சொன்னேன்.

அவர் குழம்பினார். "பி.வி.பி.?"

நான் புன்னகைத்தேன். "ஆமாம். பசப்பா வீரப்பா பூமராட்டி காலேஜ் ஆஃப் என்ஜினியரிங் அண்ட்

டெக்னாலஜி. கர்நாடகாவில் உள்ள சிறிய டவுனான ஹுப்ளியில் இருக்கிறது.நான் வெளிநாட்டில் படித்ததே இல்லை. நான் இப்படி உங்கள் முன்னால் நிற்கிறேன் என்றால் அந்தக் கல்லூரிதான் காரணம்.”

“மென்பொருள் துறையில் வேலை செய்யும் இங்கிருக்கும் இளைஞர்கள் இன்ஃபோஸிஸ் இந்தியாவுக்கும் அமெரிக்காவுக்கும் செய்திருக்கும் பங்களிப்பை அறிவார்கள். இன்ஃபோஸிஸ் பெங்களூருக்கு, கர்நாடகாவுக்கு, இந்தியாவுக்கு பெருமை சேர்த்திருக்கிறது. நான் பி.வி.பி.யில் படித்திருக்காவிட்டால் எஞ்சினியர் ஆகியிருக்க முடியாது. எஞ்சினியர் ஆகியிருக்காவிட்டால் என் கணவருக்கு உதவி செய்திருக்க முடியாது. குடும்பத்தின் உதவி இல்லையென்றால் என் கணவரால் ஒரு வேளை இன்ஃபோஸிஸ் நிறுவனத்தை ஆரம்பிக்க முடியாமல் போயிருக்கக் கூடும். அப்படி ஆகியிருந்தால் என் பேச்சைக் கேட்க நீங்கள் இப்படிக் கூடியிருக்க மாட்டீர்கள்.”

எல்லோரும் சிரித்துக் கொண்டே கைதட்டினார்கள். ஆனால் நான் என் மனதார அதைச் சொன்னேன். கூட்டம் முடிந்து எல்லோரும் சென்றபின் களைத்துப் போய் பக்கத்தில் இருந்த நாற்காலியில் அமைதியாக அமர்ந்தேன்.

1968க்கு என் மனது சென்றது. நான் அப்போது நிறைய தைரியமும், தன்னம்பிக்கையும், எஞ்சினியர் ஆக வேண்டும் என்ற கனவும் கொண்ட பதினேழு வயதுப் பெண். படித்த, பழமையில் ஊறிய நடுத்தர வர்க்க பிராமணக் குடும்பம் எங்களுடையது. என் தந்தை கர்நாடகா மருத்துவக் கல்லூரியில் குழந்தைப் பேறு மருத்துவராக பணியாற்றி வந்தார். என் தாயார் அவர் திருமணத்திற்கு முன் ஒரு பள்ளியில் ஆசிரியையாக வேலை பார்த்தவர்.

நல்ல மதிப்பெண்கள் பெற்று என் பள்ளிப் படிப்பை முடித்தேன். எஞ்சினியர் ஆக வேண்டும் என்ற கனவைச் சொன்னேன். எனக்கு எப்போதுமே விஞ்ஞானத்தில்

ஆர்வம் அதிகம். பொறியியல் படிப்பு படித்தால் மட்டுமே என் படைப்பாற்றலை நான் வெளிக்கொண்டு வர முடியும் என்று நினைத்தேன். ஆனால் என் முடிவு என் வீட்டில் நான் வெடிகுண்டைப் போட்டது போல் ஆகிவிட்டது.

எல்லோருக்கும் அதிர்ச்சி. பொறியியல் படிப்பு ஆண்களுக்கான படிப்பாக அந்தக் காலத்தில் இருந்தது. பெண்கள் மருத்துவக் கல்லூரியிலோ அல்லது விஞ்ஞானப் பட்டப்படிப்போ தேர்ந்தெடுப்பதுதான் வழக்கம். பொறியியல் கல்லூரியில் பெண்கள் சேர்ந்து படிப்பதென்பது யாரும் நினைத்துக் கூடப் பார்த்திராத ஒன்று. அது பன்றிகளுக்கு இறக்கை முளைப்பதைப் போல்.

நான் என் பாட்டியின் செல்லப் பேத்தி. அவரும் என்னை வெறுப்புடன் பார்த்தார். “கர்நாடகாவின் ஒரு ஆணும் உன்னைத் திருமணம் செய்து கொள்ள மாட்டான். பெண் எஞ்சினியருக்கு யார் மாப்பிள்ளை தருவார்கள்? உன்னுடைய இந்த முடிவு எங்களுக்கு கொஞ்சமும் பிடிக்கவில்லை” என்றார். அவர் சொல்வதை மீறி நான் எதுவும் செய்வேன் என்பதை என் பாட்டியால் ஏற்றுக் கொள்ள முடியவில்லை. தவிர, துங்கபத்ரா நதிக்கு அப்பால், மைசூரில் வசிக்கும் நாராயண மூர்த்தி என்பவர் என்னை விரும்பித் திருமணம் செய்து கொள்வார் என்று அவருக்கு அப்போது தெரிந்திருக்க நியாயமில்லை.

எனக்கு எழுதப் படிக்கச் சொல்லிக் கொடுத்த முதல் குரு,வரலாறு கற்பிக்கும் ஆசிரியரான என் பாட்டனார், லேசாக எதிர்ப்புத் தெரிவித்தார். “உனக்கு வரலாறில் விருப்பம் அதிகம். அதில் மேலே படிக்கலாம் அல்லவா? நீ அதில் ஒரு மேதையாக திகழ முடியும். வறண்ட படிப்பான பொறியியலை ஏன் தேர்வு செய்கிறாய்?”

கணிதத்தில் வல்லுனரான என் தாயாரோ “கணிதம் உனக்கு நன்றாக வருகிறது. அதில் பட்டப்படிப்பு படித்து ஒரு கல்லூரியில் விரிவுரையாளராக ஆகலாமே! திருமணம்

ஆன பின்பும் கூட கல்லூரியில் சிரமில்லாமல் வேலை செய்யலாம். பொறியியல் படித்தால் வேலை, குடும்பம் இரண்டையும் நிர்வாகம் செய்வது கடினம்" என்றார்.

பெண்கள் கண்டிப்பாக நன்றாகப் படிக்க வேண்டும் என்று நினைக்கும் என் தந்தை "நீ மருத்துவம் படிக்க வேண்டும் என்று நான் நினைக்கிறேன். உன்னால் எளிதாக மொழிகள் கற்றுக் கொள்ள முடியும். மக்களுடன் சகஜமாகப் பழக முடியும். உண்மையைச் சொன்னால் எனக்குப் பொறியியல் படிப்பைப் பற்றி ஒன்றும் தெரியாது. அது ஆண்களுக்கான படிப்பு. உன் வகுப்பில் ஒரு பெண் கூட இல்லாமல் போகலாம். நான்கு வருடங்கள் பேசக்கூட உனக்கு ஒருவர் இல்லாமல் போகலாம். யோசித்துப் பார். எப்படியானாலும் நீ என்ன முடிவெடுத்தாலும் நான் சம்மதிக்கிறேன்" என்றார்.

என் வீட்டுப் பெண்மணிகள் எல்லோருடைய எண்ணமும் எனக்கு வரன் கிடைக்காது என்பதிலேயே இருந்தது. அதனால் வேறு வகுப்பிலிருந்து கூட திருமணம் செய்ய நேரிடலாம் என்பது நினைத்துப் பார்க்க முடியாத ஒன்றாக இருந்தது அவர்களுக்கு.

ஆனால் நான் எதையும் பொருட்படுத்தவில்லை. ஹுவான் சுவாங்கின் புத்தகம் சி-யூ-கி படித்திருந்தேன். அவர் நடந்து இந்தியாவுக்குச் செல்லப் போகிறேன் என்று சொன்ன போது எல்லோரும் அவரால் முடியாது, கடினம் என்று சொன்னார்கள். ஆனால் அவர் அதையெல்லாம் பொருட்படுத்தாது பயணம் மேற்கொண்டார். பதினேழு வருடம் நடந்து இந்தியாவை வந்தடைந்தார். அதற்காக அவர் மிகவும் போற்றப்பட்டார். அவரிடமிருந்து என் தைரியத்தை நான் எடுத்துக் கொண்டேன். "நான் பொறியியல்தான் படிக்கப் போகிறேன். என்ன ஆனாலும் பரவாயில்லை" என்று என் குடும்பத்திடம் சொன்னேன்.

பி.வி.பி. பொறியியல் கல்லூரியில் சேர விண்ணப்பத்தை பூர்த்தி செய்து அனுப்பினேன். கூடிய சீக்கிரமே என் நல்ல

மதிப்பெண்களால் நான் தேர்ந்தெடுக்கப்பட்டேன். எனக்கு சந்தோஷம் தாளவில்லை. ஆனால் அந்தக் கல்லூரியில் வேலை செய்பவர்களுக்கு இது உவகை தரவில்லை.

அப்போது இருந்த கல்லூரி முதல்வர் பி.சி. கனாபுரே அவர்களுக்கு என் தந்தையை நன்றாகத் தெரியும். முடி திருத்தும் கடையில் இருவரும் சந்தித்தபோது தன் சிரமத்தைச் சொல்லியிருக்கிறார் கல்லூரி முதல்வர். “டாக்டர் சார், உங்களுடைய மகள் நல்ல புத்திசாலி என்று எனக்குத் தெரியும். அவளுடைய மதிப்பெண்களால் அவளுக்கு இந்த இடம் கிடைத்திருக்கிறது. ஆனால் அதில் சில சிரமங்கள் உள்ளன. அந்தக் கல்லூரியில் அவள் மட்டுமே பெண்ணாக இருப்பாள். அவளுக்கு சிரமமாக இருக்கக் கூடும். அது மட்டுமல்லாமல் பெண்களுக்கான கழிப்பறை வசதியோ, தனி அறையோ கல்லூரியில் இல்லை. அடுத்து அனைவரும் வாலிபர்கள். கண்டிப்பாக பிரச்சினைகள் வரும். எங்களுக்கு முன்னால் அவளுக்கு எந்தக் கஷ்டமும் வராது என்றாலும் நாங்கள் இல்லாத நேரத்தில் அவளுக்கு சிலர் சிரமம் கொடுக்கக் கூடும். பெண்களிடத்தில் பேசியே பழகியிராத அவர்கள் உங்கள் பெண்ணுக்கு வேண்டிய உதவியைச் செய்வார்களா என்று தெரியவில்லை. நானும் நான்கு பெண்களைப் பெற்றவன். அதனால் கவலையாக இருக்கிறது. அவளை மனதை மாற்றிக் கொள்ள சொல்லுங்களேன்” என்றார்.

“நீங்கள் சொல்வது எனக்குப் புரிகிறது ப்ரொபசர் சார். ஆனால் என் மகள் பொறியியல்தான் படிப்பேன் என்று பிடிவாதமாக இருக்கிறாள். உண்மையைச் சொல்லப் போனால் அவள் எந்தத் தவறும் செய்யவில்லை. அவள் ஆசைப்படி விட்டுவிடலாம் என்று நினைக்கிறேன்” என்று என் தந்தை பதிலளித்தார்.

“அப்படியானால் டாக்டர், எனக்கு ஒரு வேண்டுகோள். அவளை புடவை உடுத்திக் கொண்டு வரச் சொல்லுங்கள்.

அவள் அநாவசியமாக ஆண்களிடம் பேசக் கூடாது. அது அவளுக்கு கெட்ட பெயரை வாங்கிக் கொடுக்கும். நம் சமூகத்தில் ஒரு பெண் அப்படிப்பட்ட பெயரை எடுக்கக் கூடாது. அவள் கல்லூரி கேண்டீன் சென்று அங்கு பையன்களிடத்தில் பேசிக் கொண்டு நிற்கக் கூடாது."

என் தந்தை வீட்டுக்கு வந்து இந்த விஷயங்களைச் சொன்னார். நான் உடனே சம்மதித்தேன். எனக்கு எப்படியாவது பொறியியல் படிப்பு படித்தால் போதும் என்றிருந்தது.

காலப்போக்கில் எனக்குச் சில நண்பர்கள் கிடைத்தார்கள். எனக்கு என்னுடைய எல்லையும் தெரிந்திருந்தது. உண்மையைச் சொல்லப் போனால் அவர்கள் எனக்கு நிறையக் கற்றுத் தந்தார்கள். வேறு ஒரு கோணத்தில் ஒரு விஷயத்தை அணுகுவதற்கும், அவ்வப்போது அலட்டாமல் வேலை செய்வதற்கும், பிரச்சினைகளை எளிதாகக் கடப்பதற்கும் தெரிந்து கொண்டேன். இப்போது வயதாகி விட்ட என்னுடன் படித்த பலர், என் சகோதரர்களைப் போல் இன்னமும் என்னிடம் அன்பு பாராட்டுவார்கள். பெண்கள் கழிப்பறை அந்தக் கல்லூரியில் இல்லாதது, இந்த நாட்டில் நிறைய இடங்களில் கழிப்பறை இல்லாமல் பெண்கள் படும் அவதியை எனக்கு உணர வைத்தது. அந்த அனுபவம் பின்னர் கர்நாடகாவில் மட்டுமே என்னை பதிமூன்றாயிரம் கழிப்பறைகளுக்கும் மேலே கட்ட வைத்தது.

இடையில் என் தாயார் என்னை நல்ல நாள் பார்த்து கல்லூரிக்கு பணம் கட்டச் சொன்னார். அன்று அந்த மாதத்தின் கடைசி வியாழக்கிழமை. நானூறு ரூபாய் கட்டணம். தந்தையிடம் முன்னூறு ரூபாய் மட்டுமே இருந்தது. "இன்னும் சிறிது நாள் பொறு. சம்பளம் வந்ததும் கட்டலாம்" என்று என் தந்தை சொன்னார்.

ஆனால் என் தாயார் கேட்கவில்லை. “நம் மகள் கல்லூரிக்குச் செல்கிறாள். நல்ல நாளில்தான் பணம் கட்ட வேண்டும். அப்போதுதான் அவளுக்குப் படிப்பு நன்றாக வரும்” என்றார்.

இப்படியே அவர்கள் பேசிக் கொண்டிருந்தபோது என்னுடைய தந்தையின் உதவியாளர் டாக்டர் ஹிரேமத் தன் மாமனார் பாடீல் அவர்களோடு எங்கள் வீட்டுக்கு வந்தார். பாடீல், ஷிகான் என்ற ஊருக்குப் பக்கத்தில் இருக்கும் ஒரு கிராமத்தின் தலைவர். அவர் என்ன பிரச்சினை என்று கேட்க என் தந்தை சொன்னார். பாடீல் அவருடைய பர்ஸிலிருந்து நூறு ரூபாய் எடுத்துக் கொடுத்தார். “டாக்டர் இதை வாங்கிக் கொள்ளுங்கள். இப்படி வித்தியாசமான ஒரு முடிவை எடுத்திருக்கும் இந்தப் பெண்ணுக்கு நான் இதை பரிசளிக்க விரும்புகிறேன். கடன் வாங்கி, வீட்டை விற்று, நிலத்தை விற்று தங்கள் மகன்களை பொறியியல் படிக்க வைக்கும் பெற்றோர்களைப் பார்த்திருக்கிறேன். தங்கள் பிள்ளைகள் ஒழுங்காக படிப்பார்களா என்று கூடத் தெரியாமல் பொறியியல் படிப்பில் சேர்ப்பார்கள். உங்கள் மகளோ ஆசையாகப் படிக்கிறேன் என்கிறாள்.”

“இல்லை மிஸ்டர் பாட்டீல், இவ்வளவு அதிகமான தொகையை என்னால் ஏற்றுக் கொள்ள முடியாது. வேண்டுமென்றால் கடனாக வாங்கிக் கொள்கிறேன். சம்பளம் வந்தவுடன் திருப்பி விடுகிறேன்” என்றார் என் தந்தை.

என் தந்தை பேசுவதைக் கேட்காதது போல் பாட்டீல் தொடர்ந்தார். “உங்கள் பெண் நல்லபடியாக இந்தப் படிப்பை முடித்து மற்ற பெண்களுக்கு வழிகாட்டியாக இருக்க வேண்டும்” என்றவர் என்னிடம் திரும்பி “சுதா, நேர்மையாக, நடுநிலை தவறாமல் கடுமையாக உழைத்து எங்களுக்கெல்லாம் பெருமை சேர்ப்பேன் என்று நீ சத்தியம் செய்து கொடு” என்றார்.

நான் அமைதியாகத் தலையாட்டினேன்.

ஒரு மாதத்திற்குப் பிறகு கல்லூரிக்குச் செல்லும் முதல் நாள் வந்தது. முதன்முறையாக ஒரு வெள்ளைப் புடவையைக் கட்டிக் கொண்டு கல்விக் கடவுளான சரஸ்வதியை வணங்கி விட்டு, வீட்டிலுள்ள பெரியவர்களையும் நமஸ்கரித்து விட்டுக் கிளம்பினேன்.

நான் கல்லூரியை அடைந்ததும், முதல்வர் என்னை அழைத்து ஒரு சாவியைக் கொடுத்தார். “மிஸ். குல்கர்னி, (பிறந்தது சுதா குல்கர்னியாக) இந்த சாவி இரண்டாம் மாடியிலுள்ள எலக்ட்ரிகல் எஞ்சினியரிங் துறையின் அருகில் இருக்கும் ஒரு சிறிய அறையின் சாவி. நீ அதை உபயோகப்படுத்திக் கொள்ளலாம்” என்றார்.

அவருக்கு நன்றி சொல்லிவிட்டு உடனே அந்த அறையை பார்க்கப் போனேன். சந்தோஷமாக அறையைத் திறந்து பார்த்தால், அங்கு இரண்டு உடைந்த பெஞ்சுகள் மட்டுமே இருந்தன. கழிப்பறை இல்லை. அவ்வளவு குப்பையாக இருந்ததால் உள்ளே செல்லவே தயங்கினேன். என்னை அங்கே பார்த்துவிட்டு சுத்தம் செய்பவர் கையில் துடைப்பத்தோடு ஓடி வந்தார்.

என்னை ஏறிட்டுப் பார்க்காமல் “ஒரு பெண் கல்லூரியில் சேர்ந்திருக்கிறாள். இந்த அறையை சுத்தம் செய்து வை என்று முதல்வர் சொன்னார். ஆனால் நான் அவர் நகைச்சுவையாகச் சொல்கிறார் என்று நினைத்து விட்டேன். இதோ நான் சரி செய்து தருகிறேன்” என்றார்.

அவர் கூட்டிய பிறகும் கூட அந்த அறை சுத்தமில்லாமல் இருப்பதாக எனக்குப் பட்டது. துடைப்பத்தை என்னிடம் கொடுத்து விட்டு நீங்கள் ஒரு ஈரத்துணி கொண்டு வாருங்கள். நானே சுத்தம் செய்கிறேன்” என்றேன்.

திருப்தியாக சுத்தம் செய்துவிட்டு வகுப்புக்குச் சென்றேன். கீழ்த்தளத்தில் இருக்கும் வகுப்புக்குள் நுழைந்தபோது 149

ஜோடிக் கண்கள் என்னை ஏதோ ஒரு வித்தியாசமான விலங்கைப் போல் வெறித்துப் பார்த்தன. உண்மைதான். நான் அந்த உயிரியல் பூங்காவின் 150ஆவது விலங்கு. சிலருக்கு விசில் அடிக்கத் தோன்றினாலும் அமைதியாக இருந்தனர். உட்கார இடம் தேடினேன். முதல் பெஞ்சு காலியாக இருந்தது. உட்காரப் போகும்போது பெஞ்சின் நடுவில் இங்க் கொட்டியிருந்ததைப் பார்த்தேன். நான் வருவேன் என்று தெரிந்துதான் செய்திருக்கிறார்கள் என்று தெரிந்து கொண்டேன். அழுகை வந்தாலும் அடக்கிக் கொண்டேன். பேப்பரை வைத்து சுத்தம் செய்து விட்டு ஒரு மூலையில் உட்கார்ந்து கொண்டேன்.

எனக்குப் பின்னால் கிசுகிசுப்பது காதில் விழுந்தது. “எதற்கு இங்கை ஊற்றினாய்? அவள் முதல்வரிடம் முறையிட்டு விட்டால்?”

“நான்தான் ஊற்றினேன் என்பதற்கு என்ன அத்தாட்சி? 149 பேர் இருக்கிறோம்.”

நான் முறையிடவில்லை. என் தந்தையிடம் முதல்வர் ஏற்கெனவே சொல்லியிருந்தார். நான் அவர்களைப் பற்றி முறையிட்டால் மேலும் என்னை அவர்கள் தொந்தரவு செய்வதற்கு வாய்ப்பிருக்கிறது என்று சொல்லியிருந்தார். அதனால் அவர்கள் எனக்கு எவ்வளவு தொல்லை கொடுத்தாலும் அவர்களைப் பற்றி முறையிடுவதில்லை என்று முடிவு செய்திருந்தேன்.

உண்மையை சொல்லப் போனால் அந்த மாணவர்கள் செய்த குறும்பினால் அந்தப் படிப்பு வேண்டாம் என்று நினைத்து விடுவேனோ என்று முதலில் பயந்தேன். உடலாலும் மனதாலும் உறுதியாக இருக்க வேண்டும் என்று முடிவெடுத்தேன். அதுதான் நான் செய்யப் போகும் தவம். அடுத்த நான்கு வருடங்களுக்கு யாருடைய உதவியையும் கேட்பதில்லை, ஒரு வகுப்பைக் கூட தவற விடுவதில்லை என்று முடிவெடுத்தேன். என் படிப்பு முடியும் வரை

வெள்ளைப் புடவைகளையே உடுத்துவது, இனிப்புகள் சாப்பிடுவதில்லை, பாயில் படுத்து உறங்குவது, குளிர்ந்த நீரில் குளிப்பது என்று எனக்கு நானே கட்டளைகள் இட்டுக் கொண்டேன். தன்னிறைவு பெற்ற பெண்ணாக இருக்க வேண்டுமென்று நினைத்தேன். நானே என்னுடைய உற்ற நண்பன் மற்றும் வைரிய விரோதியாக இருக்க வேண்டுமென்று நினைத்தேன். அப்படி ஒரு ஸ்லோகம் பகவத் கீதையில் இருப்பது எனக்கு அப்போது தெரியாது.

‘ஆத்மைவ யாத்மனோ பந்து ஆத்மைவ ரிபுராத்மனஹ’

இப்படியெல்லாம் தவம் இருக்க வேண்டுமென்பதே இல்லை. ஆனால் அந்த இளம் வயதில் எனக்கு அந்தக் கல்லூரியில் அந்த மாணவர்களுடன் நான்கு வருடங்கள் காலம் தள்ள இப்படி ஏதாவது செய்ய வேண்டும் என்று தோன்றியது.

என் ஆசிரியர்கள் என்னை அன்பாகப் பார்த்துக் கொண்டார்கள். அவ்வப்போது “எல்லாம் சரியாக இருக்கிறதல்லவா?” என்று அக்கறையோடு கேட்பார்கள்.

எங்கள் முதல்வரும் எனக்காக நேரம் ஒதுக்கி மாணவர்கள் தொல்லை கொடுக்கிறார்களா என்று கேட்ட வண்ணம் இருப்பார்.

ஆனால் என்னுடன் படித்த மாணவர்களை அப்படிச் சொல்ல முடியாது. ஒரு முறை சிறிய பூங்கொத்து ஒன்றை என் தலையில் சொருகி வைத்து விட்டார்கள். “ஏய் பூ ஜாடி!” என்று பின்னாலிருந்து யாரோ கூப்பிட்ட பிறகு தான் தலையைத் தொட்டுப் பார்த்து பூக்களை எடுத்து வீசினேன். எதுவும் சொல்லவில்லை.

சில சமயம் காகித விமானங்கள் என் மேல் பறக்கும். அதைப் பிரித்துப் பார்த்தால் ஏதாவது எழுதியிருப்பார்கள்.

‘பெண்களின் இடம் சமையலறையில். இல்லாது போனால் ஆசிரியராகவோ டாக்டராகவோ இருக்க வேண்டும். இங்கே என்ன செய்கிறாய்?’

'ஐயோ பாவம்! ஏன் இப்படி பார்வதியைப் போல் தவம் செய்கிறாய்? பார்வதிக்காவது சிவனை திருமணம் செய்து கொள்ள வேண்டும் என்ற நோக்கம் இருந்தது. உன்னுடைய சிவன் யார்?'

நான் அந்தக் காகிதங்களை பேசாமல் வைத்து விடுவேன். என்னிடமிருந்து எந்த பதிலும் வராது.

'மீன் தொட்டி' என்று ஒரு விளையாட்டு எங்கள் கல்லூரியில் உண்டு. ஒரு சிறிய உருண்டையான மீன் தொட்டியில் எல்லோரைப் பற்றிய விமர்சனம் இருக்கும் சீட்டுகள் போடப்பட்டிருக்கும். யார் வேண்டுமானாலும் யாரைப் பற்றி வேண்டுமானாலும் விமர்சனம் எழுதலாம். அது எங்கள் கல்லூரி ஆண்டு விழாவின்போது படிக்கப்படும். எல்லோரும் அந்தக் கிண்டலான நகைச்சுவையான விமர்சனங்களை கேட்க ஆவலோடு இருப்பார்கள். ஒருவர் மேடை மேலிருந்து உரக்கப் படிப்பார். எல்லா வருடமும் என்னைப் பற்றி நிறைய சீட்டுகள் இருக்கும். கன்னடத்தில் என்னைப் பற்றி வேடிக்கையான பாட்டுகள் இருக்கும். ஒன்று எனக்கு இன்னும் நன்றாக நினைவிருக்கிறது. அதை இப்படி மொழிபெயர்க்கலாம்:

அம்மா, அம்மா சர்க்கரைவள்ளிக் கிழங்கு
கறுப்புப் புடவை கொடுத்து
கணவன் வீட்டுக்கு அனுப்பு...

நான் எப்போதும் வெள்ளைப் புடவை உடுத்துவதால் இந்தப் பாட்டு.

சில வட இந்திய மாணவர்கள் தீஸ்ரி கசம் படத்தில் வரும் பாடலை இப்படிப் பாடினார்கள்:

அன்பே பொய் சொல்லாதே
யானை இல்லை, குதிரை இல்லை
என்றாலும்
சுதாவிடம் நடந்தே செல்லத் தயார்...

அந்தச் சீட்டுக்களைப் படிக்கும் போது என்னைப் பார்ப்பார்கள். நான் அழுகையை அடக்கிக் கொண்டு சிரிக்க முயற்சி செய்வேன்.

இந்தக் காலத்தில் அங்கங்கே நடக்கும் தொல்லைகள் போல் அவர்கள் எனக்கு தொல்லை கொடுக்க வேண்டுமென்று இதைச் செய்வதில்லை. அவர்களுக்குப் பெண்களிடம் எப்படி நடந்து கொள்ள வேண்டும் என்று தெரிந்திருக்கவில்லை. உடலளவிலும் மனதளவிலும் முதிர்ச்சியற்று இருந்தார்கள். அப்போது இருந்த பழமைவாத சமூகம் ஆண்களும் பெண்களும் கலந்து பழகுவதை அனுமதிக்கவில்லை. அதனால் அவர்களுக்கு நான் ஒரு வேற்றுகிரகவாசி போல் தெரிந்தேன். அது எனக்குப் புரிந்திருந்ததால் என்னால் சமாளிக்க முடிந்தது. ஆனாலும் அந்தக் குறும்புகள், கேலி கிண்டல் யாவும் என்னை புண்படுத்தத்தான் செய்தன.

படிப்பு ஒன்று மட்டுமே எனக்கு ஆறுதல். பொறியியல் படிப்பு எனக்கு மிகவும் மகிழ்ச்சியளித்தது. நான் தேர்வுகளை நன்றாக எழுதி நல்ல மதிப்பெண்கள் பெற்றேன். பட்டறை வேலை, தச்சு வேலை, வெல்டிங் எனக் கடினமான விஷயங்களை என்னுடன் படித்த மாணவர்களை விட நான் நன்றாகச் செய்தேன். இந்த வேலைகளுக்காக நீல நிற பாண்டும் சட்டையும் போட்டுக் கொண்டிருக்கும் மாணவர்களுக்கு மத்தியில் புடவை மேல் நீல நிற துணி ஒன்றைக் கட்டிக் கொண்டிருப்பேன். பார்க்க கோமாளித்தனமாக இருந்தாலும் நான் ஆசையுடன் படிக்கும் படிப்புக்கு அது மிகச் சிறிய விலைதான்.

தேர்வு முடிவுகள் வந்ததும் எனக்கு முன்னதாகவே என் மதிப்பெண்கள் மற்றவர்களுக்குத் தெரிந்து விடும். ஒவ்வொரு செமஸ்டரும் என்னோடு படித்தவர்களுக்கு என் மதிப்பெண்களை தெரிந்து கொள்வதில் அவ்வளவு ஆர்வம். கண்டுபிடித்த பின்னர் அறிவிப்புப் பலகையில்

ஒட்டுவார்கள். எனக்கென்று ரகசியம் எதுவும் இல்லாமல் போயிற்று.

பொறியியல் படிப்பென்பது ஆண்களுக்கானது என்பது கட்டுக்கதை என்று தெரிந்து கொண்டேன். என்னால் படிக்க முடிந்தது மட்டுமல்ல, அவர்களை விட அதிகமான மதிப்பெண்களும் எடுக்க முடிந்தது. ஒரு நாளைக் கூட , ஒரு வகுப்பைக் கூட தவற விடக் கூடாது என்ற வைராக்கியம் உருவானது. இன்னும் கடினமாக உழைக்க வேண்டும் என்று உறுதி கொண்டேன். என் மதிப்பெண்களை அவர்கள் அறிவிப்புப் பலகையில் ஒட்டுவதைப் பற்றி கவலைப்படவும் இல்லை. மாறாக எனக்கு அனைத்து ஆண்களையும் தோற்கடித்து முதல் மதிப்பெண் பெறுவது பெருமையாக இருந்தது.

என்னுடைய தன்னம்பிக்கை காலப்போக்கில் மாணவர்களுக்கு என் மேல் மரியாதையைக் கொடுத்தது. சர்வேக்களுக்கும், வரைபடங்களுக்கும் என் ஆலோசனையைக் கேட்க ஆரம்பித்தார்கள். மெல்ல எனக்கு நண்பர்கள் கிடைத்தார்கள். ரமேஷ் ஜங்கல், ஆராய்ச்சிக் கூடத்தில் என் கூட்டாளியாக இருந்த சுனில் குல்கர்னி, மற்றும் ஃபகீர் கௌடா, எம்.எம்.குல்கர்னி, ஹிரே கௌடா, ஆனந்த் உதுரி, கஜானன் தாகூர், ப்ரகாஷ் படகி, எச்.பி. சுதர்சன், ரமேஷ் லோத்யா எல்லோரும் இன்று வரை என் நண்பர்கள்.

என்னுடைய ஆசிரியர்களையும் என்னால் மறக்க முடியாது. எல்.ஜே. நொரோன்ஹா, யோக நரசிம்ஹா, வேதியியல் துறையின் ப்ரொபசர் மல்லாபூர், ஹட்ராலிக்ஸ் துறையின் ப்ரொபசர் குல்கர்னி மற்றும் பலர். நூலகத்தில் நிறைய நேரம் செலவழித்ததால் அங்கிருந்த நூலகரும் என் மேல் அன்பாக இருப்பார். எனக்காக மட்டும் விதிகளைத் தளர்த்தி விதிக்கப்பட்டதை விட நிறைய புத்தகங்கள் எடுத்துப் போக அனுமதிப்பார்.

அங்கிருந்த தோட்டக்காரரிடமும் அடிக்கடி பேசுவேன். என்னென்ன செடிகள் நடலாம் என்று சொல்வேன். அவரிடம் தென்னைமரம் வைக்கச் சொன்னேன். எப்போது பி.வி.பி. சென்றாலும் அந்தத் தென்னை மரங்கள் நான் அங்கு படித்த பொற்காலத்தை நினைவு படுத்தும்.

நான்கு வருடங்கள் சீக்கிரம் ஓடி விட்டன. எல்லோரும் பிரியும் நாள் வந்ததும் மிகவும் வருத்தமடைந்தேன். பயந்து கொண்டே கல்லூரி உள்ளே வந்த நான், தன்னம்பிக்கையுடன் ஒரு பொறியாளராக வெளியே வந்தேன். கல்லூரி எனக்கு உறுதியையும், விடாமுயற்சியையும்,மற்றவர்களிடம் எப்படிப் பழக வேண்டும் என்பதையும், தனியாக இருக்காமல் எப்படி மற்றவர்களுக்கு நம் ஞானத்தைப் பகிர்ந்தளிக்க வேண்டும் என்பதையும் கற்றுக் கொடுத்தது. ஆண்களைச் சுற்றி என் வாழ்க்கை இருந்ததால் நண்பர்கள் என்றாலே எனக்கு ஆண்கள் என்று மட்டுமே தோன்றும். பின்னாளில் கார்ப்பரேட் நிறுவனத்தில் வேலை செய்யச் சென்ற போது அங்கும் ஆண்களின் தர்பாரே நடந்து கொண்டிருந்தது. அதனால் எனக்கு தோழியர் வெகு குறைவுதான்.

கல்லூரி என்பது வெறும் சுவர்களாலும், பெஞ்சுகளாலும் நாற்காலிகளாலும் ஆனதல்ல. அந்த இடம் அதற்கும் மேலான புரிய வைக்க இயலாத ஒரு உணர்வு. நல்ல படிப்பு உங்களுக்கு தன்னம்பிக்கையைக் கொடுக்க வேண்டும். அதைத்தான் பி.வி.பி. எனக்குச் செய்தது.

அதற்குப்பின் என் மேற்படிப்பை பெங்களூரில் உள்ள இந்தியன் இன்ஸ்டிட்யூட் ஆஃப் சயின்ஸில் முடித்தேன். ஆனாலும் பி.வி.பி.க்கு என்று என் இதயத்தில் ஒரு தனி இடம் எப்போதுமே உண்டு.

என் தந்தை வயதாகி இறந்த போது அவர் நினைவாக நான் ஏதாவது செய்ய விரும்பினேன். என் குடும்பத்தில், சமூகத்தில் இருந்த எல்லா தடைகளையும் தாண்டி, அவர்

என் விருப்பப்படி என்னைப் பொறியாளர் ஆக்கினார். அதனால் நான் படித்த கல்லூரியில் அவருடைய ஞாபகார்த்தமாக ஒரு சொற்பொழிவு அரங்கத்தைக் கட்டிக் கொடுத்தேன்.

வெளிநாட்டிற்குப் பேசச் செல்லும் போதெல்லாம் ஒரு ஐந்து பேராவது பி.வி.பி.யில் படித்ததாக சொல்லிக் கொண்டு வருவார்கள். உடனே எனக்கு அவர்கள் மேல் ஒரு வாஞ்சை வந்து விடும்.

புன்னகைத்துக் கொண்டே "எந்த வருடம்? யார் உங்கள் ஆசிரியர்? எவ்வளவு பெண்கள் உங்களுடன் படித்தார்கள்?" என்று கேட்க ஆரம்பித்து விடுவேன்.

இப்போதெல்லாம் நான் கல்லூரிக்குச் சென்றால் அவர்கள் வீட்டுப் பெண் தாய் வீட்டுக்கு வருவது போல் கொண்டாடுகிறார்கள். திரும்புவதற்கு முன் அங்கிருக்கும் மேடையில் சிறிது நேரம் அமைதியாக, தனியாக நிற்பேன். அந்த மேடையில் நான் என் படிப்பிற்காக வாங்கிய விருதுகள் ஞாபகத்துக்கு வரும். அதன் பின்னர் சிறிது நேரம் அந்த அறிவிப்புப் பலகையின் முன் சில நிமிடங்கள் நின்று விட்டுப் பின் இரண்டாம் மாடியில் இருக்கும் என்னுடைய அந்தச் சிறிய அறைக்குச் (மிஸ்.குல்கர்னி அறை)செல்வேன். அந்த அறை இப்போது அவ்வளவு அழுக்காக இல்லை. நான் தேர்வுக்காக உட்கார்ந்து படித்த அந்த பெஞ்சையும், இப்போது இந்த உலகத்தில் இருந்து மறைந்து விட்ட என்னுடைய சில ஆசிரியர்களையும், என்னுடன் படித்த சில மாணவர்களையும் நினைக்கும்போது என் மனதில் எப்போதும் தோன்றும் ஒரு துக்கம் எட்டிப் பார்க்கும்.

அதன் பின் படிகளின் கீழே இறங்கி வந்தால் குழு குழுவாக பெண்கள் ஜீன்ஸிலும், டி-ஷர்ட்டிலும், சல்வார் கமீஸிலும் சிரித்துப் பேசிக் கொண்டிருப்பதைப் பார்க்கிறேன். ஆண்கள் எவ்வளவு இருக்கிறார்களோ அவ்வளவு பெண்கள் இப்போது என் கல்லூரியில் இருப்பதைப் பார்க்கிறேன்.

என்னைப் பார்த்தவுடன் என் கையெழுத்துக்காக ஓடி வந்து என்னை சூழ்ந்து கொள்கிறார்கள். அந்தக் கூட்டத்துக்குள், அந்த கையெழுத்துகளின் நடுவே என் பெற்றோர்களை நினைக்கிறேன். என் ஐம்பது வருட வாழ்க்கையையும் நினைக்கிறேன். என் கண்கள் குளமாகின்றன.

எங்கள் கல்லூரியாகிய பி.வி.பி.யை கடவுள் ஆசீர்வதிக்கட்டும்!

21

மூவாயிரம் தையல்கள்

1996 இல் இன்ஃபோஸிஸ் ஃபௌண்டேஷனை ஆரம்பித்தோம். அது லாப நோக்கமில்லாத ஒரு சேவை நிறுவனம். அதை எப்படி நடத்துவது என்று எனக்கு அப்போது அவ்வளவாக தெரிந்திருக்கவில்லை. எனக்கு மென்பொருள், மேலாண்மை, ப்ரொக்ராமிங் மட்டும் தான் தெரியும். தேர்வுகள், மதிப்பெண் பட்டியல்கள், காலக்கெடு, இவை யாவும்தான் என் நேரத்தை இது வரை எடுத்துக் கொண்டிருந்தன. இந்த ஃபௌண்டேஷனின் முக்கிய நோக்கம் சாதி, மத, இன வேறுபாடில்லாமல் சாதாரண மக்களுக்கு உதவுவதுதான்.

என்ன செய்யலாம் என்று பல விஷயங்களை முன்னிறுத்தி யோசித்தோம் - ஊட்டச்சத்து குறைபாடு, கல்வி, கிராம வளர்ச்சி, தன்னிறைவு, எல்லோருக்கும் மருந்துகள், கலைகளை புதிப்பித்தல்,...- இப்படி நிறைய யோசித்தோம். இந்தியாவில் பரவலாக இருந்த தேவதாசி பாரம்பரியத்தைப் பற்றி நான் நிறைய யோசித்தேன்.

தேவதாசி என்றால் ‘இறைவனுக்கு தொண்டு செய்பவர்கள்’ என்று பொருள்.

பழங்காலத்தில் தேவதாசிகள் கோயில்களில் பாடியும் நடனமாடியும் கடவுளரை சந்தோஷப்படுத்தினார்கள். அவர்களுக்கு சமூகத்தில் ஒரு உயர்ந்த நிலை இருந்தது.

இதற்கான சான்றுகளை பாதாமி குகைகளிலும், வட கர்நாடகாவை ஆறாம் ஏழாம் நூற்றாண்டுகளின் மத்தியில் ஆண்ட சாளுக்கிய அரசனுக்கு தேவதாசி வீனாபொடி எவ்வளவு நெருக்கமானவள் என்று கதைகளிலும் காணலாம். அந்த அரசன் கோயில்களுக்கு ஏராளமான நன்கொடை கொடுத்தான். ஆனால் காலப்போக்கில் கோயில்கள் அழிந்து தேவதாசிகள் நிலை சிறுமைப்பட்டது. இளம் பெண்கள் கோயில்களில் கடவுளுக்காக அர்ப்பணிக்கப்பட்டாலும் நாளடைவில் அவர்கள் நிலை பாலியல் தொழிலாளர்களில் நிலைக்கு இறங்கியது. சிலர் தேவதாசிகளாகவே பிறந்தனர். சிலரோ தங்களுடைய பெற்றோர்களால் பல காரணங்களுக்காக கடவுளுக்கு 'நேர்ந்து' விடப்பட்டார்கள். தலையில் படர்தாமரை வந்து சடை விழுந்தால் கூட நேர்ந்து விடப் பட்டார்கள். தேவதாசி ஆவதற்கான அறிகுறி அது என்று நினைத்தார்கள்.

சில வருடங்களுக்கு முன் பெல்காமில் உள்ள ரேணுகா கோயிலுக்குச் சென்ற ஞாபகம் வந்தது. அவர்கள் பச்சை வளையல், பச்சைப் புடவை கட்டிக் கொண்டு மஞ்சள் பொடி அங்கங்கே தூவியிருக்க, கட்டையான நீள தலைமுடியுடன் கைகளில் தேங்காய் வேப்பிலை கலசத்தோடு, முகங்களில் தேவிகளின் உருவ முகமூடியோடு கோவிலுக்குள் நுழைந்ததைப் பார்த்தேன். "இவர்களுக்கு ஏதும் உதவ முடியாதா?" என்று என்னையே கேட்டுக் கொண்டேன்.

எங்களுடைய ஃபௌண்டேஷனின் முதல் திட்டத்திற்கு மிகவும் சிரமமான வேலையை கையில் எடுக்கிறேன் என்று அப்போது நான் உணரவில்லை.

அப்பாவித்தனத்தோடும் உற்சாகத்தோடும் வட கர்நாடகாவில் மதத்தின் பேரால் பாலியல் தொழில் நடக்கும் ஒரு இடத்தை தேர்ந்தெடுத்தேன். தேவதாசிகளிடம்

சென்று பேசி அவர்களுடைய சிரமங்களை கேட்டறிந்து புரிந்து கொண்டு அதைப் போக்குவது என்று திட்டம் போட்டேன்.

அங்கு சென்ற முதல் நாள் பொட்டு, நகை அணியாமல், ஒரு ஜீன்ஸும் டி ஷர்ட்டும் தொப்பியும் அணிந்து கொண்டு கையில் ஒரு நோட்டுப் புத்தகமும் பேனாவும் கொண்டு சென்றேன். ஒரு கோயிலுக்கு அருகில் உள்ள ஒரு மரத்தினடியில் தேவதாசிகள் சிலர் உட்கார்ந்து பேசிக் கொண்டும் பேன் பார்த்துக் கொண்டும் இருந்தனர்.

கொஞ்சம் கூட யோசிக்காமல் அவர்களிடம் சென்று, அவர்கள் பேசிக் கொண்டிருக்கும்போது குறுக்கே புகுந்து "நமஸ்காரம் அம்மா, நான் உங்களுக்கு உதவ வந்திருக்கிறேன். உங்கள் பிரச்சினைகளைச் சொல்லுங்கள். எழுதிக் கொள்கிறேன்" என்று சொன்னேன்.

ஏதோ முக்கியமாக பேசிக் கொண்டிருந்திருப்பார்கள் போலிருக்கிறது. அவர்கள் என்னை வெறுப்பாகப் பார்த்தார்கள். எரிச்சலான கேள்விகள் என் மீது பாய்ந்தன.

"நீ யார்? உன்னை நாங்கள் கூப்பிட்டோமா?"

"எங்களைப் பற்றி எழுத வந்திருந்தால் உன்னுடன் பேச முடியாது."

"ஆபீசரா நீ? மந்திரியா? எங்கள் பிரச்சினைகளைச் சொன்னால் எப்படித் தீர்த்து வைப்பாய்?"

"இங்கிருந்து போய்விடு."

நான் நகரவில்லை. நான் உறுதியோடு இருந்தேன். "நான் உங்களுக்கு உதவி செய்ய வந்திருக்கிறேன். நான் சொல்வதைக் கேளுங்கள். எய்ட்ஸ் என்ற வியாதியைப் பற்றி உங்களுக்குத் தெரியுமா...?அதற்கு மருந்தே இல்லை..."

"போய்விடு" என்று ஒருத்தி அதட்டினாள். அவர்கள் கோபத்தின் உச்சியிலிருந்தார்கள்.

அப்போதும் நான் நகரவில்லை. "கொஞ்சம் பேசினால் வழிக்கு வந்து விடுவார்கள்" என்று நினைத்தேன். திடீரென்று ஒரு பெண் எழுந்து தன் செருப்பைக் கழற்றி என் மேல் தூக்கி அடித்தாள். "கன்னடம் உனக்குப் புரியாதா? தொலைந்து போ."

அவமானத்தால் குன்றிப் போய் அழுகையை அடக்கிக் கொண்டு அங்கிருந்து வேகமாக ஓடினேன்.

வீட்டுக்கு வந்த பிறகு அங்கே இனிமேல் போகக் கூடாது என்று முடிவு செய்தேன்.

ஆனால் சில நாட்களுக்குப் பிறகு நான் சென்ற நேரம் தப்போ என்று தோன்றியது. அவர்கள் ஏதேனும் கஷ்டத்தில் இருந்திருக்கக் கூடும், அந்த நேரத்தை நான் தேர்ந்தெடுத்து சென்றது தான் தப்பு என்று முடிவு செய்தேன்.

ஒரு வாரத்திற்குப் பிறகு மீண்டும் அங்கே சென்றேன். அன்று தக்காளி அறுவடை நாள். அந்த தேவதாசிப் பெண்கள் சந்தோஷமாக அந்த சின்ன முட்டை வடிவ சிவப்புத் தக்காளிகளை அவர்களுக்கு அருகில் இருந்த ஒரு கூடையிலிருந்து எடுத்து மற்றவர்களுக்கு கொடுத்துக் கொண்டிருந்தனர். அவர்களுக்கு அருகில் சென்று புன்னகைத்தேன். "மறுபடியும் உங்களைச் சந்திக்க வந்திருக்கிறேன். நான் சொல்வதை தயவு செய்து கேளுங்கள். உங்களுக்கு உதவத்தான் வந்திருக்கிறேன்."

அவர்கள் என்னைப் பார்த்து சிரித்தார்கள். "உன் உதவி எங்களுக்கு வேண்டாம். தக்காளி வாங்கிக் கொள்கிறாயா?"

"வேண்டாம். எனக்குத் தக்காளி பிடிக்காது" என்றேன்.

"என்ன பெண் நீ? தக்காளி பிடிக்காதா?"

மறுபடி பேச முயன்றேன். "நீங்கள் எய்ட்ஸ் பற்றி கேள்விப்பட்டிருக்கிறீர்களா? நம் அரசாங்கம் பல லட்ச ரூபாய்களை எய்ட்ஸ் விழிப்புணர்வுக்காக செலவழிக்கிறது."

"நீ கவர்மெண்ட் ஏஜண்டா? இல்லை நீ ஏதாவது ஒரு அரசியல் கட்சியை சேர்ந்தவளா? எவ்வளவு கமிஷன் உனக்கு இதில் கிடைக்கும்? சொல்! ஒரு சரியான மருத்துவமனை கூட இந்த இடத்தில் இல்லை. பெரிதாக ஏதோ ஒரு பயங்கரமான நோயைப் பற்றிச் சொல்ல வந்து விட்டாள். எங்களுக்கு உன் உதவி தேவையில்லை. அந்த தேவி எங்களைக் காப்பாற்றுவாள்."

எனக்கு என்ன சொல்வதென்று புரியவில்லை.

ஒரு பெண் அழுத்தமாகச் சொன்னாள். "இவள் ஒரு பத்திரிகைக்காரிதான். கையில் பேனாவும் நோட்டும் வைத்திருக்கிறாள். நம்மைப் பற்றி எழுதி நன்றாக சம்பாதிப்பாள்." அவள் அப்படிச் சொன்னவுடன் மற்றவர்கள் என் மீது தக்காளிகளை வீசியெறிய ஆரம்பித்தார்கள்.

இம்முறை என்னால் உணர்ச்சிகளை கட்டுப்படுத்த முடியவில்லை. அழுது கொண்டே அந்த இடத்தை விட்டு வேகமாக நகர்ந்தேன்.

நான் விரக்தியடைந்தேன். "எதற்காக இந்த திட்டத்தை ஆரம்பித்தேன்? ஏன் அவர்கள் என்னை இப்படி அவமானப்படுத்துகிறார்கள்? நல்லது செய்ய வந்த ஒருவரை இது போல் அவமானப்படுத்துவார்களா? இந்த வேலை செய்ய நான் லாயக்கில்லை. நான் மறுபடியும் கல்லூரியில் வேலைக்குச் சென்றுவிட வேண்டும். ஃபௌண்டேஷன் வேறு யாரையாவது இந்த வேலைக்கு தேர்ந்தெடுத்துக் கொள்ளட்டும்."

வீட்டிற்குச் சென்றவுடன் என் ராஜினாமா கடிதத்தை எழுத உட்கார்ந்தேன்.

படிகளில் இறங்கி வந்த என் தந்தை நான் ஏதோ குனிந்து எழுதுவதைப் பார்த்து விட்டு "அவசர அவசரமாக என்ன எழுதுகிறாய்?" என்று கேட்டார்.

நான் நடந்ததைச் சொன்னேன்.

என்னைப் பார்த்து பரிதாபப்படுவதற்குப் பதிலாக அவர் சிரித்துக் கொண்டே” நீ இவ்வளவு விவேகமில்லாத பெண்ணாக இருப்பாய் என்று நான் நினைக்கவில்லை” என்றார். எனக்கு ஆச்சரியமாக இருந்தது.

கோபத்துடன் அவரை முறைத்தேன்.

ஃப்ரிட்ஜிலிருந்து ஐஸ்கிரீமை எடுத்து என்னிடம் கொடுத்தார். “இது உன்னை சாந்தப்படுத்தும்” என்று கூறி புன்னகைத்தார்.

சில நிமிடங்களுக்குப் பிறகு “ஒன்றை ஞாபகம் வைத்துக் கொள். பாலியல் தொழில் என்பது பல நூற்றாண்டுகளாக இருந்து வந்திருக்கிறது. நம் சமூகத்தில் முக்கியமானதொன்றாக மாறிப் போயிருக்கும் தொழில் இது. பல அரசர்களும், ஞானிகளும் இதை ஒழிக்க முயன்றிருக்கிறார்கள். ஆனால் யாராலும் இதை முற்றிலுமாக ஒழிக்க முடியவில்லை. இந்த உலகத்தில் உள்ள எந்த நாடும் இதற்கு விதிவிலக்கில்லை. பின் எப்படி உன்னைப் போன்ற சாதாரண பெண்ணால் இதை சரி செய்து விட முடியும்? பெரிய லட்சியம் எல்லாம் இல்லாமல் உன்னால் என்ன செய்ய முடியுமோ அதைச் செய். உதாரணமாக ஒரு பத்து தேவதாசிப் பெண்களுக்கு, அந்தத் தொழிலை அவர்கள் விட்டு வர உதவி செய். மறுவாழ்வு கொடுத்து, வாழ்க்கை என்றால் என்ன என்று அவர்களுக்குக் காட்டு. அப்படிச் செய்தால் அவர்களுடைய குழந்தைகளை தாயின் வழியில் செல்லாமல் காப்பாற்றலாம். இதை உன்னுடைய லட்சியமாக வைத்துக் கொள். நீ அதை நிறைவேற்றும் நாளில், பத்து பெண்களுக்கு நல்வாழ்க்கை ஏற்படுத்திக் கொடுத்ததற்காக உன்னைப் பெற்றதற்கு பெருமகிழ்ச்சி அடைவேன்” என்றார்.

“ஆனால் அவர்கள் என் மீது செருப்பையும் தக்காளியையும் வீசி அடித்தார்கள் காகா” என்று முனகினேன். என் தந்தையை ‘காகா’ என்று தான் கூப்பிடுவது வழக்கம்.

“சொல்லப் போனால் உனக்கு இன்று பதவி உயர்வு கிடைத்திருக்கிறது, செருப்பிலிருந்து தக்காளி. இப்படியே விடாமல் அவர்களைத் துரத்தினால் இன்னும் வேறு ஏதாவது நல்லதாகக் கிடைக்கும்” என்று சொன்னவுடன் லேசாகப் புன்னகைத்தேன்.

“அவர்கள் என்னிடம் பேசுவது கூட இல்லை. எப்படி அவர்களுக்கு உதவி செய்வது?”

“உன்னை நீயே கண்ணாடியில் பார்” என்று அருகிலிருந்த கண்ணாடி முன்னால் என்னை தள்ளிக் கொண்டு போனார். டீ ஷர்ட், ஜீன்ஸ், தொப்பியில் இருக்கிறாய். இது உன்னுடைய உடையாக இருக்கலாம். ஆனால் கிராமத்தில் இருக்கும் தேவதாசிக் கூட்டம் உன்னை வேறு விதமாகத்தான் பார்க்கும். நீ புடவை கட்டிக் கொண்டு, தலையை முடிந்து, தாலி, குங்குமம் சகிதம் சென்றால் உன்னை வரவேற்பதற்கான சாத்தியம் உண்டு. நானும் உன்னுடன் வருகிறேன். என்னைப் போன்ற ஒரு கிழவன் வருவது உனக்கு பயனளிக்கலாம்.”

“அவர்களுக்காக என் உடையை நான் ஏன் மாற்ற வேண்டும். மேலோட்டமான இம்மாதிரி மாற்றங்களில் எல்லாம் எனக்கு உடன்பாடில்லை.”

“சரி! அவர்களை மாற்ற வேண்டுமானால் உன்னை நீ மாற்றிக் கொள்ளத்தான் வேண்டும். உன்னுடைய அணுகுமுறையை மாற்று. நான் சொல்வதைச் சொல்லி விட்டேன். நீ என்ன முடிவெடுத்தாலும் சரி. “

கண்ணாடி முன் என்னை விட்டுவிட்டுச் சென்று விட்டார்.

எங்கள் பெற்றோர் அவர்கள் கருத்துக்களையோ விருப்பங்களையோ என்னிடமோ என்

உடன்பிறந்தவர்களிடமோ என்றுமே திணித்ததில்லை. அது கல்வியானாலும், வேலையானாலும், திருமணமானாலும் சரி. தக்க நேரத்தில் எங்களுக்கு அறிவுரையோ உதவியோ செய்யத் தயங்கியதில்லை. அதே சமயம் எல்லாம் எங்கள் விருப்பப்படிதான் நடந்தது.

நான் சில நாட்கள் குழப்பமாக இருந்தேன். சமூக சேவையில் பணமோ, கவர்ச்சியோ எதுவும் இல்லை. கார்ப்பரேட் அலுவலகத்தில் நடந்து கொள்வதைப் போல் நடந்து கொள்ள முடியாது என்று புரிந்து கொண்டேன். அவர்கள் மொழியை நன்றாகப் பேசத் தெரிந்தாலே போதும். ஆங்கிலத்துக்கு அவசியமே இல்லை. எங்கு சென்றாலும் தரையில் உட்கார்ந்து அங்கு கிடைக்கும் சாப்பாட்டை சாப்பிட வேண்டும். அவர்கள் பேசுவதைப் பொறுமையாக கேட்க வேண்டும். எல்லாவற்றுக்கும் மேலாக செய்யும் வேலையை நேசிக்க வேண்டும். எது எனக்கு சந்தோஷம் தரும்? என்னுடைய வெளிப்புறத் தோற்றமா அல்லது நான் செய்யும் வேலையா?

நன்றாக யோசித்த பிறகு என்னுடைய வெளிப்புறத் தோற்றத்தை மாற்றிக் கொண்டு வேலையில் முழுமையாக இறங்குவது என்று முடிவு செய்தேன்.

அடுத்த முறை செல்லும் போது என் தலைமுடியைக் இழுத்துக் கட்டிக் கொண்டு, பூ வைத்துக் கொண்டு இருநூறு ரூபாய் புடவை ஒன்றைக் கட்டிக் கொண்டு தாலி, கண்ணாடி வளையல்கள் அணிந்து கொண்டு சென்றேன். என் தந்தையும் இம்முறை என்னுடன் வந்தார்.

என் தந்தையை என்னுடன் பார்த்ததும் அவர்கள் வணக்கம் சொன்னார்கள்.

என் தந்தை என்னை அவர்களுக்கு அறிமுகப்படுத்தினார். "இது என் மகள். ஆசிரியையாக இருக்கிறாள். விடுமுறையில் இங்கே வந்திருக்கிறாள். உங்களுடைய வாழ்க்கை எவ்வளவு

கஷ்டமாக இருக்கிறது என்று இவளுக்குச் சொன்னேன். நீங்கள் வாழ்வதே உங்கள் குழந்தைகளுக்காகத்தான், உங்கள் உடல்நிலை எப்படியிருந்தாலும் உங்கள் குழந்தைகள் நன்றாகப் படிக்க வேண்டும் என்று விரும்புகிறீர்கள் இல்லையா?"

"ஆமாம் ஐயா" என்று பதிலளித்தார்கள்.

"என்னுடைய பெண் ஆசிரியையாக இருப்பதால் உங்கள் குழந்தைகளின் படிப்புக்கும் பின்னர் அவர்களுக்கு நல்ல வேலை கிடைப்பதற்கும் உதவி செய்வாள். அவர்களுக்கு கிடைக்கும் உதவித் தொகை பற்றிய விபரம் உங்களுக்குத் தெரியாமல் இருக்கலாம். இவள் உங்களுக்கு அந்தத் தொகை கிடைக்க உதவி செய்வாள். உங்களுக்குச் சரியென்றால் இங்கே இருப்பாள்.இல்லையென்றால் வேறொரு கிராமத்திற்குச் செல்வாள். ஒன்றும் நிர்பந்தமில்லை. நாங்கள் பத்து நிமிடம் கழித்து வருகிறோம்."

ஏன் கையை இறுக்கமாகப் பிடித்துக் கொண்டு சிறிது தூரம் சென்றார்.

"ஏன் அப்படிச் சொன்னீர்கள்?" என்று நான் கேட்டேன். "நீங்கள் எய்ட்ஸ் பற்றியல்லவா அவர்களுக்குச் சொல்லியிருக்க வேண்டும்?"

"உளராதே! இப்போது அவர்களிடம் இதைப் பற்றிப் பேசக் கூடாது. எதிர்மறையான கருத்துக்களோடு யாரையும் அணுகக்கூடாது. அவர்களுக்கு நம்பிக்கை ஊட்டக்கூடிய விஷயங்களைத்தான் முதலில் பேச வேண்டும். நான் அவர்களுக்கு வாக்கு கொடுத்ததைப் போல் நீ அந்தக் குழந்தைகளின் படிப்புக்கு உதவி செய்ய வேண்டும். எய்ட்ஸை பிறகு பார்க்கலாம்."

"நான் ஆசிரியை என்று எதற்குச் சொன்னீர்கள் காகா? சமூக சேவகி என்று சொல்லியிருக்கலாம்" என்றேன்.

என் தந்தை என்னை அமைதியாகப் பார்த்தார். "ஆசிரியர் வேலையை மதிப்பிற்குரிய வேலையாக இவர்கள் கருதுகிறார்கள். நீ ஆசிரியை தானே?"

சந்தேகமாகத் தலையசைத்தேன். அவர் என்ன நினைத்துக் கொண்டிருக்கிறார் என்று எனக்குத் தெரியவில்லை.

நாங்கள் திரும்பிச் சென்றபோது அவர்கள் நாங்கள் பேசுவதைக் கேட்கத் தயாராக இருந்தார்கள். என்னை 'அக்கா' என்று அழைத்தார்கள்.

நான் அவர்களுடன் சேர்ந்து என் வேலையைத் தொடங்கினேன். முதலில் அந்தக் குழந்தைகளின் உதவித் தொகைக்கான வேலை. அந்த வேலை நடந்து முடிந்த பின்னரே எய்ட்ஸ் பற்றிய பேச்சை ஆரம்பித்தேன். இந்த முறை நான் சொல்வதைக் கேட்டார்கள். மாதங்கள் உருண்டோடின. அவர்கள் என்னுடன் மனம் விட்டுப் பேச மூன்று மாதம் ஆகியது. நான் அவர்களின் செல்ல அக்காவாக மாறினேன். அவர்களுடைய கஷ்டங்களையும் துயரக் கதைகளையும் சொல்லத் தொடங்கினார்கள்.

தங்கள் கணவனால், சகோதரனால், தந்தையால், காதலனால், சொந்தக்காரர்களால் அப்பாவிப் பெண்கள் பலர் இந்த வேலைக்கு விற்கப்பட்டிருந்தார்கள். சிலர் தாங்களாகவே தங்கள் குடும்பத்தை வறுமையின் பிடியிலிருந்து காப்பாற்ற இந்த வேலைக்கு வந்திருந்தார்கள். ஆனால் சிலரோ வேறு ஏதோ வேலைக்கு வந்து இந்த வேலையில் மாட்டிக் கொண்டிருந்தார்கள். அவர்கள் கதைகளைக் கேட்டு சில சமயம் நான் அழுதபோது அவர்கள் என் கையைப் பிடித்து ஆறுதல் படுத்துவார்கள். ஒவ்வொரு கதையும் வெவ்வேறாக இருந்தாலும் முடிவு என்னவோ ஒரே போல்தான் இருந்தது அவர்களைச் சுரண்டியது மட்டுமல்லாமல் அவர்களுக்குள் 'பழிச்சொல்லுக்கு ஆளாகி விட்டோமே' என்ற அவமானத்தையும் நிரப்பியிருக்கிறது இந்தச் சமூகம்.

அவர்களுக்கு பணம் நிம்மதியையோ நம்பிக்கையையோ தராது என்று அறிந்து கொண்டேன். இதற்கான முடிவு அவர்கள் எல்லோரையும் ஒரே குறிக்கோளுடன் ஒன்று சேர்த்து அவர்களுக்கென்று ஒரு நிறுவனம் அவர்கள் ஆரம்பிக்க துணை நிற்பது என்று தெரிந்து கொண்டேன். திருமண, வீட்டு மனை, படிப்பூக்கத் தொகை என்று நிறைய திட்டங்களை கர்நாடகா அரசு வைத்திருந்தது. தேவதாசிகளுக்காகத் தனியாக ஒரு அமைப்பு ஆரம்பிப்பதால் அவர்கள் தங்கள் குறைகளை அரசிடம் முறையிட ஏதுவாக இருக்கும். மெல்ல அவர்கள் சுதந்திரமாக தைரியமாக தங்கள் வாழ்க்கையை ஒழுங்கமைத்துக் கொள்ளலாம்.

இப்படியாக தேவதாசிகள் அமைப்பு உருவானது. கடவுள் எல்லா இடத்திலும் இருக்க முடியாததால் அவர் பொருட்டு அவர் வேலையைச் செய்ய சிலரை அனுப்புகிறார் என்ற நம்பிக்கை எனக்கு உண்டு. எதிர்பாராத விதமாக டெல்லியில் இருந்து அபய் குமார் என்ற அன்பான இளைஞன் எங்களுடன் வந்து சேர்ந்தான். அவன் என்னுடன் சேர்ந்து சமூக சேவை செய்ய வேண்டும் என்று விரும்பினான். அவனுடைய ஆர்வத்தை சோதிக்க கடினமான வேலையைக் கொடுக்க விரும்பினேன். “தேவதாசிகளுடன் நீ எட்டு மாதம் வேலை செய்தால் உன்னை முழு நேர வேலையில் எடுத்துக் கொள்கிறேன்” என்று சொன்னேன்.

சொன்னது போல் எட்டு மாதம் கழித்து ஒரு நாள், லேசாக இளைத்தது போல் தெரிந்த அபய், பெரிதாகப் புன்னகைத்தபடி என் அலுவலகத்தினுள் நுழைந்தான்.

“அபய், உனக்கு சமூக சேவைக்கு கடுமையான அர்ப்பணிப்பும் விடாமுயற்சியும் தேவை என்று இப்போது தெரிந்திருக்கும். பலரின் வாழ்க்கையில் ஒளியேற்றிய சந்தோஷத்துடன் நீ டெல்லி திரும்பிச் செல்லலாம்.

நீ ஒரு அருமையான மனிதன். இந்த அனுபவம் உனக்கு என்றென்றும் உபயோகமாக இருக்கும்” என்று சொன்னேன்.

அவன் புன்னகைத்தபடி அருமையான கன்னடத்தில் சொன்னான் “யார் நான் டெல்லி போகப் போவதாகச் சொன்னார்கள்? நான் இந்த வேலையை முடித்து விட்டுதான் கர்நாடகாவிலிருந்து கிளம்புவேன்.”

“அபய், இது கடுமையாக இருக்கும். நீயோ இளைஞன். இவர்களுடன் வேலை செய்ய உனக்குக் கஷ்டமாக இருக்கும்...” அதற்கு மேல் எனக்கு என்ன சொல்வதென்று தெரியவில்லை.

“நீங்கள் வருத்தப்பட வேண்டாம் மேடம். அருமையான வேலையை எனக்குக் கொடுத்தீர்கள். ஆபீஸில் வேலை கொடுப்பீர்கள் என்று தான் நினைத்தேன். களப்பணி கொடுப்பீர்கள் என்று நான் நினைக்கவேயில்லை. அதுவும் தேவதாசிகளுக்கு உதவும் பணி. இந்த ஒரு வருடத்தில் அவர்களின் வேதனையையும் கஷ்டங்களையும் அறிந்து கொண்டேன். அறிந்து கொண்ட பிறகு அவர்களை விட்டுவிட்டு எப்படிப் போவது?”

இந்த இளம் வயதில் அவனுடைய இரக்க குணத்தையும் நேர்மையையும் கண்டு நான் அசந்து போனேன். நான் அவனுக்கு மாதாமாதம் செலவுக்கு பணம் தருகிறேன் என்று சொன்னபோதும் மறுத்து விட்டான். “என்னிடம் ஸ்கூட்டரும், துணிமணிகளும் இருக்கின்றன. எனக்கு தலை மேல் கூரையும், இரண்டு வேளை சாப்பாடும் பெட்ரோலுக்கு சிறிது பணமும் போதும்.”

ஒரு குறிக்கோளுடன் இருக்கும் அவனை அன்போடு பார்த்தேன். ஒரு உறுதியான நடையோடு என்னிடமிருந்து விடைபெற்றான். சீக்கிரமே அவன் அக்குழுவை வழி நடத்த ஆரம்பித்தான். அடிக்கடி அவனுடன் பேசி எப்படி போய்க் கொண்டிருக்கிறது என்று விசாரிப்பேன்.

ஒரு நாள், தேவதாசிகளை சந்தித்து அவர்கள் குழந்தைகள் எப்படி இருக்கிறார்கள் என்று கேட்டேன். “குழந்தைகளின் படிப்புச் செலவுதான் எங்கள் பிரச்சினை. அதனால் பணத்துக்காக மறுபடி எங்கள் தொழிலுக்குச் செல்ல வேண்டியிருக்கிறது” என்றார்கள்

நாங்கள் உங்கள் குழந்தைகளின் படிப்புச் செலவுகளைப் பார்த்துக் கொள்கிறோம். ஆனால் நீங்கள் மறுபடியும் உங்கள் வேலைக்குச் செல்லக் கூடாது” என்று கண்டிப்புடன் சொன்னேன்.

அபயையும் என்னையும் அவர்கள் நம்புவதால் கொஞ்சம் கூட யோசிக்காமல் சரியென்றார்கள். நூற்றுக்கணக்கான குழந்தைகளை இத்திட்டத்தின் கீழ் கொண்டு வந்தோம். சில குழந்தைகள் பள்ளியிலும், சில குழந்தைகள் மேற்படிப்பும் படிக்கச் சென்றனர்.

எய்ட்ஸ் விழிப்புணர்வு முகாம்கள் மற்றும் பெண்களுக்கும் குழந்தைகளுக்கும் பல்வேறு மருத்துவப் பிரச்சினைகளை விளக்க தெருக்கூத்து மற்றும் நாடகங்கள் நடத்தினோம். தலையில் சடை விழுவதால் தேவதாசி ஆக வேண்டுமென்பது மூட நம்பிக்கை என்று சொன்னோம். நோய்க் கிருமி பாதித்த தலைமுடி சிறிது நாட்களுக்குப் பிறகு ஒட்டிக் கொண்டு நாளடைவில் சடையாகிப் போகிறது, அதை எளிதாக சரி செய்யலாம் என்று சொன்னோம். தலையில் பிரச்சினை இருந்த பெண்கள் மருத்துவரிடம் சென்றார்கள். சிலர் மொட்டையடித்துக் கொண்டார்கள்.

நாங்கள் உத்தரவாத கையெழுத்துப் போட்டு கடன் வாங்கிக் கொடுத்தோம்.

“அக்கா, எங்களுக்கு கடன் வாங்கிக் கொடுங்கள். எங்களால் திருப்பிக் கொடுக்க முடியாவிட்டால் அது உங்களை ஏமாற்றுவது போல் என்பதால் சரியாக திருப்பிக் கொடுத்து விடுவோம்”என்றார்கள்.

எனக்குத் தெரியும் ஒரு பெரிய பணக்கார மனிதர் கூட என்னை ஏமாற்றக் கூடும். ஆனால் ஒரு தேவதாசிப் பெண் ஏமாற்ற மாட்டாள். அவர்களுக்கு என்னிடம் நம்பிக்கை இருப்பது போல் எனக்கும் அவர்களிடம் பூரண நம்பிக்கை இருந்தது.

ஆனால் எனக்கும் அபயுக்கும் வாழ்க்கை அபாயகரமாகிப் போனது. எங்களுக்கு உள்ளூர் ரவுடிகளிடமிருந்து, தரகர்களிடமிருந்து மிரட்டல்கள் தொலைபேசியில், கடிதத்தில் குறுஞ்செய்திகளில் வந்த வண்ணம் இருந்தன. என்னைவிட அபய்க்காக நான் பயப்பட்டேன். நான் போலீஸிடம் பாதுகாப்பு கேட்டேன். ஆனால் அபய் மறுத்து விட்டான். “நம் தேவதாசிகள் நம்மைக் காப்பாற்றுவார்கள். கவலைப்படாதீர்கள்” என்று சொல்லி விட்டான்.

சில வாரங்களுக்குப் பிறகு, வேலையை விட்ட மூன்று தேவதாசிகள் மேல் தரகர்கள் ஆசிட் வீசி விட்டார்கள். இருந்தாலும் நாங்கள் எங்கள் பணியை விடாமல் செய்தோம். அறுவை சிகிச்சை செய்து அவர்களுக்கு நம்பிக்கையூட்டினோம். பிடிக்காத இந்த வேலையை விட்டு ஒழித்து விட வேண்டும் என்று நினைக்கும் இந்தப் பெண்களே எங்களுக்கு ஊக்கம் கொடுத்தனர். அரசு அவர்களுக்கு உதவித் தொகை கொடுத்தாலும், பலர் மாடு, ஆடு, எருமை வாங்கி மேய்க்க ஆரம்பித்தனர்.

அந்தப் பெண்களுக்காக பள்ளிகள் கட்டினோம். மாலை நேரத்தில் வகுப்புகள் நடைபெற்றன. பல வருடங்கள் ஊர் கூடி மலை மேல் தேர் இழுத்த வேலை அது.

பன்னிரெண்டு வருடங்களுக்குப் பின் சில பெண்கள் என்னிடம் பேச வந்தனர்.

“அக்கா, நாங்கள் ஒரு வங்கி ஆரம்பிக்க வேண்டுமென்று நினைக்கிறோம். ஆனால் பயமாக இருக்கிறது.”

“வங்கியில் என்ன நடக்கும் என்று நினைக்கிறீர்கள்?”

“வங்கி ஆரம்பிக்க பெரிய முதலீடு தேவை. விலையுயர்ந்த உடைகள் உடுத்த வேண்டும். நாங்கள் வங்கி அதிகாரிகள் சூட் போட்டுக் கொண்டு டை கட்டிக் கோண்டு ஏசி ரூமில் இருப்பதைப் பார்த்திருக்கிறோம். ஆனால் எங்களிடம் அவ்வளவு பணம் இல்லை அக்கா.”

அபயும் நானும் அவர்களுக்கு வங்கியைப் பற்றிய அடிப்படை விஷயங்களைப் புரிய வைத்தோம். சில நிபுணர்களை சந்தித்து அறிவுரை கேட்டோம். அவர்களின் மேற்பார்வையில் அவர்கள் தங்களுக்காக ஒரு வங்கி ஆரம்பித்தார்கள். நாங்கள் சட்டம் சார்ந்த மற்றும் மேலாண்மை சார்ந்த வேலைகளுக்கு எங்கள் ஆட்களைக் கொடுத்தோம். ஆனால் அங்கு வங்கியில் பணிபுரிபவர்களும் பங்குதாரர்களும் தேவதாசி இனமாக மட்டுமே இருக்க வேண்டும் என்று வற்புறுத்தினோம். ஒரு வழியாக அவர்கள் பிக்ஸட் டெபாஸிட்களில் பணம் சேமிக்க முடிந்தது. குறைந்த வட்டிக் கடனையும் பெற முடிந்தது. வரும் லாபம் வங்கியில் பணிபுரியும் எல்லோருக்கும் சமமாக பிரித்துக் கொடுக்கப்பட்டது. வங்கி நன்றாக வளர்ந்து அந்தப் பெண்களே இயக்குநர்களாக வழிநடத்த ஆரம்பித்தார்கள்.

ஆரம்பித்து மூன்று வருடங்களுக்குப் பிறகு வங்கியில் எண்பது லட்ச ரூபாய் டெபாசிட்களில் இருந்தது. பலருக்கு வேலை கொடுக்க முடிந்தது. முக்கியமான சாதனை என்னவென்றால் கிட்டத்தட்ட மூவாயிரம் பெண்கள் பாலியல் தொழிலில் இருந்து வெளியே வந்ததுதான்.

மூன்றாவது ஆண்டு நிறைவின்போது எனக்கு அவர்களின் வங்கியிலிருந்து கடிதம் வந்தது.

வங்கி ஆரம்பித்து மூன்றாண்டுகள் ஆகி விட்டது என்பதை சந்தோஷத்துடன் சொல்லிக் கொள்கிறோம். நல்ல வருமானம் வருகிறது. நாங்கள் யாரும் தேவதாசி தொழில் செய்வதில்லை. நாங்கள் ஒவ்வொருவரும்

தலா நூறு ரூபாய் போட்டு பெரிய விழாவுக்காக மூன்று லட்சம் சேர்த்திருக்கிறோம். பெரிய மண்டபம் ஒன்றை விருந்துக்காக வாடகைக்கு எடுத்திருக்கிறோம். நீங்கள் வந்து எங்களுடன் கொண்டாட வேண்டும். அக்கா, நீங்கள் எங்கள் மனதுக்கு மிகவும் நெருக்கமானவர். முக்கிய விருந்தினராக வந்திருந்து நீங்கள் சிறப்பிக்க வேண்டும். நூற்றுக்கணக்கான முறை எங்களுக்காக நீங்கள் பணம் செலவு செய்திருக்கிறீர்கள். இந்த முறை உங்கள் பயணத்துக்காக வோல்வோ பேருந்தும், நல்ல ஹோட்டலில் அறையும் ஏற்பாடு செய்திருக்கிறோம். நேர்மையாக, ஒழுக்கமாக சம்பாதித்த பணம். எங்களுடைய இந்த அழைப்பை ஏற்று நீங்கள் வர வேண்டும்.

என் கண்கள் பனித்தன. பதினேழு வருடங்களுக்கு முன் எனக்கு செருப்பு விருதாகக் கிடைத்தது. இப்போது நான் வருவதற்காக அவர்கள் செலவு செய்யத் தயாராக இருக்கிறார்கள். நான் என்னுடைய செலவில் அந்த விழாவிற்குப் போக முடிவு செய்தேன்.

அரசியல் பிரமுகர்கள், மாலைகள், நீளமான பேச்சுகள் என்று வழக்கமாக நடக்கும் விழாவாக இல்லாமல் எளிய முறையில் நடந்தது. முதலில் சில பெண்கள் அவர்கள் கஷ்டங்களைப் பாட்டாகப் பாடினார்கள். சிலர் தங்களின் மாறிய வாழ்க்கைப் பயணத்தைப் பற்றிச் சொன்னார்கள். மருத்துவர்களாக, செவிலியராக, ஆசிரியர்களாக, வங்கியில் பணிபுரிபவர்களாக, அரசு வேலை செய்பவர்களாக, வக்கீல்களாக இருக்கும் அவர்களது குழந்தைகள் அவர்களது தாயாருக்கு நன்றி சொன்னார்கள். அவர்களுடைய படிப்புக்கு ஆதரவு அளித்த நிறுவனத்துக்கும் நன்றி சொன்னார்கள்.

நான் பேச வேண்டிய தருணம் வந்தது. நான் எழுந்தேன்.

சட்டென்று எல்லாம் நின்று விட்டதைப் போல் இருந்தது. வார்த்தைகள் எழவில்லை. என் தந்தை சொன்னது

நினைவுக்கு வந்தது. "... நீ அதை நிறைவேற்றும் நாளில், பத்து பெண்களுக்கு நல்வாழ்க்கை ஏற்படுத்திக் கொடுத்ததற்காக உன்னைப் பெற்றதற்கு பெருமகிழ்ச்சி அடைவேன்."

தங்கு தடையில்லாமல் பேசக் கூடிய நான் அன்று உணர்ச்சி மேலீட்டால் பேச நா எழாமல் தவித்தேன். எங்கிருந்து ஆரம்பிப்பது என்று எனக்குத் தெரியவில்லை. கடவுளைக் கண்டால் என்னால் நேராக நின்று உறுதியுடன் "நீங்கள் எனக்கு நிறையக் கொடுத்திருக்கிறீர்கள். நானும் ஏதோ முடிந்த அளவு திருப்பிக் கொடுத்து விட்டேன். உங்களுடைய மூவாயிரம் குழந்தைகளை கொடுமையான தேவதாசி வழக்கத்திலிருந்து மீட்டுக் கொண்டு வந்து விட்டேன். அந்த மலர்களை மீட்டு விட்டேன்" என்று சொல்ல வேண்டும் என்று தோன்றியது.

அந்தப் பெண்களைப் பார்த்தேன். நான் பேசுவதைக் கேட்க ஆவலுடன் இருந்தனர். அபயும் இருந்தான். அவனும் உணர்ச்சி கொப்பளிக்க உட்கார்ந்திருந்தான்.

என்னுடைய பாட்டனார் ஆறு வயதில் எனக்குச் சொல்லிக் கொடுத்த ஸம்ஸ்க்ருத ஸ்லோகத்தைச் சொன்னேன். "இறைவா! எனக்கு ராஜாங்கமோ அரச பதவியோ வேண்டாம். எனக்கு மறுபிறவியோ தங்கப் பாத்திரங்களோ சொர்க்கமோ வேண்டாம். எனக்கு உன்னிடமிருந்து எதுவும் வேண்டாம். இறைவா! எனக்கு ஏதாவது கொடுக்கவேண்டுமென்றால் மென்மையான இதயத்தையும் உறுதியான கைகளையும் கொடு. அப்போதுதான் மற்றவர்களின் கண்ணீரைத் துடைக்க முடியும்."

அமைதியாக என் இருக்கைக்கு வந்தேன். அந்தப் பெண்கள் என்ன நினைத்தார்கள் எப்படி உணர்ந்தார்கள் என்று தெரியவில்லை.

ஒரு வயதான பெண்மணி மேடை ஏறினார். பெருமையான குரலில் "அக்காவிற்கு ஒரு சிறப்பு

பரிசு கொடுக்க இருக்கிறோம். அது ஒரு எம்ப்ராய்டரி செய்த படுக்கை விரிப்பு. நாங்கள் எல்லோரும் அதில் எம்ப்ராய்டரி செய்திருக்கிறோம். அதில் மூவாயிரம் தையல்கள் இருக்கின்றன. பார்க்க மிகவும் அழகாக இல்லையென்றாலும் எங்களின் ஒரு சிறிய பகுதி அதில் இருக்க வேண்டும் என்று விரும்பினோம்." என்னை நேராகப் பார்த்து அவர் சொன்னார் "இது எங்கள் இதயத்திலிருந்து உங்கள் இதயத்திற்கு. குளிர்காலத்தில் உங்களுக்கு இளஞ்சூட்டையும் வெயில் காலத்தில் உங்களுக்கு இதமாகவும் இது இருக்கும், எங்களின் பாசத்தைப் போலவே. நாங்கள் சிரமப்படும் நேரத்தில் உறுதுணையாக நீங்கள் இருந்தது போல் உங்களுடன் நாங்கள் எப்போதும் இருக்க விரும்புகிறோம்."

என் வாழ்க்கையில் எனக்குக் கிடைத்த ஆகச் சிறந்த பரிசு அது.

22

சமூக சேவையின் அவசியம்

ஒரு நாள் என் குடும்பத்தில் நடந்த திருமணம் ஒன்றில் கலந்து கொண்டேன். நீண்ட நாட்கள் கழித்து என் உறவினர்கள் நண்பர்கள் எல்லோரையும் சந்தித்தேன். திருமண வேலை எதுவும் இல்லாதால் பேசுவதற்கு நிறைய நேரம் கிடைத்த து. பெரிய குழுவாக உட்கார்ந்து கொண்டு எல்லோரும் அவரவர்களுடைய வாழ்க்கையைப் பற்றிப் பேசிக் கொண்டிருந்தோம். பேச்சு மெல்ல நம் சமூகத்துக்கும் நாட்டுக்கும் நாம் செய்ய வேண்டியவையைப் பற்றித் திரும்பியது.

ஒரு பெண் சொன்னார் “சமூக சேவைக்கு நிறைய நேரம் வேண்டும். மட்டுமல்லாமல் அந்தப் பெண்ணின் நிதி நிலைமை வலுவாக இருக்க வேண்டும், வீட்டுப் பொறுப்புகள் பெரிதாக இருக்கக் கூடாது. மேலும் அவளுக்கு வேறு எந்த விஷயங்களிலும் நாட்டமில்லாமல் இருந்தால் சமூக வேலை செய்யலாம்.”

“இதெல்லாம் கர்மா என்று நினைக்கிறேன் நான்” என்றார் மற்றொருவர். “போன பிறவியில் யாரிடமாவது உதவி ஏற்றுத் திருப்பித் தராமல் இருந்திருந்தால், உடலாலோ பொருளாலோ, இந்தப் பிறவியில் அதைத் திருப்பிக் கொடுத்தேயாக வேண்டும். அதனால் இப்போது சமூக சேவை செய்து கொண்டிருக்கும் நபர்களெல்லாம் போன பிறவியில் கடன்பட்டவர்கள்.”

இன்னொரு பெண்மணி "தானமாகப் பணம் கொடுப்பதற்குத் திறமை தேவையில்லை. அது வெறும் பொழுதுபோக்கு" என்று சொன்னவர் என்னைப் பார்த்து சிநேகமாக புன்னகைத்துக் கொண்டே "நீ என்ன சொல்கிறாய்?" என்று கேட்டார்.

என் உறவினர்கள் தப்பான நோக்கத்தில் இதைப் பற்றி பேசவில்லை என்று எனக்குத் தெரியும். அதனால் நான் காயப்படவோ எரிச்சலடையவோ இல்லை. உபயோகமில்லாத வாக்கியங்களுக்கு மதிப்பளிக்காமல் இருப்பதையும் சரியான காரணங்களுக்கு மட்டுமே மதிப்பளிப்பதையும் காலப்போக்கில் கற்றுக் கொண்டிருந்தேன். நான் என்னால் இயன்றவரை அவர்களுக்கு விளக்கமளித்தேன். "இத்தனை வருட சமூக சேவையில் தங்களுடைய சூழ்நிலையைப் பற்றிக் கவலைப்படாமல் உதவி செய்தவர்களைப் பார்த்திருக்கிறேன். உதாரணத்திற்கு, சிலரிடம் பணம் இல்லை, சிலரிடம் கொஞ்சமாக இருந்தது, அளவுக்கு அதிகமாக பணம் இருந்தவர்களும் இருந்தார்கள். சமூக சேவை செய்ய உறுதியும், செய்ய வேண்டும் என்ற மனோபாவமும் போதும்."

"ஒரு உதாரணம் கொடு" என்றார் ஒருவர்.

"கண்டிப்பாக. பாதாமி ரயில் நிலையத்திலிருந்து ஒரு முறையாவது நீங்கள் ஊருக்குள் சென்றிருப்பீர்கள். சாலையின் இருபக்கமும் பெரிய வேப்பமரங்களைப் பார்த்திருப்பீர்கள். கால் ஊனமுற்ற ஒருவன் அங்கே வாழ்ந்து வந்தான். அவன் தனி ஒருவனாக சாலையின் இரு பக்கமும் வேப்பங்கன்றுகள் நட்டான். அந்தக் காலத்தில் போதுமான மழை பெய்ததால் அவை மரமாயின. ஆனால் இன்று ஒருவருக்கும் அவன் பெயர் தெரியாது. அவன் வருங்காலத்தில் பயணம் செய்பவர்களுக்கு நிழலைத் தருவதற்காக மரம் நட்ட கதை மட்டும் நின்று போயிற்று.

இது சமூக சேவை இல்லையா, சொல்லுங்கள்?” என்று கேட்டேன்.

என்னைச் சுற்றிலும் இருந்த பெண்கள் ‘அடடா’ என்றார்கள்.

“இன்னும் சொல்” என்றனர் சிலர். எங்கள் குழுவில் இன்னும் சிலர் வந்து சேர்ந்ததைப் பார்த்தேன்.

“பெங்களூருவில் நல்ல பெயர் வாங்கிய சிறுநீரக மருத்துவர் ஒருவர் இருந்தார். அவர் பெயர் ஸ்ரீதர். வெளிநாட்டில் இருந்து வேலை செய்து கொண்டிருந்தவர் தாய்நாடு திரும்பினார். அவரால் எளிதாக அங்கேயே இருந்து கொண்டு நன்றாக சம்பாதித்துக் கொண்டிருந்திருக்க முடியும். ஆனால் இந்த மருத்துவர் இரண்டு படுக்கை அறை கொண்ட வாடகை வீட்டில் முப்பத்தியோரு வருடமாக வாழ்ந்து வருகிறார். பணத்தை லட்சியம் செய்யாமல் மக்களுக்கு உதவும் தன் கனவை நிறைவேற்றிக் கொண்டிருக்கிறார். சரியாகத் தன் வேலையைச் செய்வதற்காக ஒரு வழி கண்டுபிடித்து வைத்திருக்கிறார். காலையில் நோயாளிகளைப் பார்க்கும்போது பணம் வாங்கிக் கொள்கிறார். ஆனால் மாலை நான்கு மணியிலிருந்து ஆறு மணி வரை எல்லா நோயாளிகளையும், அவர்களுக்கு என்ன சம்பளம் இருந்தாலும், காசு வாங்கிக் கொள்ளாமல் பார்க்கிறார்.”

“அவரிடம் எப்படி உங்களால் முடிகிறது என்று கேட்டதற்கு ‘என் மனைவியும் குழந்தைகளும் என்னை உற்சாகப்படுத்தி உறுதுணையாக இருக்கிறார்கள். அவர்கள் ஆதரவு இல்லாமல் என்னால் எதுவும் செய்ய முடியாது’ என்றார். அப்போது தான் எனக்கு குடும்பத்தின் ஆதரவு இல்லாமல் சமூக சேவை கூட செய்ய முடியாது என்று உணர்ந்தேன்.”

சிலர் தலையாட்டுவதைப் பார்த்தேன்.

“ஒரு வேலைக்காக ஜெய்ப்பூர் போயிருந்தேன். நகரத்தில் ஒரு இடத்தில் காரை நிறுத்தி விட்டு டிரைவர் டீ குடிக்க ஒரு

தாபாவுக்குச் சென்றார். அப்போது சுவரால் நாலாபக்கமும் சூழப்பட்ட ஒரு அழகான தோட்டத்தைப் பார்த்தேன். சுவருக்கும் சாலைக்கும் நடுவே இருந்த இடத்தில் காய்கறிச் செடிகள் இருந்தன. அங்கு ஒரு தோட்டக்காரர் வேலை செய்து கொண்டிருந்தார். ஆர்வத்துடன் அவருக்கு அருகில் சென்று 'சுவருக்கு வெளியே என்ன வேலை செய்கிறீர்கள்? இந்தக் காய்கறி செடிகள் யாருடையது?' நான் கேட்டுக் கொண்டிருக்கும்போது ஆஜானுபாகுவாக ஒரு மனிதர் வெளியே வந்து அந்தக் காய்கறி செடிகளை நோக்கி நடந்தார். அவரிடம் நான் இதே கேள்வியைக் கேட்டும் அவர் என்னை உள்ளே தோட்டத்துக்கு வருமாறு அழைத்தார். உள்ளே நுழைந்தவுடன் அது ஒரு வசதியானவரின் நிலம் என்று தெரிந்தது. அவரிடம் சில கேள்விகளைக் கேட்ட போது அவர் சொன்னார் "இந்த நிலம் என்னுடைய பூர்வீகச் சொத்து. என்னைப் போல் இந்த உலகத்தில் எல்லோரும் புண்ணியம் செய்தவர்கள் இல்லை. அதனால் கொத்தமல்லி, வெந்தயம், கீரை வகைகள் எல்லாம் இந்த இடத்தில் பயிரிடச் செய்கிறேன். தோட்டத்தை எப்படிப் பார்த்துக் கொள்கிறாரோ அப்படி இந்த இடத்தையும் பார்த்துக் கொள்ள தோட்டக்காரரிடம் சொல்லியிருக்கிறேன். இங்கு வளரும் காய்கறிகளை, கீரைகளை யார் வேண்டுமானாலும் பறித்துக் கொண்டு போகலாம், அவர் வேலையை அவர் சரியாகச் செய்ய வேண்டும் என்று சொல்லியிருக்கிறேன்."'

"எனக்கு ஆச்சரியமாக இருந்தது. 'யார் பறித்துக் கொண்டு செல்கிறார்கள்?' என்று கேட்டேன்.

'கூலி வேலை செய்பவர்கள் இங்கே பலர் உண்டு. அவர்கள் பறித்துக் கொண்டு போவார்கள்.'

'ஏழைகள் தவிர மற்றவர்கள் பறித்துக் கொண்டு போனால் என்ன செய்வீர்கள்?'

'அவர்களுக்காகப் பரிதாபப்படுவேன். அவ்வளவுதான். ஆனால் ஒன்றும் சொல்வதில்லை. பல வருடங்களாக

இதைச் செய்து வருகிறேன். ஏழைகளுக்கு இங்கிருந்து காய்கறிகள் கிடைக்கின்றன என்று இந்தப் பகுதியில் உள்ளவர்கள் அனைவருக்கும் தெரியும்.' அவருடைய அமைதியான இந்தச் சேவையை எண்ணி பிரமித்தேன்."

நான் சுற்றிப் பார்த்த போது எல்லோரும் கவனமாக நான் சொல்வதைக் கேட்பது தெரிந்தது. என்னுடைய சகோதரி கையை ஆட்டி தொடரச் சொன்னாள்.

"இன்னொரு சம்பவம் சொல்கிறேன் கேளுங்கள். மற்றவர்களுக்கு இலவசமாகத் தண்ணீர் கொடுப்பதை ராஜஸ்தானில் வசிப்பவர்கள் ஒரு புண்ணியச் செயலாகக் கருதுகிறார்கள். முக்கியமாகக் கோடைக்காலத்தில். சாலைகளின் ஓரத்தில் தண்ணீர் நிரம்பிய மண்பானைகள் வழிப்போக்கர்களுக்காக வைக்கப்பட்டிருக்கும். ஒரு நாள், அந்த தண்ணீர்ப் பானையை ஒருவர் எடுத்துக் கொண்டு போனார். ஆர்வத்தை அடக்க முடியாமல் அவரிடம் 'இதை எங்கே கொண்டு போகிறீர்கள்? இதில் தண்ணீர் நிரப்பி இங்கே வைக்க வேண்டாமா?' என்றேன்."

"அவர் புன்னகைத்தார். 'பெஹென்ஜி, சந்தோஷமாக எல்லோரும் இதில் தண்ணீர் தீரத் தீர நிரப்பி விடுகிறார்கள். ஆனால் இதைக் கழுவாமல் தண்ணீர் நிரப்பிக் கொண்டிருந்தால் நோய்க் கிருமிகள் இதில் வாழ ஏதுவாகி விடும். அதனால் நான் தண்ணீர் தீர்ந்ததும் எடுத்துக் கொண்டு போய் நன்றாகத் தேய்த்து கழுவிக் கொண்டு வருவேன்' என்றார்."

"ஓ" என்றது என்னைச் சுற்றி இருந்த கூட்டம்.

"கர்ப்பிணிகள், வயதானவர்கள், உடல்நிலை சரியில்லாதவர்கள், இவர்களிடம் காசு வாங்காமல் ஆட்டோ ஓட்டும் நபர்களைப் பார்த்திருக்கிறேன்" என்றார் ஒருவர்.

"*Philanthropy* (பரோபகாரம்) என்ற ஆங்கில வார்த்தையின் மூலம் கிரேக்க வார்த்தைகளான *philos* மற்றும் *anthropos*.

Philos என்றால் அன்பு *Anthropos* என்றால் மனிதன். அந்த ஆட்டோக்காரரைப் போல் சமூக சேவை செய்பவர்கள் எல்லோரும் பணக்காரர்கள் இல்லை. சிலர் மத்திய தர வகுப்பைச் சேர்ந்தவர்கள், சிலர் ஏழைகள். சமூக சேவை என்பது குணத்தை சார்ந்த ஒரு விஷயம் பணத்தைச் சார்ந்தது அல்ல. இனிமையான வார்த்தை, இரக்க குணம், சிறு அணைப்பு, சின்ன பகிர்தல் இவையெல்லாம்தான் நம்மை நல்ல மனிதர்களாக்குகிறது. இரக்க குணமும் சரியான அணுகுமுறையும் உள்ள ஒரு தலைவர் இருந்தால் கண்டிப்பாக இந்த சமூகத்தில் ஒரு மாற்றம் கொண்டு வரலாம். இல்லையா?”

எல்லோரும் ஆமோதித்தார்கள். யாரோ ஒருவர் சாப்பிடப் போகலாம் என்றார். உடனே எங்கள் பெரிய குழு, சிறு சிறு குழுக்களாகப் பிரிந்து அருமையான சாப்பாட்டை சாப்பிட ஆயத்தமானது.

○

சுதா மூர்த்தி

இன்ஃபோஸிஸ் நிறுவனத்தின் சேர்மனாக இருக்கும் சுதா மூர்த்தி, இந்தியன் இன்ஸ்டிட்யூட் ஆஃப் சயின்ஸ், பெங்களூருவில் எலக்ட்ரிகல் என்ஜினியரிங் படித்தவர். பொறியியலாளராகவும், கம்ப்யூட்டர் சயின்ஸ் விரிவுரையாளராகவும் பணியாற்றியிருக்கிறார். ஆங்கில மற்றும் கன்னட பத்திரிகைகளில் கட்டுரைகள் எழுதி வருகிறார். 200 புத்தகங்கள் எழுதியிருக்கிறார். 20 மொழிகளில் இவர் புத்தகங்கள் மொழிபெயர்க்கப்பட்டிருக்கின்றன. R. K. நாராயண் விருது, கர்நாடக அரசின் அத்தமபே விருது, க்ராஸ்வர்டின் ‘வாழ்நாள் சாதனையாளர் விருது 2018’- அவர் பெற்ற பல விருதுகளில் சில.

2006ஆம் ஆண்டு இந்திய அரசு பத்மஸ்ரீ விருது வழங்கி அவரை கௌரவித்தது.

www.ingramcontent.com/pod-product-compliance
Ingram Content Group UK Ltd.
Pitfield, Milton Keynes, MK11 3LW, UK
UKHW041630190726
13854UKWH00006B/2396

9 789390 053223